NGÔN NGỮ
TẠP CHÍ VĂN HỌC NGHỆ THUẬT
SỐ 24 1/3/2023

NHÓM CHỦ TRƯƠNG:
Luân Hoán - Song Thao - Nguyễn Vy Khanh - Hồ Đình Nghiêm - Lê Hân

CỘNG TÁC TRONG SỐ NÀY:
Ben OH, Cao Nguyên, Cam Li Nguyễn Thị Mỹ Thanh, Chu Nguyên Thảo, Chu Vương Miện, Dan Hoàng, Dung Thị Vân, Đặng Hiền, Đặng Phú Phong, Điệp Nguyễn, Đinh Cường, Đoàn Nhã Văn, Đỗ Nghê Đỗ Hồng Ngọc, Hà Khánh Quân, Hoàng Quân, Hoàng Xuân Sơn, Hồ Chí Bửu, Hồ Đình Nghiêm, Hùng Nguyễn, Huỳnh Liễu Ngạn, Kim Huệ, Letamanh, Lê Hân, Lê Hứa Huyền Trân, Lê Hữu Minh Toán, Lê Minh Hiền, Lưu Lãng Khách, M.H. Hoài Linh Phương, Ngàn Thương, Nguyên Cẩn, Nguyên Thu, Nguyễn An Bình, Nguyễn Châu, Nguyễn Đình Phượng Uyển, Nguyễn Đức Nam, Nguyễn Hàn Chung, Nguyễn Kiến Thiết, Nguyễn Lệ Uyên, Nguyễn Minh Nữu, Nguyễn Thái Dương, Nguyễn Thị Hải Hà, Nguyễn Trọng Lĩnh, Nguyễn Văn Điều, Nguyễn Văn Gia, Nguyễn Vy Khanh, Ngự Thuyết, NP Phan, Phạm Cao Hoàng, Phan Huyền Thư, Phan Việt Thủy, Phương Tấn, Quan Dương, Song Thao, Thái Tú Hạp, Thanh Trắc Nguyễn Văn, Thiếu Khanh, Thục Uyên, Thy An, Tiểu Lục Thần Phong, Tiểu Nguyệt, Tôn Nữ Mỹ Hạnh, Trần C. Trí, Trần Đình Sơn Cước, Trần Hoài Thư, Trần Huiền Ân, Trần Quang Châu, Trần Thanh Quang, Trần Thị Nguyệt Mai, Trần Vấn Lệ, Trần Yên Hòa, Triều Hoa Đại, Trúc Lan, Trung Chính Hồ, Trương Xuân Mẫn, Vinh Hồ, Võ Miên Trường, Võ Phú, Vũ Đình Huy, Vũ Khắc Tĩnh, Vũ Trọng Quang, Xuyên Trà.

BÌA: Uyên Nguyên Trần Triết

TRANH BÌA: Uyên Nguyên Trần Triết

DÀN TRANG: Lê Hân

ĐỌC BẢN THẢO: Trần Thị Nguyệt Mai

LIÊN LẠC:
Thư và bài vở mời gởi về:
- Luân Hoán: lebao_hoang@yahoo.com
- Song Thao: tatrungson@hotmail.com

TÒA SOẠN & TRỊ SỰ:
Lê Hân: (408) 722-5626 han.le3359@gmail.com

MỤC LỤC

THƯ TÒA SOẠN

Thân mến chào quý bạn,

Cả hai cái Tết dương, âm đều đã đi qua, nhưng ở xứ Bắc Mỹ, nơi chúng tôi đang cư ngụ, cả Gia Nã Đại lẫn Hoa Kỳ đều đang lưu giữ một không gian rất ư xuân nhật Việt Nam. Có thể nhờ lòng chúng tôi vui vì tạp chí Ngôn Ngữ của chúng ta tương đối vững vàng hơn, mà cảm nhận đất trời như vậy.

Thật mừng, các bạn đang có số 24 Ngôn Ngữ. Trước số này, chúng tôi cho ấn hành một ấn bản đặc biệt dành riêng giới thiệu nhà văn Cung Tích Biền. Lẽ ra theo dự tính, phần giới thiệu tác giả Thằng Bắt Quỉ nằm ở số 24 này, cùng với sáng tác thơ văn của quý bạn. Nhưng tư liệu về CTB nhiều quá và có sự yêu cầu của tác giả, nên mới có cái vấp sai nhịp này, hy vọng không còn gặp những trường hợp tương tự.

Một tạp chí văn học thường không dùng toàn số trang để giới thiệu một tác giả. Phần thơ văn phê bình... của các tác giả khác luôn phải giữ nhịp trình làng liên tục, dù có giảm bớt một phần nào, bởi số trang của một số báo gần như cố định, tương ứng với khả năng tài chánh. Chúng tôi cũng chọn phương thức này. Với chúng tôi, khi đã giới thiệu tác giả, không có chuyện phân biệt ai quan trọng hơn ai. Mỗi người tùy thuộc vào tư liệu chúng tôi được cung cấp, vừa vặn với số trang được dành riêng.

Nhà văn Trần Hoài Thư, một khuôn mặt tài năng, một nối dài thiết thực từ VNCH ra hải ngoại. Tư liệu thuộc về anh không ít hơn bất cứ nhà văn nào, nhưng chúng tôi không để mất tinh thần của tạp chí một lần nữa, nên xin phép anh được giới thiệu trong Ngôn Ngữ 24. Và cũng nhờ vậy, chúng tôi đi được những bài mới viết về anh,

cộng với số ít bài anh cho phép, rút từ số Thư Quán Bản Thảo về Trần Hoài Thư, do nhà văn Phạm Văn Nhàn thực hiện trước đây.
Một điều đáng tiếc, chúng tôi phải gác lại mục Tin Sách sẽ dồn vào số 25. Bên cạnh đó truyện dài Góc Biển Xanh cũng tạm ngưng vì tác giả Nguyễn Lê Hồng Hưng đang bệnh.

Xin chân thành cảm ơn các bạn vẫn hào hứng góp bài cho phần thơ văn thật dồi dào. Chúng tôi luôn cố gắng chọn bài thích hợp, cập nhật và có ít nhiều ưu tiên với những tác giả mới ghé đến. Ngôn Ngữ số 25 tháng 5-2023, bạn đọc sẽ gặp để hiểu hơn về nhà văn Song Thao. Ngôn Ngữ số 26, tháng 7-2023 sẽ dành cho một cây viết lâu năm hiện ở tại quê nhà, nhà văn Nguyên Minh, chủ biên tạp chí Quán Văn tại Sài Gòn hiện thời. Dĩ nhiên cả hai số này phần thơ văn thường lệ vẫn đầy đủ. Chuyện của những ngày chưa tới không dám nói trước nhiều hơn.

Mong tiếp tục được đọc và phổ biến sáng tác của quý bạn, vui chúc an bình.

Thân tình,

Luân Hoán
Tháng 2-2023

PHẦN ĐẶC BIỆT VỀ TRẦN HOÀI THƯ

TRẦN HOÀI THƯ

ĐÊM MƠ

ĐÊM MƠ của Trần Hoài Thư là một trong những truyện ngắn hay nhất ở hải ngoại trong hơn 40 năm qua. Truyện lấy bối cảnh ở New York thập niên 80 – những năm đầu người Việt vượt biên đến Mỹ sau khi chiến tranh kết thúc. Bằng chất văn tự sự và lời thoại như thơ, Trần Hoài Thư kể lại chuyện tình sương khói của nhân vật xưng tôi và cô gái tên Nhàn. Câu văn hay nhất trong truyện: "Cầu chúc những người gặp nhau sẽ không bao giờ chia xa." (Phạm Cao Hoàng).

Buổi học đầu của lớp Toán Cao học. Người thiếu nữ đã đến lớp từ lâu, và người đàn ông, ngồi đằng sau, biết mình sắp chết đuối vì bờ vai mềm và cái dáng dấp nhỏ bé rất Đông Phương ấy. Ông giáo sư già vào lớp, ngồi trên chiếc ghế và rảo mắt nhìn đám sinh viên. Sáu người học trò. Ông trao tờ giấy điểm danh xuống người ngồi hàng đầu. Tên tuổi. ID. Nhan thi Nguyen. Đến phiên người đàn ông. Việt Nam. Niềm vui nho nhỏ dấy lên. Nguyễn thị Nhàn hay Nguyễn thị Nhân. Nhàn hay Nhân. Nhàn. Tôi thầm thì. Tên của một người xưa. Tên mà tôi viết cả ngàn lần trong những đêm ngày nhớ nhung chất ngất. Tên tôi gọi khi tôi quần quại cùng vết thương, khi tôi đứng trên cao để nhớ đồi Nam Ô, và nhìn xuống thấp để nhớ về biển xanh dưới chân đèo Hải Vân. Tên trên phong bì, trên trang thơ, trên những giờ, những phút trải trong lòng nhật ký từ một nơi nào của thành phố Đà Nẵng. Tôi nhắm mắt lại. Con tim già nua hôm nay bỗng nhiên rạo rực lại rồi. Tôi nhìn lên, gặp đôi bờ vai nhỏ. Ngày xưa, em cũng gầy guộc, em cũng dịu dàng, em cũng mong manh. Ngày xưa, Nhàn ơi, anh về phép, đội mưa ngoài cổng, để em phải bối rối tội tình trong chiếc áo mưa màu tím hoa cà. Ngày xưa cổng trường Phan Châu Trinh, học trò con gái khúc khích cười trước một cây si cổ thụ.

Ngày xưa người về một ngày rồi lại bỏ đi, người đợi một ngày rồi lại ôm mặt khóc. *Một người về đỉnh cao. Một người về vực sâu. Để cuộc tình chìm mau...* Ông giáo sư bắt đầu giảng bài. Ông dùng vụ án O J để chứng minh về vai trò quan trọng của Toán học. Ông đùa: "*Bọn mày xem, bây giờ ai ai cũng trở thành toán gia. Luật sư, bác sĩ, ông quan toà, bồi thẩm đoàn, những tên không bao giờ thích Toán học bây giờ luôn luôn nói về xác suất probability trong việc thử máu, và dùng toán thống kê để chứng minh... Sự thật là tuyệt đối. Cho dù xác suất sai là 1 phần tỉ tỉ đi nữa, kết quả vẫn không phải là sự thật. Có nghĩa là không thể chứng minh OJ phạm tội. Phải nhờ Toán học O J mới thắng. Còn nữa, Unabomber, cái ông toán gia làm điên đầu FBI cả hai mươi năm qua...*" Ông già nói liên tu bất tận. Có lẽ ông muốn trút hết nỗi hẩm hiu của một lớp quá chừng ít ỏi cũng như cái kiếp toán gia bạc bẽo của ông. Thật vậy, trong khi các lớp cao học khác, học trò chen lấn, đông đúc, thì mỗi lớp Toán, vỏn vẹn vài sinh viên. Cái thê thảm của một xã hội kim tiền. Có phải vậy không?

Cuối giờ, ông giáo sư đọc một mạch những bài homework cho kỳ đến. Tôi thấy Nhàn bối rối, chừng như không bắt kịp câu nói của vị thầy. Rồi lớp học tan. Bọn sinh viên mấy người hối hả đứng dậy. Chỉ còn Nhàn. Em ngồi lại. Như một con nai nhỏ tội tình. Vâng, tôi biết, ngày xưa, tôi cũng đã từng có những giờ phút khốn khổ như em hôm nay. Giờ đầu tiên tôi cũng đã từng tuyệt vọng nghĩ đến một cuộc đầu hàng. Tôi đến bên người con gái đồng hương, thăm hỏi. Nỗi buồn đến tội nghiệp. Và em đã bấu víu vào tôi.

Người đã gọi bên trời. Con sáo đã số lồng. Con sáo qua sông. Tôi như thằng bé nào cầm chiếc lồng trống trơn buồn so bên dòng sông đỏ máu. Hai toà lầu Twin Towers. Toà Empire State Building. Chinatown. Holland Tunnel. Tượng Nữ thần Tự Do. Cầu Pulaski Skyway. Những ngày hôm qua, tôi và người và Nữu Ước. Hôm nào trời Nữu Ước mưa bụi. Mưa làm dòng Hudson mờ đi, để buổi học đêm, bên kia bờ, triệu triệu ánh đèn phải trở thành những con mắt ràn rụa lệ. Để giờ break time, người và tôi, đứng trên lầu cao, và nhìn qua thành phố. Tôi kể những gì tôi biết về Nữu Ước. Tôi kể về một đêm đứng trên chóp đỉnh của toà Twin Towers mà nhìn xuống những con đường ngang dọc đan kết những chuỗi kim cương ngọc ngà, ngời sáng hầu như bất tận. *"Nhàn biết không? Đó là những đoàn tắc xi Nữu Ước"*. Tôi kể về quả cầu được thả xuống tại khu Times Square vào lúc giao thừa dương lịch với hàng trăm ngàn người từ khắp nơi đổ xô về. Trai gái hôn nhau. Những chiếc hôn dài của mùa hạnh phúc. Và tiếng còi xe, tiếng kèn giấy, tiếng phong cầm, và rượu chát, rượu mạnh, nút chai bật tung như pháo nổ. Và người ta nắm tay nhau khiêu vũ... Em thốt lên: *"Vui quá hả ông? Ông có bao giờ đến đấy tham dự chưa?"* *"Chưa cô à. Nếu cô muốn, tôi sẵn sàng làm người hướng dẫn"*. *"Vâng, thế nào em cũng nhờ ông"*. Nhàn ơi, tôi nhắm mắt lại đây. Cám ơn em, cho tuổi trẻ của tôi một lần trở dậy. Đêm nào như đêm hôm qua, khi tuyết trắng xoá phủ xuống Nữu Ước, khi muôn triệu ánh đèn kinh thành càng làm màu tuyết lung linh hơn, và rực rỡ hơn. Đêm cuối năm, em xa nhà, và tôi cũng xa quê hương. Xe chờ em ngoài khu nội trú. Em khoác chiếc áo dạ đen. Mưa tuyết dập dìu trên đầu. Mưa tuyết óng ánh dưới ánh điện nhiều nến. Khu nội trú nhiều cửa sổ đèn tắt. Chắc hầu hết sinh viên đã trở lại nhà. Tôi mở cửa xe. Mở thêm quạt tuyết. Xe theo con đường chánh của quê hương Frank Sinatra. *"Nhàn ơi, Nhàn có bao giờ nghe Frank Sinatra hát chưa?."* *"Frank Sinatra là ai hở ông?"* *"Là một danh ca nổi tiếng của Mỹ. Ông ta có giọng hát thật ấm. Nơi đây là nơi ông lớn lên. Cả thành phố đều hãnh diện vì ông. Các quán cà phê, nhà hàng đều treo hình có cả chữ ký của ông nữa."* *"Thế thì được làm ca sĩ hạnh phúc quá ông nhỉ?"* *"Vâng, bởi vì ít ra ông cũng mang hạnh phúc cho một số người."* FM106.7. Âm hưởng của một bản nhạc Giáng Sinh Holy Night. Vâng, Đêm Thánh Vô Cùng. Đêm ngày xưa hay là đêm nay. Cửa xe mở ra và em ngồi thu mình như con mèo nhỏ. Trời lạnh, nhưng hồn tôi ấm lắm. Xe chạy dưới mưa tuyết. Chiều cuối năm, khác với quê nhà, không có cảnh hối hả bồi hồi cho một cuộc trở về. Hay là tại lòng tôi, quá quen đến dửng dưng. Hơn mười năm xa quê hương, thời gian quá dài để làm chai sạn những nỗi nhớ nhung quay quắt. Con tim ngỡ đã ngủ yên. Bây giờ tự dưng em làm con tim tôi thức dậy. Em hay Nhàn xa xôi vời vợi ngàn trùng. Em hay Nhàn một thời để yêu và một thời để chết. Em làm tôi cứ nghĩ đến một người.

Xe đã ra ngoài xa lộ. Nhàn co ro. Đôi mắt mở lớn nhìn đêm. Đêm sáng lòa như tấm thảm kim cương mờ nhạt lệ mềm. Đêm đẩy đưa hai kẻ không quen bỗng nhiên gặp. Em có biết là tôi quá hạnh phúc không. *"Nhàn muốn nghe nhạc không?"* *"Ông có nhạc Bảo Yến không?"* *" Không. Tôi chỉ biết Lệ Thu, Khánh Ly, Mai Hương, Thái Thanh."* *"Họ hát ở bên này, phải không ông?"* *"Không. Họ là những ca sĩ nổi tiếng tại miền Nam trước 1975."* *"Thế ư?"* Rồi tiếng hát cất lên. *Nhắm mắt. Cho tôi tìm một thoáng hương xưa.* Nhàn có vẻ thờ ơ, lơ đãng nhìn ra ngoài đêm. Mưa tuyết rơi để đua tranh cùng cây quạt nước. Hàng xe đang chờ đợi nối đuôi. Dưới cầu phía Nam là phi trường Newark. *"Nhàn thấy gì không, phi trường quốc tế Newark, đèn đuốc sáng trưng, cứ năm phút là mỗi chuyến bay đáp xuống hay cất cánh".* Tôi nói. *"Quả thật vậy, thưa ông?"* *" Vâng. Như vậy làm sao đủ thì giờ để người ta từ biệt, phải không ông?"* *" Vâng, đời sống ở xứ sở này đều hối hả, gấp rút, ngay cả nỗi chia ly. Không còn cảnh người đứng trên ngôi nhà gió nhìn ra phi đạo, thấy bóng người thân yêu của mình lẩn khuất vào lòng tàu".* *"Ông ơi. Chắc ông có nhiều người để ông phải đưa tiễn."* *"Tại sao Nhàn lại hỏi thế. Vâng, thì trong đời của bất cứ một ai đều có một lần từ ly."* *"Thế ông đã có lần từ ly nào để mà ghi nhớ ?"* *"Tại sao Nhàn lại hỏi như thế. Vâng, tôi đang nhớ đây. Nhớ một người tên Nhàn. Nhớ một người mong manh như sương như khói. Nhớ người nào luống cuống bên tôi, má au hồng, đêm đêm viết về tôi bao nhiêu giòng nhật ký...Nhớ để mà hiểu rằng, có nhiều chuyện không thể ngờ nổi, tưởng tượng nổi. Như Nhàn của một thời bây giờ lại trở lại bão bùng...*

Rồi tiếng hỏi bên tai.
"Ông ơi, có phải hai tòa lầu chọc trời kia là Twin Towers?
"Vâng."
"Tại sao gọi là Twin?"
"Tại vì chúng giống nhau như đúc. Chúng sinh đôi. Tại vì người ta không muốn thấy chúng lẻ loi. Nếu lẻ loi, chắc chúng buồn lắm..."

Người con gái không nói. Em làm sao hiểu được thế nào là nỗi lẻ loi của một đời người. Muốn đọc lại câu thơ của Thanh Tâm Tuyền: *ôi những người khóc lẻ loi một mình,* nhưng không dám. Tuổi em không phải là tuổi tôi. Không thể mang nỗi buồn rầu của thế hệ tôi về thế hệ em.

Xe vào khu Chinatown lúc hơn 8 giờ tối. Giờ này hầu như khu phố Tàu trở nên vắng vẻ. Chúng tôi tìm một quán ăn Việt Nam. Nhàn ăn rất ngon miệng. Tôi vừa uống bia vừa nhìn nàng. Cảm tạ Đất Trời đã cho tôi được gặp lại một bóng hình. Cảm tạ gương mặt thanh tú, mái tóc cắt ngắn, đôi vai gầy mảnh mai, để đêm nay, tâm hồn tôi phải ấm áp. Đêm cuối năm, tôi thèm phà khói thuốc để mờ đi gương mặt của người bạn học. Để bóng hình như hình sương và bóng khói. Như niềm hạnh phúc mà tôi bắt gặp đêm nay.

Sau đó chúng tôi lái xe đến Twin Towers. Trời đã bớt tuyết, nhưng gió từ sông Hudson thổi về lồng lộng giữa hai dãy lầu cao khiến chúng tôi phải co rúm lại trước những cơn gió thốc. Hơi thở thành khói. Dưới hàng hiên, một người homeless đang nằm ngủ. Không hiểu sao y lại ngủ được giữa cái giá rét cũng như náo nhiệt của một đêm cuối năm. Trong một quán cà phê, những mái đầu chạm nhau. Xe cộ vẫn tấp nập. Không khí của đêm giao thừa ở đây khác với quê nhà. - đây hình như người ta đổ xô ra đường. Còn ở quê nhà, người ta về bên trong cánh cửa của đoàn tụ, của giây phút gần gũi giữa người sống và người khuất. - đây niềm vui mở ra trên những vỉa hè tấp nập người, trên những con đường tấp nập xe cộ, trên những tiếng cười nói rộn ràng và tiếng nhạc vui mừng rộn ràng cả lòng phố. Nhất là ở khu vực World Trade Center này. Hình như người ta từ các nơi khác dùng xe bus, xe điện ngầm để về đây, rồi chuyển xe để về Times Square. Và trước khi đến Times Square họ muốn nhìn cả một New York về đêm. Bởi vậy, chúng tôi phải vất vả lắm mới tìm một bãi đậu xe. Sau đó chúng tôi hướng về Twin Towers. Hai bên đường, hầu hết các cửa tiệm đã đóng cửa. Những đoàn tắc xi vàng tiếp tục nối đuôi trên đường Church, Broadway, Chambers. Từ dưới chân tòa lầu chọc trời, nhìn lên muốn chóng mặt. Rồi mua vé. Rồi thang máy mở ra. Người phụ trách bấm nút. Thang máy vụt phóng lên, đưa người chạm với tầng không. Rồi cửa mở. Hơi lạnh ùa vào. Hai tai đã nghe hơi ù và một cảm giác hụt hẫng như ta đang ở trong vùng không trọng lực. Mắt người bạn gái chợt sáng lên như bắt gặp một niềm kinh ngạc thích thú. Tầng cuối cùng

110 như chạm lấy trời. Trên cao, một chấm sáng rất mờ nhạt giữa cõi. Không biết là ngọn đèn của chuyến bay đêm hay là một tinh cầu lạc lõng. Nhìn xuống, nhìn quanh, cả Nữu Ước như ngập cả một biển kim cương lộng lẫy xen kẽ những mái nhà tuyết trắng như tấm thảm óng ánh bạc. Dưới nữa là những con đường xen kẽ dày đặc, với hằng hà ngọn đèn sáng rực như đuổi nhau không bao giờ dứt. Nhàn reo lên: *"New York. Đẹp quá ông ơi..."* Tôi chỉ nàng Tượng Nữ Thần Tự Do nằm bên sông Hudson. Tôi chỉ nàng hướng cửa biển, kể với nàng về những con tàu mang người di dân đến Nữu Ước đầu tiên. Tôi chỉ cho nàng cầu treo Brooklyn, với những sợi cable khổng lồ. *"Nhàn biết không, đêm nay New York không ngủ. New York làm cả một nước Mỹ cũng không ngủ luôn". "Tại sao vậy, thưa ông". "Tại vì mọi người đang hướng về New York trong đêm giao thừa. Có lẽ mọi người đều mở máy truyền hình để nhìn quả cầu khổng lồ ở Times Square được thả xuống đúng vào lúc đêm bước sang năm mới... Nhàn có thấy dưới đường kia không. Đại lộ American và đường số 5, rộng đến 6 lanes. Nhàn thấy cả đoàn xe đứng yên". "Sao ông biết?" "Bởi vì chúng ta không thấy những ngọn đèn kia di động nữa". "Đúng rồi. Ông hay quá. Chắc ông yêu New York lắm phải không?" " Vâng. Nó làm tôi tìm lại một Sài Gòn xưa. Nó cũng có Phố Tàu, cũng có những quán cà phê lộ thiên, những vỉa hè đông như hội. Khi mình bước đi, mình không còn là mình nữa. Mình hòa nhập vào đám đông như dự phần vào một cuộc đại khiêu vũ..." "Chao ơi, ông kể làm Nhàn muốn chảy cả nước miếng..." "Nhàn ơi." "Dạ. Thưa ông." "Nhàn hãy tìm giùm tôi hướng nào là Việt Nam của mình." Tôi hỏi Nhàn. Nhàn nhìn vào cõi đêm. "Thưa ông, hướng nào là Việt Nam. Em tìm không ra. Còn ông?" Tôi im lặng. Muốn nhìn thẳng vào đôi mắt để nói: "Tôi tìm được rồi. Qua đôi mắt của em, qua giọng nói Việt Nam của em".*

Nhàn nhìn xuống thành phố. Người bạn gái nhỏ bé chắc buồn. Đôi mắt nàng long lanh. Hay là màu rực rỡ của New York phản chiếu. Nhàn hãy đứng yên để tôi chụp một tấm hình. Tôi nói. Nhàn nghe lời. Tôi điều chỉnh ống kính. Phía sau nàng, là cả một thành phố với muôn triệu ức ngọn nến đêm lung linh trang điểm như một bức tranh vĩ đại. Nhàn ơi, em biết không, tay tôi đang run đây. Tim tôi đang đập đây. Lòng tôi đang bồi hồi đây. Hãy cười. Hãy lung linh đôi mắt. Hãy co ro trong chiếc áo lạnh. Để tôi không bao giờ quên có một cơn mơ, một giấc chiêm bao trên tận cùng của chóp đỉnh Twin Towers, đêm cuối năm huyền nhiệm này.

Đêm còn lại, hai người đã hoà mình vào dòng thác người đông như kiến cỏ. Hầu như người mọi nơi đều đổ xô về Times Square. Đêm lạnh căm căm cùng những cơn gió lồng lộng thổi về từ sông Hudson. Trái cầu khổng lồ vẫn chờ đợi ở trên dàn. Đường Broadway, đường số 5, 6, 7 không còn di chuyển xe cộ được nữa. Nhạc Giáng Sinh tiếp tục lướt thướt từ những khu shopping gần đấy. Trời không tuyết nhưng trời lạnh xuống dưới độ đông. Hai người cầm tay nhau để khỏi lạc. Không ngượng ngùng. Không có cả một áng mây vẩn đục che xám cõi lòng. Đêm nay. Đêm của điều ao ước. Đêm của rượu nồng hạnh phúc cho cả năm và cả đời. Đêm của resolution. Dù phương Tây hay phương Đông. Thì ra ở đâu, nhân loại vẫn có những giây phút hướng về hy vọng. Dẹp nỗi buồn sang một bên. U uẩn mãi có ích gì. Nhàn ơi, cám ơn cô bạn nhỏ, cám ơn tuổi trẻ, cám ơn cái giây phút mầu nhiệm, để mọi điều chân thiện mỹ, hạnh phúc, tốt đẹp, bình an, len nhập vào trái tim của mỗi con người. Cám ơn Nữu Ước, thành phố không phải là quả táo mà là trái tim...Rồi quả bóng khổng lồ đã được thả xuống thật chậm. Chiếc kim đồng hồ to lớn trên khu Times Square vẫn tiếp tục nhích từng giây, cùng theo tiếng đếm vang rền: ten, nine, eight, seven, six, five, four, three, two, và one. Rồi một tiếng pháo nổ lớn cùng cả muôn hàng tia pháo bông rực rỡ in trên bầu trời đen đặc, tiếp theo là cả một tràng sấm động của mừng vui, của muôn lời chúc tụng, của bài hát Auld lang syne: *Should old acquaintance be forgot and never brought to mind. Should old acquaintance be forgot and auld lang syne.* Và trong giây phút ngất ngây kỳ diệu, tôi và Nhàn đã ôm choàng lấy nhau. Rõ ràng chúng tôi đã không thể cưỡng chống lại cùng niềm kích ngất này. Có chất rượu nào say hơn. Tôi nhìn vào đôi mắt của người con gái: *"Nhàn có ước ao gì cho năm mới không?"* Người con gái nhắm mắt lại. Ánh sáng từ những tia pháo bông làm gương mặt nàng sáng lung linh. *"Em ao ước..."* Nàng ngừng nói. Tôi hiểu. Rất hiểu. Ai cũng có một người rất thân yêu được cất giữ trong con tim. Và Nhàn cũng vậy. Tôi cũng vậy. Cũng có một người nữ, đến với tôi bằng tất cả linh hồn và thể xác. Nàng đã ngửng mặt, ngửng đầu vì tình yêu, không bao giờ đặt những câu hỏi. Tôi nói với người bạn học: *"Vâng, tôi xin tôn trọng niềm ao ước của Nhàn. Này, Nhàn hãy đặt một bàn tay lên tim và ao ước đi... Cả những gì Nhàn muốn thực hiện... Đêm nay linh thiêng lắm. Dường như mọi lời ao ước của chúng ta đều được các thiên thần lắng nghe..".* *"Thật như vậy, phải không ông?"* *"Vâng. Nhàn thấy cả trăm ngàn người Mỹ đổ về đây đêm nay"* *"Vâng, thì em sẽ ước. Ông đừng nhìn, em mắc cỡ lắm đó"* Rồi Nhàn nhắm mắt lại. Thành khẩn. Dịu dàng. Như một người nào. Xa xưa lắm. Mênh mông lắm. Vô lượng lắm. Phải. Em đã lay động con tim ngỡ một lần chai sạn. Ngày ấy, anh đã nằm trên giường bệnh xá, để quần quại với vết thương, để đau đớn với những cơn đau nhức, để cắn môi bụm miệng mà giữ chặt nỗi cô đơn cho khỏi trào ra, biến thành nỗi hẩm hiu chai cứng. Mùi ê te hăng hắc. Chai nước biển bên cạnh đầu giường càng lúc càng vơi dần. Người y tá gốc thiểu số mỗi ngày đẩy chiếc xe dụng cụ y tế đến giường, thay băng. Viên bác sĩ với cặp kính cận thị đầy soi mói, lục tìm dưới gối những viên thuốc ngủ... Vâng, qua em, tôi thấy lại một người. Tội cho tôi, sương thì sương, sương che tầm mắt, nhưng người thì hiện bên trời. Dịu dàng như người nữ tu bước vào cửa thánh. Mềm yếu như áng mây trời, loãng đi, loãng dần trong vùng sương và khói. Mong manh như chút hạt sương. Người đã gọi tôi bên trời. Ai nói với tôi một câu: *"Nhàn vẫn đẹp như dạo nào, vẫn thánh thiện như dạo nào."* Trời ơi, tại sao tôi lại tàn bạo đến như vậy. Đến gần cuối cuộc đời, cả lòng tôi vẫn còn sân si. Tôi nhắm mắt trong một giây một phút. Cái kiêu hãnh của một tên đàn ông nay đã tàn lụi. Tôi phải làm gì để tạ tình, để hết gọi kêu giữa trùng thẳm, để thôi chạy Đông chạy Tây bắt chụp lấy hình. Tôi phải làm gì để trải con tim của tôi cho một lần, rồi thôi rồi hết. Tôi phải làm gì để một lần nào đó, khi tôi nhắm mắt, khi tôi khép lại cánh cửa thế gian, thì lòng tôi sẽ phải bình thản, vì có người sẽ tha thứ cho tôi, từ bi từ độ vì tôi. Vâng. Tôi đã biết lỗi rồi. Con ma ám chướng đã qui hàng ngã quị rồi. Vết thương lòng từ lâu ngỡ đã được vá lành giờ đây lại thêm một lần bị vỡ nhọt. Vâng, Nhàn ơi, anh hiểu rồi. Và đêm nay, anh cũng xin ao ước như mọi người. Không tiền bạc. Không sang giàu.

Không nhà nhiều phòng, xe tốt. Chỉ có một điều. Duy nhất. *Cầu chúc những người gặp nhau sẽ không bao giờ chia xa...*

Bây giờ lại thêm một ngày cuối năm nữa lại về trên đất khách. Trở lại dòng sông này mấy bận. Bên kia thành phố đã lên đèn. Cơn mưa nhòa nhạt hoàng hôn lạnh. Chiều cuối năm trời mau tối thêm. Đàn chim biển trên bến phà gọi nhau náo loạn. Những con tàu nằm bất động bên bờ xa. Đằng sau tôi, dãy building nội trú im lìm. Vài ô cửa thấy thấp thoáng ánh đèn. Tôi biết hầu hết sinh viên đều trở lại nhà trong mùa Season greetings này. Tôi tìm trên ấy một ô cửa. Ô cửa đã không còn ánh đèn. Ô cửa đã đóng lại, bởi vì người bạn học nhỏ bé ấy đã bỏ trường bỏ lớp để trở lại cùng quê hương.Tôi đang thấy lại người. Người đứng ở bên này sông, sông mờ theo mây thấp, và tóc người bay cuống quít, và những ngón tay người giữ lấy những sợi mây mềm. Tôi đang nghe tiếng nói của người. Tôi thấy dáng dấp của người. Trong phòng lớp. Từ chiếc ghế đầu bàn. Trong thư viện. Bên này, bên kia, bàn xanh, và hồn sách vở. Trong nhà ăn, trưa đói cồn cào, mệt lả sau giờ lab, và những cọng french fries vàng ngậy giữa hai bờ môi xinh. Trong câu lạc bộ sinh viên người lạc lõng không bạn bè, đứng áp mình vào khung cửa kính, nhìn dòng Hudson. Dưới ánh đèn đường vàng vọt của con đường Sinatra, dẫn xuống phố. Gió sông thổi lạnh người, tôi thấy hai vì sao, và bờ vai gầy run rẩy. Và một đêm trên Twin Towers. Một Twin Towers đã bị bức tử trước cái thù hận ác độc của một lũ người man di mọi rợ. Một Twin Towers chỉ còn là giấc chiêm bao mà em như đứng đó như cả trăm năm trong đời tôi. Và một đêm giao thừa trên Times Square. Và cái giây phút vĩnh cửu khi chúng tôi cùng chúc tụng cho nhau những lời chúc thành thật nhất, yêu dấu nhất. Chắc là những gì mà người con gái ao ước khi nàng nhắm mắt lại, giờ đã được toại nguyện. Còn tôi, cuối cùng, vẫn là một giấc mơ. Cánh chim đã bay về miền Nam, tìm nơi có nắng ấm. Chỉ còn lại một mình tôi. Chờ đợi ai. Chờ đợi điều gì trên bờ sông Hudson của ngày cuối năm này.

Trần Hoài Thư

6/12/1996 - 10/2001

THƠ TRẦN HOÀI THƯ

Ngoài truyện ngắn, bút ký, tạp ghi, phê bình, cảm nhận... tác giả Trần Hoài Thư còn là một nhà thơ, đã xuất bản khá nhiều thi phẩm, cụ thể như: Thơ Trần Hoài Thư, Ngày vàng, Nhủ đời bao dung, Ô cửa, Xa xứ, Quán, Vịn vào lục bát, Khi nhớ về Bà Gi...Thơ ông được trích đăng tràn ngập trên nhiều trang báo mạng. Dưới đây chỉ trích đôi bài tiêu biểu, về nhiều nội dung:

Cho Người Hôn Thê Trước Ngày Đám Cưới (1)

Buổi sáng anh chờ lệnh lên đường
Buổi chiều anh theo đám người xuống núi
Buổi tối anh bầu bạn cùng âm hồn
Cùng những vì sao
Cùng lũ chuột

Hãy can đảm lên em
Hãy cắn môi bầm đừng bật khóc
Đừng nghĩ đến chuyện không may
Anh không sao.
Không sao hết.

Có mỏm đá che chở anh
Có gò đất che chở anh
Có cây rừng che thân anh
Có đồng đội cõng anh
Anh còn đóng phim hay hơn chàng cao bồi John Wayne
Anh biết chạy , nhảy, nhào, bò trước hàng ngàn viên đạn sủi bọt
Phải anh biết anh biết
Anh là một kẻ rất may mắn
trong số những người được may mắn

Bởi vì anh có em

Hãy cầu nguyện giùm anh nghe em
Để anh được bình an trở về
Trước ngày đám cưới

(hôn lễ THT và NNY vào ngày 18-6-1971 tại Sài Gòn)

Những Bữa Ăn Trong Mật Khu

Mục tiêu 1

Hạt cơm, hạt ngọc của trời
Tôi nhai, mòn cả, hai hàm răng tôi
Tôi nhai, gian khổ ngọt bùi
Chia năm xẻ bảy dưới trời chiến tranh
Tôi nhai, nước mắt hòa canh
Mồ hôi hòa với ba ngày lương khô
Tôi nhai, gió tạt khó mồi
Ba thằng ba phía che nồi cơm quân
Mưa mất trí, gió nổi khùng
Củi thanh quá ướt sao làm chín cơm
Khói bay, cay mắt, xốn cườm
Phùng mang, trợn mắt, miệng làm ống tre
Phải rồi, cơm sống, cơm khê
Phải rồi, khói tạt não nề đội trung
Phải rồi, cơm nhão, sượng sùng
Tôi nhai, nghiền dập nỗi buồn lính Nam
Ba người sao đủ vách phên
Thơ tôi sao đủ làm khiên che trời
Tháng tư chiến trận tan rồi
Nồi cơm khê sống cả đời chẳng quên

Mục tiêu 2

Làng hoang địch bỏ từ lâu
Bí bầu rau cải tha hồ tự do
Thiếu chăng thiếu vịt thiếu gà
Thiếu thêm tí đế mừng ngày bình yên

Mục tiêu 3

Mục tiêu vừa chiếm xong rồi
Thầy trò đi kiếm cái nồi chị nuôi
Đỡ công nấu nướng lôi thôi
Cám ơn "đồng chí" bỏ nồi thoát thân
Nồi cơm nóng, cá với canh
Thầy trò vét trọn ăn mừng chiến công...

Mục tiêu 4

Mời ông thầy vào xơi cơm
Có gà có vịt tha hồ lai rai
Hôm nay mình bắn kinh tài
Tịch thu một bịch tiền còn máu loang
Hắn núp dưới ao trong làng
Thở bằng ống sậy bọt lăn tăn trôi
Bọn này tưởng cá ném chơi
Không ngờ máu thịt tả tơi lềnh bềnh
Kìa, ông thầy có sao không
Sao ông lại mửa, mặt xanh thế này?
Em kêu y tá đến ngay...
Mục tiêu 5

Bữa cơm đã dọn ra rồi
Người Ô-đô nói ngậm ngùi bên tai:
"Hôm nay lại thiếu thằng Tài
Em bới một chén mời về ăn chung..."
Trời ui ui đã lập đông
Hàng cây gẫy ngọn đưa xương lên trời
Khẩu súng cắm giữa gò bồi
Hai hàng quân đứng ngậm ngùi tiễn đưa

QUÁN SỚM

Quán sớm cô hàng nhăn nếp lụa
Tóc còn vương vít lòng chiếu chăn
Nước sôi reo ấm gian nhà chật
Bếp lửa hồng. Gió tạt. Mùa đông

Gọi cốc cà phê un khói gió
Mấy thằng râu tóc chụm thanh xuân
Vách trống, sát vào nhau đỡ lạnh
Trời ngoài kia sương phủ mênh mông

Năm giờ. Thành phố còn im lặng
Những chuyến xe đầu run rẩy qua
Con đường sương khói hai hàng nến
Những nhánh cây đen đụng mái nhà

Năm giờ. Hết phép chờ xe hốt
Từ biệt cô từ biệt bạn bè
Từ biệt một ngày trai phóng đãng
Mai về trên ấy thiếu cà phê

Hoa Bằng Hữu

Tặng PCH, LT, TTH, PVN, CTT

Cuối cùng, ai nấy đều giã từ
Chiếc tắc xi đã bốc bạn bè ra phi trường
Phạm Cao Hoàng, Phạm văn Nhàn, Cái Trọng Ty, Tô Thẩm Huy
Lãm Thúy đã chia tay lái xe một mình trong đêm trường khuya
khoắt
Và ta còn lại
trên sân cỏ mọc hoang vu
Lâu rồi chưa cắt

Chỉ có những chùm hoa tím dại
là cùng nỗi buồn với ta
Hoa ơi hoa ơi
xin lỗi mi ta không biết tên
Sao lại tìm nhà ta đâm chồi nở nhụy
Sao lại tìm cái bảng số nhà 719 này mà nẩy mầm
Những cuống thân mảnh mai
Những chùm bông tím tím
Như những bông búp tai
Sao lại nở vào lúc bạn bè từ xa đến viếng

Sao lại hoa màu tím như màu áo Lãm Thúy và thơ Lãm Thúy
Ôi cả trần gian này thiếu gì chỗ mọc
Mà hoa lại tìm đến nhà ta
Người qua đường nhìn hoa tấm tức khen hoa đẹp
hỏi ta mua ở đâu
Ta nói trời đất cho ta
Chim muông cho ta
Gió cho ta
Một hôm có một cái hạt giống từ trời
rớt xuống
lựa đúng vào bảng số nhà 719
Để cùng ta đón mừng bè bạn

New Jersey, 20.5.2017

Tuổi Già

Ở tuổi già
Thiên hạ thường dốc tâm tu hành
hay làm từ thiện
Còn tôi
tôi vẫn dệt mộng
cùng áo đỏ áo xanh
Bởi ngày thanh xuân làm lính thám kích tiền phương
Nên chỉ thấy toàn áo quan áo kẽm

Ở tuổi già
người ta thường tìm nơi không khí trong lành
Nghỉ ngơi chờ ngày lấp đất
Còn tôi
Tôi cứ lu bu hít bụi thời gian trốn mất
Khi đất lấp rồi, buồn lắm phải không?
February 27, 2015

Trần Hoài Thư

TRANH ẢNH VỀ TRẦN HOÀI THƯ

Chân dung Trần Hoài Thư - Nguyễn Quang Chơn vẽ

Chân dung Trần Hoài Thư - Hoàng Ngọc Biên vẽ

Trần Hoài Thư
Photo by Phạm Cao Hoàng
Virginia, tháng 4-2022

Chân dung Trần Hoài Thư – đinhcường (2014)

HÀ KHÁNH QUÂN
Thơ Của Người Viết Văn Làm Lính Chiến: Trần Hoài Thư

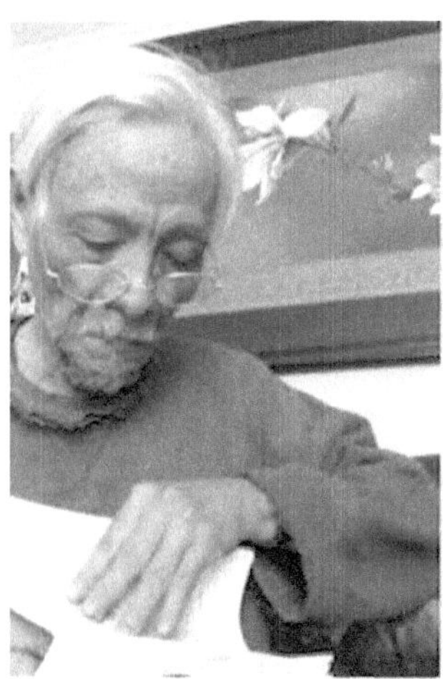

Trần Hoài Thư

Ngòi bút Trần Hoài Thư thật rực rỡ trên những trang văn, điều này ai đọc sách cũng công nhận. Nhưng ít người biết những trang thơ của người lính Việt Nam Cộng Hòa này cũng lộng lẫy không kém, ở cả hai mặt phẩm chất và số lượng.

Trần Hoài Thư khởi hành cuộc chơi cùng chúng tôi, những người trong lứa tuổi cuối thập nhiên 30, đầu thập niên 40 như Lê Vĩnh Thọ, Thành Tôn, Y Uyên, Đynh Hoàng Sa, Hà Nguyên Thạch, Cung Tích Biền, Trần Huiền Ân, Lữ Quỳnh, Hồ Minh Dũng, Cao Thoại Châu, Du Tử Lê, Đỗ Quý Toàn, Phạm Công Thiện, Trần Vấn Lệ, Sương Biên Thùy, Phổ Đức, Song Thao, Hoàng Bảo Việt, Kim Tuấn,

Định Giang, Phạm Nhuận, Chu Trầm Nguyên Minh, Phan Như Thức, Hoàng Quy, Hà Thúc Sinh, Hoàng Lộc, Đynh Trầm Ca, Nguyễn Nho Sa Mạc, Nguyễn Nho Nhượn, Hoàng Thị Bích Ni, Luân Hoán, Lâm Chương, Lâm Hảo Dũng, Phương Tấn, Hoàng Đình Huy Quan, Huy Tưởng, Hạ Quốc Huy, Chu Vương Miện, Lam Hồ, Phan Duy Nhân, Huy Giang, Khắc Minh, Trần Phù Thế, Phạm Ngọc Lư, Hoài Khanh, Thiếu Khanh, Mường Mán, Võ Quê, Võ Chân Cửu, Vũ Hữu Định, Thái Luân, Thái Tú Hạp, Từ Thế Mộng, Từ Kế Tường, Đỗ Nghê, Phan Việt Thủy, Vương Thanh, Linh Phương, Hà Huyền Chi, Thế Uyên, Dương Kiền, Viên Linh, Trần Dạ Từ, Đỗ Quý Toàn, Phan Trước Viên, Trần Tuấn Kiệt... Đa số trong danh sách thiếu sót này, sống ngoài Thủ đô Sài Gòn, và ở trong giai đoạn đất nước chìm trong khói lửa chiến tranh. Thật xin lỗi, tôi đã lắm cẩm, dông dài cho phần liệt kê, vì xem đây như một cơ hội gọi tổng quát đám bạn có biết, được quen cũ.

> *"đôi khi nhắc lại danh xưng*
> *chưa quen vẫn nhớ như từng biết nhau*
> *gọi tên như gọi nỗi đau,*
> *niềm vui một thuở bạc đầu hôm nay - LH"*

Với riêng Trần Hoài Thư, anh có hồ sơ cá nhân như sau:

Tên thật Trần Quí Sách, sinh ngày 16 tháng 12 năm 1942 tại Đà Lạt. Theo học Quốc Học Huế, Đại học Sài Gòn, dạy trung học công lập Trần Cao Vân (Tam Kỳ) từ 1964-1966. 1967: Nhập ngũ khóa 24 Sĩ quan trừ bị Thủ Đức. Khoảng bốn năm làm trung đội trưởng, thuộc đại đội 405 thám kích của sư đoàn 22 Bộ Binh tại Bình Định. Làm phóng viên chiến trường tại vùng IV từ 1971 đến tháng 4/1975. Ba lần bị thương. Sau 1975 có bốn năm lao động không lương trong trại tù của Cộng Hòa Xã Hội Chủ Nghĩa Việt Nam. Vượt biển thành công; định cư tại Hoa Kỳ từ năm 1980. Trở lại nhà trường, tốt nghiệp Cử nhân Điện toán và Cao Học Toán Ứng Dụng, làm việc cho công ty điện thoại AT&T và là Project Leader về ngành Tin học của công ty IBM. Lập gia đình cùng chị Nguyễn Ngọc Yến, có một cậu con duy nhất, hiện hành nghề bác sĩ tại Hoa Kỳ. Trần Hoài Thư hiện đã nghỉ hưu. Anh tiếp tục viết, sưu tập, làm công việc in và phát hành sách từ A đến Z.

Trần Hoài Thư bắt đầu viết từ năm 1966 trên các tạp chí: Bách Khoa, Văn, Bộ Binh, Ngàn Khơi, Vấn Đề, Khởi Hành, Ý Thức, Đời... Tại hải ngoại, bài góp cho: Nhân Văn, Hồn Việt, Dân Quyền, Độc Lập, Lửa Việt, Phụ Nữ Diễn Đàn, Sóng, Văn Học, Quê Mẹ, Đời Mới, Sóng Văn... Anh chủ trương tạp chí Thư Quán Bản Thảo, tự in, tự đóng, tự phát hành (hiện nay vẫn còn tiếp tục), cùng lúc thành lập nhà xuất bản Thư Ấn Quán đã in hàng trăm tác phẩm văn chương cũ của VNCH; gồm sách khảo cứu văn học và sáng tác của Vũ Hữu Định, Nguyễn Bắc Sơn, Linh Phương, Hoàng Hương Trang, Hoài Khanh, Hoàng Xuân Sơn, Khuất Đẩu, Phạm Văn Nhàn, Trần Phù Thế, Vũ Thất, Nguyễn Thị Thanh Sâm, Lâm Vị Thủy, Cao Vị Khanh, Lâm Anh, Lê Văn Trung, Nguyễn Lệ Uyên, Mang Viên Long, Nguyễn Nho Sa Mạc, Nguyễn Phúc Sông Hương (Thái Luân), Đặng Kim Côn, Hạc Thành Hoa, Phan Như Thức, Nguyễn Thanh Châu, Kiệt Tấn, Y Uyên, Từ Thế Mộng, Phạm Ngọc Lư, Đặng Tiến, Lê Văn Thiện, Lữ Quỳnh, Hoài Ziang Duy, Khoa Hữu, Lữ Kiều, Luân Hoán, Trần Hoài Thư...

Sáng tác của Trần Hoài Thư in và phát hành gồm:

Nỗi Bơ Vơ Của Bầy Ngựa Hoang (truyện, Ý Thức 1968), *Những Vì Sao Vĩnh Biệt* (truyện, Ý Thức 1970), *Ngọn Cỏ Ngậm Ngùi* (truyện, Ý Thức 1971), *Một Nơi Nào Để Nhớ* (truyện, Con Đuông 1974), *Ra Biển Gọi Thầm* (truyện, 1995), *Ban Mê Thuột Ngày Đầu Ngày Cuối* (truyện, 1997), *Về Hướng Mặt Trời Lặn* (truyện, 1998), *Đại Đội Cũ Trang Sách Cũ* (truyện), *Thế Hệ Chiến Tranh* (truyện), *Đánh Giặc Ở Bình Định* (truyện), *Thơ Trần Hoài Thư* (thơ, 1998), *Mặc Niệm Chiến Tranh* (tùy bút), *Đêm Rừng Tràm* (truyện), *Hành Trình Của Một Cổ Trắng* (truyện), *Thủ Đức Gọi Ta Về* (hồi ức), *Qua Sông Mùa Mận Chín* (thơ), *Tháng Bảy Hành Quân Xa* (thơ), *Phố Xa* (thơ), *Ngày Vàng* (thơ), *Ô Cửa* (thơ), *Quán* (thơ), *Xa Xứ* (thơ), *Truyện Trần Hoài Thư* (từ 6 tạp chí cũ), *Truyện Từ Bách Khoa* (TAQ, 2011), *Truyện Từ Văn* (TAQ, 2012), *Truyện Từ Vấn Đề* (TAQ, 2015), *Vịn Vào Lục Bát* (thơ). Ngoài ra anh còn sưu tập, chọn lọc cho ấn hành các tuyển tập nhiều trang như: Văn Học Miền Nam Thời Chiến, Thơ Miền Nam Trong Thời Chiến (tập 1 và 2), Thơ Tự Do Miền Nam, Một

Thời Lục Bát Miền Nam, Thơ Tình Miền Nam, Văn Miền Nam (gồm I, II, III, IV).

Trong 10 thi phẩm của Trần Hoài Thư, hình như tôi được anh tặng hơn một nửa, nhưng trước mặt, chỉ có: Thơ Trần Hoài Thư, Qua Sông Mùa Mận Chín, và Phố Xa. Đọc lướt lại mỗi tập, loáng thoáng thấy nhiều chủ đề quen thuộc: Tình Yêu, Quê Hương, Chiến Tranh, Cuộc Sống...

Từng là bạn cùng quân trường, tôi tò mò muốn biết anh viết những gì, nghĩ ra sao về đời sống quân ngũ. Dung mạo những trận đánh của anh khác biệt những gì so với những lần sinh tử của tôi? Trong suốt một thời gian dài, chúng tôi đã góp máu, góp mạng sống, quyết tâm để triệt hạ, xóa bỏ chiến tranh. Nhưng cũng chính cuộc chiến này, đẻ ra và nuôi dưỡng nhiều nhân tài, không riêng trong lãnh vực quân sự. Bề dày văn học nghệ thuật, với không khí tự do tràn đầy, văn thơ, âm nhạc, hội họa, kịch nghệ, điện ảnh đều phát triển. Đặc biệt âm nhạc, đã xuất sắc đi thật sát với âm thanh súng đạn. Những ca khúc không hẳn từ ngành Tâm Lý Chiến, Chiến Tranh Chính Trị mà có. Chúng bộc phát từ những gian khổ, hào hùng thật sự ở chiến trường thấm về. Thi ca không tưng bừng như âm nhạc. Bước phát triển khiêm nhường hơn nhiều, nhưng vẫn có hai khuynh hướng rõ nét. Một, góp bài cho những tờ báo quân đội Chiến Sĩ Cộng Hòa, Tiền Tuyến... Hai, mang u uẩn từ những tổn thất đất và người mà thành hình những phản chiến, bi quan.

Quân lực Việt Nam Cộng Hòa là thành phần chủ yếu trong chiến tranh Việt Nam. Chủ yếu ở đây không nằm trong chủ động gây chiến, khởi xướng cuộc tương tàn; không nằm trong tham vọng bành trướng lãnh thổ; không nằm trong chiến thuật tìm đất để đặt phòng tuyến ngăn chống chủ thuyết chính trị đối nghịch. Chủ yếu ở đây là trực tiếp chiến đấu hữu hiệu trên hầu hết các mặt trận, là tinh thần tự do, nhân bản. Những mưu toan coi nhẹ vai trò của Quân lực Việt Nam Cộng Hòa lâu nay, không thể xóa được những trang quân sử hiển nhiên. Chúng ta chưa có những tác phẩm văn học xứng tầm với cuộc chiến? Thế nào là xứng tầm? Thơ, nhạc Việt Nam Cộng Hòa còn đang hít thở ngoạn mục. Hãy lắng nghe, hãy tìm đọc những sáng tác trung thực không vì nhiệm vụ chính trị, phe đảng mà hư cấu ác ý.

Cá nhân người lính Trần Hoài Thư qua văn, thơ, đã để lại nhiều nét trung thực về cuộc chiến ý thức hệ này.

Hình ảnh thứ nhất, tôi lượm từ thơ Trần Hoài Thư, mời các bạn cùng đọc:

"ta trở về, giáp mặt chiến tranh
đồi cháy lửa mặt trời nhuộm đỏ
thau rượu đế mừng ta thằng lính sữa
dzô ông thầy! hữu sự có thằng em

trung đội ta về, hai mươi mấy thằng con
thằng trai miền Nam hề, sinh thời ly loạn
đứa gốc người Kinh, đứa Nùng, đứa Thượng
đứa độc thân, đứa con vợ đề đùm
đứa gốc nhảy dù, đứa tội đào binh
đứa ăn chay trường, đứa thèm thịt chó
ta ra trường, núi sông nghiêng ngửa
tập chửi thề, gái, rượu, xung phong!

hành trang ta lựu đạn dao găm
tuổi trẻ ta già như quả đất
thêm một trái tim ngự đầy Chúa Phật
thêm một cõi lòng tràn ngập quê hương
khi đánh nhau, thắng bại, lẽ thường
chỉ mong đàn con bình an vô sự
chỉ mong trở về gặp nhau đụng rượu
lỡ chết rồi, hồn cũng thoát thành men

ta cần gì giáp sắt che thân
gánh gì đồ chiến tranh cho nặng
trên đầu ta mũ rừng nhẹ hẫng
trong túi ta một gói thuốc chuồn
bắt tù binh mời điếu thuốc thơm
để thấy miền Nam lính hiền ghê gớm

mấy năm trời giày da bẹt gót
ngày lãnh lương về chợ dưỡng quân
cảm ơn những nàng má phấn môi son
yêu ta vội vàng trước khi tiếp Mỹ

con gái tiểu thư mơ toàn hoàng tử
còn ai chia giùm con rận hành quân

ta lính miền Nam hề, gốc Nho phong
không chiến tranh cũng thành đốc tờ đốc tiếc
thời thế đẩy đưa ta làm lính chiến
mang nỗi buồn như rừng lá khai quang
ta đứng giữa trời bốn phía rưng rưng
em gái mười lăm đi làm đĩ Mỹ
thằng nhỏ mười ba học đòi sát ngụy
ma quỷ phương ngoài học xẻ Trường Sơn
đất nước ta, cường quốc bán buôn
hậu phương ăn chơi biểu tình đảo chánh
lúc đồng đội ta sống lên chết xuống
một đám ở nhà nhảy nhót thâu đêm
lãnh chúa ta thì ăn trước ngồi trên
hùng hổ lắm nhưng mặt hèn cũng lắm

khóa của ta
trên mấy trăm thằng tình nguyện
đi Nhảy Dù, Thủy Bộ, Thám Báo "ác ôn"
đứng đợi cả ngày để bốc lá thăm
toàn thứ dữ mà vui như chợ Tết
có đứa mang bằng kỹ sư về nước
chọn Cọp Ba Đầu Rắn làm lính tiền phương

ta lính miền Nam hề, vận nước ngửa nghiêng
ta cũng lênh đênh cùng cơn mạt kiếp
ta trèo lên cây hỏi rừng có biết
Có một nơi nào hơn ở Việt Nam
Có người lính nào bi tráng hơn lính miền Nam?"
(Ta lính miền Nam - Thơ Trần Hoài Thư, 1998)

Tôi tạm làm dịch giả, để chuyển văn bản chữ Việt qua chữ Việt, hay đúng hơn từ thơ sang văn, với chỉ mục đích lặp lại và nhấn mạnh ý của nhà thơ. Trần Hoài Thư viết theo cảm xúc tùy hứng, và hình như có hương rượu đưa đẩy câu chữ. Bài thơ cho thấy: xã hội miền Nam thời bấy giờ, không khí chiến tranh, tạo nên nhiều tệ nạn ngay tại thủ đô, từ giới lãnh đạo đến quần chúng chung quanh. Đất nước như là cái chợ tiêu thụ vũ khí, chứa chấp những phần tử ăn chơi sa đọa. Đĩ điếm có mặt nhan nhản. Sự thả lỏng tự do, có phương hại đến việc điều hành quốc gia. Những cuộc biểu tình bị giật dây từ kẻ thù... Bối cảnh cuộc sống như vậy, phần lớn do âm mưu xâm lấn, được dàn dựng từ Bắc Việt. Chiến thuật gài người quấy phá, khủng bố bằng bom mìn, pháo kích thường trực, tạo bất ổn xã hội. Chúng ta không thể trách hết giới lãnh đạo, nhất là trong thời kỳ phải giải quyết những ngấm ngầm giành đất, bằng súng đạn của đội quân sinh Bắc tử Nam. Nhờ ý thức cao, thanh niên miền Nam, trong đó có Trần Hoài Thư, đến tuổi nghĩa vụ đã bình thản thi hành bổn phận của mình. Hơn thế nữa, những người du học có bằng cấp cũng trở về tham gia đầu quân. Thành phần chưa tới tuổi cũng tình nguyện rất cao. Nhờ thế, Việt Nam Cộng Hòa sớm có một quân đội hùng mạnh với khả năng tham chiến đáng ca ngợi. Tất cả, như nhà thơ nhìn nhận, đều nhờ vào trái tim, nhiều trái tim, luôn có Chúa Phật, luôn ấm tình người bên trong.

Cũng qua bài thơ này, Trần Hoài Thư khoe, trung đội anh chỉ huy gồm nhiều sắc dân, nhiều độ tuổi, chênh lệch trình độ học vấn... nhưng giàu ân nghĩa, biết trọng người chỉ huy, biết thương đồng đội. Hình ảnh tiêu biểu một cuộc nhậu sau hành quân, với ngôn ngữ xưng hô, những chia sẻ, nằm trong thơ Trần Hoài Thư đều chân thật, cảm động. Trần Hoài Thư không làm thơ phản chiến. Anh cũng không ca tụng điều gì hư ảo. Viết để mô tả chuyện thật, người thật cùng chêm vào đó những suy tư lẫn cảm tình của một đàn anh, một "ông thầy", đang cầm trong tay trọng trách. Trần Hoài Thư không tỏ thái độ lạc quan, nhưng sự tự hào làm người lính Quốc Gia là có thực, thể hiện ngay trong việc đặt tên cho bài thơ. Một ưu điểm nữa là bài thơ cho thấy sự tự do viết không cần phải lách của người lính Việt Nam Cộng Hòa. (Tôi vừa tự kiểm duyệt mấy câu so sánh, chợt nghĩ không cần thiết).

Về kỹ thuật ở bài này, Trần Hoài Thư thật khéo tay, kể bằng ngòi bút như vẽ, linh động chuẩn mực với ngôn từ từng được lính tráng sử dụng một thời:

"... ta ra trường, núi sông nghiêng ngửa
tập chửi thề, gái, rượu, xung phong!
hành trang ta lựu đạn dao găm
tuổi trẻ ta già như quả đất
thêm một trái tim ngự đầy Chúa Phật
thêm một cõi lòng tràn ngập quê hương..."

"... ta lính miền Nam hề, gốc Nho phong
không chiến tranh cũng thành đốc tờ đốc tiếc
thời thế đẩy đưa ta làm lính chiến
mang nỗi buồn như rừng lá khai quang..."

Trình diện đôi nét về chân dung người lính trận rồi, Trần Hoài Thư mang quân tham chiến như thế nào đây? Nhiệm vụ của Thám Kích, tôi chỉ hiểu lờ mờ, không dám ba hoa. Thôi thì theo thơ dò bước quân hành của nhà thơ vậy.

"băng đồng, băng đồng, đêm hành quân
người đi ngoi ngóp, nước mênh mông
về đây Bình Định ma thiêng lãnh
mỗi địa danh rờn rợn oan hồn..."

À, như vậy, ông trung đội trưởng đang cùng đám con, về vùng đất võ nổi tiếng của Việt Nam. Với bốn chữ lặp lại ở dòng mở đề, những người trong nghề săn giặc như chúng tôi, hình dung ra ngay, nhớ lại một thời bùn đất cấp kỳ. Và tuyệt hảo thay, những hình ảnh một cuộc hành quân được nhắc nhở lại rất chính xác, nhịp nhàng từng động tác:

"đêm âm binh về xứ khổ
poncho phơ phất gió hồn oan
trên vai cấp số hai lằn đạn
không một vì sao để chỉ đường
mưa lạnh thèm tu hơi rượu đế
để quên tim nhảy nhịp lo âu
giơ tay vuốt mặt lau tròng kính
giờ G giờ G sao quá lâu..."

"trên vai cấp số hai lần đạn/ không một vì sao để chỉ đường". Hình ảnh tôi đang sờ được, ngửi ra. Không thể nào không nhớ những lần trầm ngâm kiểm soát lại quân số, đạn dược, lương thực căn bản trước khi xuất phát. Vâng, nhà thơ còn đứng chờ ở điểm xuất phát. Thời điểm này là giai đoạn có nhiều khoảnh khắc để âu lo nhất. Nghĩ gần nghĩ xa, chen lẫn cảm giác buồn buồn, chỉ có trong những lúc này. Bởi khi bắt đầu đi, mọi quan tâm chuyển qua một góc lo toan khác: thận trọng, nghi ngại, phỏng đoán và chờ đợi. Kịp đến lúc có tiếng súng ngược chiều, sẽ tự nhiên phản xạ, bình tĩnh, quyết đoán và dứt khoát. Những diễn tiến này dần dần thành thói quen, được lặp lại trong nhiều cuộc hành quân.

Thời khắc đi qua mọi diễn tiến tùy thuộc vào hoàn cảnh. Trần Hoài Thư kể tiếp những gì anh và binh sĩ đã gặp hôm đó: *"cả tuần, đêm không ngủ"*, *"lương khô đã hết, chờ trực thăng"*, cả tháng hành quân tại An Lão là *"một tháng trời mưa thúi chiến trường"*. Cái khổ từ tạo hóa gây ra chưa nhằm nhò gì, địch quân thừa mìn đạn Liên Xô, Trung Cộng, không bỏ lỡ cơ hội, và màn kịch quen thuộc lại trình diễn:

> *"pháo chụp người gào khan cả họng*
> *máy sôi tắt nghẹn chờ phi tuần*
> *miếng thép đâm xiên thằng bạn gục*
> *hỏa châu vàng thoi thóp triền sơn"*

Một trung đội VNCH, thừa sức đẩy lui một đại đội Bắc Việt là chuyện thường. Lẽ đương nhiên cũng đôi lần ngoại lệ. Lần này, khi *"địch vây xiết chặt bộ tiền phương"*, Trần Hoài Thư phải cùng đám lính anh *"mở đường máu về Bồng Sơn"*. Ít khi có lộ trình rút an bình. Tiếng nổ vẫn tìm nhau. Nhà thơ kể tiếp diễn tiến khi anh đã qua sông *"ta chiếm rừng dừa"*. Lúc này anh cũng cho biết nhiệm vụ giữ đất *"từ Quy Nhơn, Phù Cát, Phù Ly / ra Tam Quan qua rừng An Lão, từ Kỳ Sơn, Phước Lý, An Khê"*. Anh ngậm ngùi tiễn đưa những "đứa con" vừa "đi phép dài hạn". Từng danh xưng được gọi thầm trong tim, trong đầu: nào Vọng, nào Nga, Nai, Bình Lò Heo, Chấn, Hảo, Sơn, Tài Xóc Dĩa".

Tổn thất nhân mạng như vậy là quá cao. Tôi hình dung được những bè bạn binh sĩ cũ. Xót xa cho những tân binh vừa được bổ sung thường hay vắn số. Cơm nhà binh chưa ngấm đủ hương vị đã nhận mấy chữ hy sinh đền nợ nước. Bài thơ tôi tưởng phải lấy tên Hành Quân, nhưng Trần Hoài Thư nghiêng lòng về nhân ảnh đàn em, nên anh dùng tên Trung Đội. Dù chọn đề nào, bài thơ cũng hiện rõ một góc đời người cầm súng ngoài mặt trận. Bài thơ có những đoạn rất hay:

nước nguồn đổ xuống ngày binh lửa
những xác nào đã thúi hôm qua
ai bạn ai thù sao quá thảm
trên một dòng cuồn cuộn oan gia
(Trung Đội)

Tôi lật tới lật lui những trang thơ, bài nào của Trần Hoài Thư viết đều muốn khoe hết cùng quý bạn. Nào là Khi Tôi Đi Rồi, Người Em Kiên Lương, Qua Đập Hoàng Hôn, Bát Trăng, Em Lên Thăm Anh, Cây Đa Bên Cầu, Tháng Ba Đi Hành Quân, Đêm Tiếp Cứu Quân Ở Tuy Phước Bình Định, Nhảy Trực Thăng Ở Phước Lý, Đêm Đột Kích Ở Nho Lâm, Đồi Xưa, Chiều Về Bệnh Xá, Một Ngày Không Hành Quân, Mùa Giáng Sinh Trở Lại Núi Trầu, Trường Ở Bên Sông, Quán Gió Đồng Bằng, Con Đường Trăng, Trước Giờ Tiếp Viện, Về Với Núi, Chiếc Poncho Nhà Binh, Đêm Dịch Kiết, Tháng Chạp Rừng Tràm... Hình ảnh trong hình ảnh, người cầm súng nào từng ra mặt trận có thể quên. Địa danh được khoanh trên bản đồ là mục tiêu. Mục tiêu là nơi sẽ đến bắn phá và "thanh toán". Đề mỗi bài thơ khó xa những tên gọi từng vùng đất quê hương là vậy.

Thưa bạn, tôi vừa ăn gian. Trang viết của tôi dài thêm bởi những tên bài thơ, nằm trong mục lục tập thơ mang tên chung chung Thơ Trần Hoài Thư. Chẳng phải thần thánh gì, nhưng thú thật với thơ thuộc về lính chiến, nhiều khi chỉ đọc tên bài, tôi đã nắm được nội dung. Sự khác nhau thường ở chỗ tài hoa của người điều khiển chữ viết. Thơ của Trần Hoài Thư cần phải đọc, để học thêm ở anh nhiều điều bất ngờ thú vị.

Và như đã nói, bài nào cũng đáng khoe, nên tôi không chần chờ, bắt tay ngay vào việc tương đối dễ dàng này. Trích đoạn mỗi bài những câu, những đoạn thấy cần. Phần suy ngẫm ở đặc quyền thưởng thức của các bạn.

Ồ mà lạ, hình như Trần Hoài Thư sắp xếp thơ không thuận theo dòng sống của anh. Vào tập là bài chia tay khi vượt biên, một bài độc nhất. Tiếp theo là thơ về quân ngũ, sau đó anh quay trở lại chuyện bỏ xứ, rồi mở ra cuộc sống lưu vong, chất đầy kỷ niệm về nhiều vùng đất anh đã lưu dấu chân.

May sự lộn xộn không nhiều. Đọc thơ đâu cần theo thứ tự nào. Dù chủ đề chen kẽ, thơ của Trần Hoài Thư cũng do ông Trần Quí Sách thở ra, chép lại. Vậy chúng ta trở lại lượm ngọc trong từng bài nhé. Xin nói trước, tôi vốn tham lam cái hay, nên có thể sẽ trích hơi nhiều:

"... tôi ra đi thành thị sau lưng
chào từ biệt, quê hương mình lần cuối
tôi có thằng con chưa đầy bốn tuổi
tôi có mẹ già tóc bạc tợ sương
tôi có vợ tôi cay đắng đoạn trường
đêm nay, đêm nay, trời ơi bỏ hết
khi tôi đi rồi một là chết biển
hai là bỏ xứ làm kẻ lưu vong
khi tôi đi rồi hai bàn tay không
giữa vùng mênh mông ngàn trùng bát ngát
khi tôi đi rồi, chắc hồn khó thoát
bởi quê hương cứ giữ chặt, không buông"
(Khi Tôi Đi Rồi - trang 7)

"em thị thành chăn vịt
tôi sĩ quan đào trùn
gặp em lòng muốn hỏi
sao miệng đành lặng câm...

tôi không nghe em nói
tôi chỉ nghe trái tim

để đêm nằm biệt giam
tôi đau vì hạnh phúc"
(Người Em Kiên Lương - trang 8)

Bài ngũ ngôn trên viết trong giai đoạn ở tù sau 75. Nhiều bài khác của chủ đề này ở những trang sau. Tôi thích câu cuối.

Qua trang 9 là mở vào đời lính của Trần Hoài Thư, với Qua Đập Hoàng Hôn. Hẳn ai cũng hiểu hoàng hôn ở đây không phải là danh từ riêng. Trong ánh nắng chiều, đoàn quân đầy đủ vũ khí, di chuyển không đụng trận, đẹp như một cuộc du ngoạn:

"... lội sông, nước lớn dâng ngang ngực
lính đội ba lô, đỡ súng trường
trên khúc trường giang chiều sót lại
mảnh mặt trời đỏ ối soi gương"
(trang 9)

"... em lên thăm anh áo màu hoa cúc
mà hầm anh, lâu quá, không sửa sang
em xem kìa, lựu đạn với dao găm
không có cả một tấm hình để thêm tươi mát
không có bức tranh, dù là tĩnh vật
để ấm cuộc đời trong tuổi thanh niên..."
(Em Lên Thăm Anh - trang 11)

Một hơi thở tình yêu đằm thắm, những nhớ nhung sâu sắc đến từ những hình ảnh giản dị, gần như là cam nhận tự nhiên của người lính, nỗi buồn càng nhẹ càng bao la.

"thị trấn nằm hai bờ quốc lộ
vỉa hè loang lở đường mương con
những quán bên đường nghèo trống gió
những cô hàng buồn như tản cư...

cây đa, ngàn rễ đâm lòng đất
như tấm lòng người với Bồng Sơn
đa bám làng, tôi đi bám đất
đất và làng, thương quá quê hương"
(Cây Đa Bên Cầu - trang 9)

Ở trang 15 lại một sắp xếp lạc chỗ, bài Ta Bán Cà Rem, Hề!, một chuyện có thật trong đời Trần Hoài Thư, sau khi anh nhận giấy phóng thích của chính phủ vừa đổi tên; không phải VNCH đã đành, cũng không phải Việt Nam Dân Chủ Cộng Hòa, lại càng không phải Mặt Trận Giải Phóng Miền Nam, mà là "xuống hố cả nước" qua mỹ từ Xã Hội Chủ Nghĩa. Sự chạy lạc của bài thơ biết đâu lại là cố ý của ông trung đội trưởng thám kích, thơ như thế này không thể không hoan hô:

> *"... ông lão buồn trong tuổi thanh niên*
> *ngày tháng lửa binh, già hơn quả đất*
> *sau cuộc chiến tranh làm tên sống sót*
> *sau cuộc tội tù đi bán cà rem...*
>
> *ông già Noël vào mùa Giáng sinh*
> *cũng lắc chuông đồng phát quà phát bánh*
> *ta bỗng nhiên, lòng òa hạnh phúc*
> *ông già ơi, tôi xin được sau ông"*
> (Ta Bán Cà Rem, Hề! - trang 15, 17)

Hóa ra sau tháng 4.1975, bọn chúng tôi không hẹn mà cùng già hết, dù vẫn giữ cái tuổi trung niên, vốn đẹp nhất của đời người. Bạn bè tôi trở thành "mất dạy" trong chớp mắt nhiều quá, xin chia buồn muộn cùng Hà Nguyên Thạch, Đynh Hoàng Sa, Lê Vĩnh Thọ, Võ Kỳ Điền, Cao Thoại Châu, Nguyễn Đông Ngạc, Trần Hoài Thư, Lê Tấn Lộc... những ông thầy thứ thiệt, chuyển sang nhiều nghề rất lạ.

Ở trang thứ 18, thứ tự thơ lính được lặp lại và từ đây song suốt đến Đêm Từ Biệt Việt Nam (trang 51).

Đêm Tiếp Cứu Quận Tuy Phước Bình Định, được nhà thơ kết thúc:

> *"... ta cắn bầm môi, em ơi, ta khóc*
> *em không về em cũng bỏ thanh xuân*
> *em bé quê ơi, cho ta nhánh bông*
> *một nhánh bông quỳ vàng như màu áo*
> *ta đặt lên em. Trống trường ảo não*
>
> *như những hồi mặc niệm em tôi*
> *ta đã về, và đã trễ, em ơi..."*
> (trang 18, 19)

Bởi thường trực cận kề với tử thần. Mắt tay sờ thấy thân thể cường tráng, bỗng bất ngờ "chuyển sang từ trần" liên tục, người lính biết làm thơ, không thể dành dụm những bi quan cho riêng mình. Họ nói bằng ngòi bút. Một cách giải tỏa tâm trạng u uất. Tài hoa ngôn ngữ bộc lộ bản tính. Những cao ngạo của một người không tự nhiên mà có. Từng chút từng chút một, cái phi lý của cuộc chiến bị nhận diện. Bất lực hóa giải đâm ra bất mãn. Văng tục là một thái độ phản đối. Một con đường tắt không rõ nét của phản chiến. Thơ lính qua bộc lộ kiểu này thường gặt được nhiều tán thưởng. Và gần như, ông thi sĩ quân nhân nào, cũng để lại dấu ấn riêng, bằng hình ảnh của chính mình.

> *"... ráng giữ ống chân cho khỏi gãy*
> *ráng ôm khẩu súng như tình nhân*
> *cầu cho cặp kính dày không vỡ*
> *nhớ cột dây thun cho chắc ăn*
>
> *thằng Mỹ lái tàu chơi mất dạy*
> *hai càng chưa hả đã bay cao*
> *ta nhìn xuống thấp, run không nhảy*
> *mày đạp ông, ông phải té nhào*
>
> *ta té lăn cù rơi xuống vực*
> *kính ta đã rớt, ta mù đui*
> *mù đui, ta đứng, vai như gánh*
> *một cổ quan buồn quá hắt hiu*
>
> *lính cũ chỉ đường ta đánh trận*
> *quân bò, ta lại chạy khơi khơi*
> *phen này còn sống về thăm phố*
> *ghé lại em nuôi, thưởng cuộc đời"*
> (Nhảy Trực Thăng Ở Phước Lý - trang 20)

Một hình ảnh rất thật của người bạn chúng ta. Trần Hoài Thư có cơ thể rất khiêm nhường da thịt. Mắt cận độ nặng. Hồi ở quân trường, tôi đã thấp mà anh còn thấp hơn. Không hiểu vì sao anh chọn về thám kích của sư đoàn 22BB, cũng không hiểu vì sao tôi chọn về sư đoàn 2 BB. Ba số 2 chia làm hai có gì hấp dẫn? Chúng tôi đều có vị thứ tốt nghiệp khá cao, một phần lo học, một phần khối chiến tranh chính trị và tờ Bộ Binh ghé tay vào. Bảng đen ghi tên đơn vị còn nhiều chỗ an toàn. Thôi chuyện đã rồi. Thật sự, trong cuộc chiến biết nơi nào bảo đảm được chữ thọ.

Để khép lại phần đời lính trong thơ của anh sinh viên trừ bị Thủ Đức khóa 24 Trần Hoài Thư, mời bạn đọc hết bài "Một Ngày Không Hành Quân" ở trang 34 và 35:

"Xin cô hàng thêm một két bia
Hôm nay lãnh lương tôi dành đãi hết
Cô hàng ơi, một mai tôi chết
Ai tiêu giùm, ba tháng tiền lương

Hôm qua tôi dừng chợ Bồng Sơn
Mẹ thằng bạn ôm tôi mà khóc
Tôi nói làm sao qua dòng nước mắt
Thị trấn này vừa mất thằng con

Tôi quá buồn ra đứng bờ sông
Sông Lại Giang ráng chiều đỏ sậm
Nhớ nó ngã nhào trên bờ đá xám
Thấy cả ngọn đồi những xác Bắc Nam

Cô hàng ơi cho một ly không
Tôi rót mời một người lính Bắc
Hắn nằm banh thây dưới hầm bí mật
Trên người vẫn còn sót lại bài thơ

Trên đồi cao, mây vẫn xanh lơ
Có con bướm vàng dịu dàng dưới nắng
Tôi với hắn, đâu có gì thống hận
Bài thơ nào cũng viết để yêu em

Xin cô hàng thêm một chút từ tâm
Tôi quen đập đầu mỗi khi say rượu
Đừng sợ cô em, những thằng đánh giặc
Nhảy Diều Hâu nhưng thật yếu mềm

Em có đôi hàng lông mi thật đen
Tôi bỗng nhớ người tôi yêu, quá đỗi
Đôi mắt nàng cả một trời vô tội
Sao lòng nàng lại tàn nhẫn vô tâm

Khi tôi buồn tôi nói trăm năm
Có nghĩa là tôi vẫn còn muốn sống
Đừng nhắc cùng tôi người tôi yêu dấu
Kẻo tôi lại sầu, mửa hết mật xanh"

Có thể nói, tôi đọc khá nhiều thơ viết về cuộc chiến mà cá nhân tôi có trực tiếp tham dự. Tôi thật sung sướng đọc Nguyễn Bắc Sơn, Nguyễn Mạnh Trinh, Hoàng Lộc, Lê Vĩnh Thọ, Cao Thoại Châu... Chính tôi cũng làm thơ với chất liệu xương máu trộn trong mùi súng đạn; không chỉ có tập *Viên Đạn Cho Người Yêu Dấu* đầy bi quan, mà còn có một *Ngao Du Cùng Vũ Khí* lạc quan hơn. Ấy vậy mà tôi xin được chọn bài thơ "Một Ngày Không Hành Quân" của Trần Hoài Thư là bài thơ thấm nhất, đọc thú vị nhất. Một bài thơ với chiều dài vừa phải, nội dung đựng đủ tất cả, từ quan niệm cuộc chiến, sáng ý nghĩa chiến đấu, nhất là tình người của cả hai bên tham trận. Đọc được bài thơ hay, lòng lâng lâng, không mắc mớ chi phải lang thang thêm. Dù ý định tôi dạo chơi qua Phố Xa, Vịn Vào Lục Bát, Qua Sông Mùa Mận Chín...

Hà Khánh Quân

ĐOÀN NHÃ VĂN

MỖI ĐỊA DANH RỜN RỢN NHỮNG OAN HỒN - VÀI Ý NGHĨ VỀ THƠ THỜI CHIẾN CỦA TRẦN HOÀI THƯ

"Tai họa của chiến tranh dù ở bất cứ nơi đâu, bất cứ khi nào và giáng xuống bất cứ ai, đều là một thảm kịch cho toàn thể nhân loại" (The calamity of war, wherever, whenever and upon whomever it descends, is a tragedy for the whole of humanity). Đó là lời của một người phụ nữ, trong một tác phẩm của bà được xuất bản vào năm 1991. Bà chính là Raisa M. Gorbachev, đệ nhất phu nhân Liên Xô cũ. Bà viết như thế trong một đất nước hòa bình. Nếu phải sống qua một cuộc chiến được xem là khốc liệt vào bậc nhất của thế kỷ 20, hẳn ý nghĩ của bà về chiến tranh còn mạnh mẽ và bạo liệt đến chừng nào. Ngược lại với bà, một nhà văn của miền Nam Việt Nam đã kinh qua những ngày dài chiến tranh, những đêm chong súng nơi tiền tuyến, đối đầu với cái chết từng phút giây, và cũng đã sống còn sau cuộc chiến mà khi viết về chiến tranh, nhất là những bài thơ trong thời chiến với một cách thế bình thản và chấp nhận nó như một định mệnh. Người ấy chính là nhà văn Trần Hoài Thư (THT).

Ở lớp tuổi 80, Trần Hoài Thư đã cho in tác phẩm mơ ước cho riêng mình: "Thơ Tuyển Toàn Tập", vào năm 2021. Ngay phần lời mở, ông cho biết "tôi mơ ước được có một tập thơ gọi là "cuối đời" gồm những bài viết trong khói lửa và sau 1975". Tập thơ này chia làm nhiều phần, trong đó có "Dưới trời khói lửa", "Những bài lục bát thời chiến" là hai phần mở đầu. Và trong bài viết ngắn này, tôi cũng chỉ muốn xoáy vào chủ đề Thơ-thời-chiến của ông.

I. Chiến tranh: chết chóc, hoang tàn và đổ nát

Trước khi làm thơ, Trần Hoài Thư (THT) là một người lính chiến thực thụ. Muốn biết thêm về ông, chỉ cần "google" là bao nhiêu tin tức hiện ra. Khác với rất nhiều những nhà thơ cùng thế hệ, theo tôi, con người thật của THT nằm ở những con chữ của ông, trên những dòng thơ này. Đó là một người bình thường, cũng sợ... té đái như ai, khi vác súng lên đường.

"Ta đi, tráng sĩ hề con khỉ...
Nó chửi thề bởi nó cũng run"
(Tráng sĩ hề...)

"Tổ cha cái bọn trong rừng
Bắt ông phải ướt cả quần, teo chim"
(Khi tăng phái chiến trường Tây Nguyên)

Hoặc
"Trời hỡi, đêm nay bùng trí não
Trùm mền, thêm một lớp poncho
Đốt lên sợi khói, cho qua buổi
Hít vội cho cầm cự nỗi lo"
(Ráng Thức)

Và cũng muốn bình an trở về sau những ngày dài lội nát núi rừng như bao người lính chiến khác, chứ không muốn làm anh hùng nơi trận mạc.

"Buổi sáng anh chờ lệnh lên đường
Buổi chiều anh theo đám người xuống núi
Buổi tối anh bầu bạn cùng âm hồn
Cùng những vì sao
(...)
Anh không sao
Không sao hết
Có gò đất che chở anh
Có cây rừng che thân anh
Có đồng đội cõng anh
(...)
Hãy cầu nguyện giùm anh nghe em
Để anh được bình an trở về
Trước ngày đám cưới"
(Cho người hôn thê trước ngày đám cưới)

Những bài thơ thời chiến của THT như những mẩu chuyện rất nhỏ, những chi tiết của lịch sử, tạm gọi là lịch-sử-ngoại-biên. Bởi những chi tiết này không nằm trong sách sử bao giờ. Những khổ nạn, đớn đau, mất mát của người lính không phải sử gia nào cũng quan tâm. Sử gia, thời nào cũng vậy, chỉ quan tâm tới những điều lớn lao, những chiến công hiển hách, mặt trận này thắng, mặt trận kia thua, chứ chắc gì hiểu và thấm cái đau da thịt, nghe tiếng rên la của người lính bị thương, những cánh tay bị mất, những đôi mắt không còn, những phần thân thể bị cháy sém…

THT kể lại lịch sử với một góc nhìn khác, bằng những dòng thơ của người sĩ quan cấp úy. Ông chép cái bạo liệt ấy bằng chất liệu sống của cuộc đời. Ông không nói nhiều, người đọc vẫn thấy cái tàn khốc của chiến tranh. Và vì "sống", thơ ông đã đi thẳng vào lòng người.

"Kỳ Sơn đồi trọc chim không đậu
Đại đội đi, một nửa không về
Lớp lớp người nhào lên ngã gục
Đạn sủi bờ sủi đá u mê"
(Kỳ Sơn)

"Tôi qua đèo xám, mây mờ núi
Thương về đâu, một lũ sáo rừng
Hôm qua đồi ngập hàng trăm xác
Đạn pháo đào sâu bãi chiến trường"
(Đồi xưa)

"Mười thằng Thám Kích về đây
Chín thằng thương tích bỏ thây trên đồi
Ta hên, đạn để trên người
Kỷ vật ngậm ngùi thế hệ chiến tranh"
(Số hên)

"Ở đây đèo ải ngăn sinh lộ
Trăm đứa lên có mấy kẻ về
Giày trận bám bùn mưa tối mặt
Mùa hè gió thốc bụi tê tê"
(Về với núi)

Một sĩ quan cấp úy, nắm trung đội, đại đội, đã nhìn thấy *"một nửa không về"*, đã kinh qua *"đồi ngập hàng trăm xác"*, đã vỡ tim khi thấy *"Trăm đứa lên có mấy kẻ về"*, thì những trận đánh lớn cấp trung đoàn, sư đoàn, hẳn bao máu xương đã len vào mạch đất, đã chôn vùi dưới những hầm hố tang thương.

Thơ của người lính đơn giản như một lời nói, không cần vần điệu, không cần hoa văn, chải chuốt, không son phấn che đậy. Vậy mà càng đọc càng thấm, càng ngẫm càng chia sẻ được những thương đau ấy cùng ông.

"Ta đi, bình bát không còn gạo
Nước thánh vơi dần, chỉ nước sương
Dao phạt mở đường lên lạc cảnh
Cả mặt mày gai sướt máu tươm

Ta đi lời kệ vang trong miếu
Ông từ già nhắm mắt tụng kinh
Ông ạ, cho tôi nằm một lát
Để tôi mơ cực lạc thiên đường"
(Tráng sĩ hề...)

Bạn đọc thấy gì không? Những "bình bát", "nước thánh", "cực lạc", "thiên đường", v.v..., là những hình ảnh hoặc cách nói rất... bình dân để chỉ về những tôn giáo. Trước hòn đạn, hỏa tiễn, xe tăng, thì Phật hay Chúa làm cách nào để bảo vệ được những sinh linh? Thôi thì xin được nằm một lát để "mơ cực lạc thiên đường", trước khi đi vào cõi... chết. Đó là tâm trạng của người lính thực thụ nơi chiến trường. Bởi họ đã kinh qua những mưa gió, bão bùng, sống với mồ mả của người đã nằm xuống. Đó là những đêm nằm chong súng giữa những trận mưa thúi đất, đã trầm mình dưới nước lạnh buốt của đêm khuya, đã nghe tiếng rên rỉ của những chiến hữu trên chiến trường đầy xót xa, ứa máu...

"Đêm xuống đồi gặp con nước nổi
Súng đưa khỏi đầu
Từng con một vượt sông...

Rồi trước khi trèo ngọn Kỳ Sơn
Anh lạc trên cánh đồng trăng mênh mông
Không biết nơi nào là cõi dữ

Trên đôi vai anh nặng nề lịch sử
May mà còn em
Vầng trăng mười sáu
Anh giữ
Ở đáy ba-lô…"
(Đêm vượt sông)

"Con" là cách gọi của người chỉ huy với những người lính thân thương của mình. Đưa những đứa "con" ra trận, rồi đưa "con" trở về an lành là trách nhiệm lớn lao của người chỉ huy, là bổn phận của những "ông Thầy". Ở những bài thơ khác, có chỗ ông dùng chữ "đứa", có chỗ là "thằng" rất thân thương, gần gũi. Ở đây ông dùng "con", từng con một vượt sông. Ông thương từng chiến hữu như thương chính da thịt của mình. Vâng, mỗi người lính đều là một đứa con của người chỉ huy, cũng là con của bà mẹ này hay bà mẹ khác trong đời sống. Nói cho cùng, thằng lính chiến nào cũng là "con" của Mẹ Việt Nam. Chữ "con" ở đây gắn với một chữ khác, "lịch sử" như "Trên vai anh nặng nề lịch sử". Cùng là "con", mà chắc gì lịch sử của đứa này đã giống của đứa kia. Lính trận như THT đi gánh lịch sử cho những người khác ngồi ở đâu đó trong phòng máy lạnh ở một góc nào trên quả địa cầu. Còn "lịch sử" của những người lính trận như ông chỉ là: mồ hôi, máu và nước mắt. Nước mắt xót thương cho những đứa con nằm xuống ở những nơi mà tên gọi rất lạ lẫm với rất nhiều người, chẳng hạn: ngọn Kỳ sơn, sông Dak Bla, đồi Bánh Ít, cây xăng Ông Tề, xóm Gò Bồi, Truông Bà Đờn, Tháp Bạc, Đệ Đức, Phù Cũ, Nho Lâm, v.v… Đó là những địa danh ở miền Trung, mà chỉ có những người lính trận thực thụ hoặc người dân ở địa phương ấy mới biết đến. Những địa danh mà tên gọi chưa quen với người dân thị thành cũng là những nơi bao đứa "con" nằm xuống. Chẳng có nỗi đau nào lớn hơn nỗi đau của những bà Mẹ mất con.

Trong thời loạn ly, người trai trẻ chấp nhận như một định mệnh, chẳng nề hà. Cái mà họ mang theo là "vầng trăng mười sáu" hay hình ảnh người em gái thân thương, như một sự an ủi nằm nơi đáy ba-lô. Bài thơ này THT không hề gọt giũa vẫn chứa mênh mông cảm xúc. Cái cảm xúc ấy không chỉ ở một bài, mà tôi thấy ở rất nhiều bài. Không chỉ nhiều bài, mà gần như là xuyên suốt trong những dòng thơ thời chiến của ông. Xin trích lại vài đoạn dưới đây như một chia sẻ.

"Chiến trường thì cũng thấy người chết
Cũng là biển lệ cũng hờn căm
Trường Sơn chưa dứt cơn kinh động
Đồng Tháp dòng sông máu đỏ ròng
(...)
Người bạn kể gì nghe đứt ruột
Ra trường hai đứa về bên nhau
Nửa năm một đứa về Cao Lãnh
Tìm đứa trôi sông, xác cụt đầu

Ta ẩn hầm sâu không thấy nắng
Chiến trường chó đẻ chỉ toàn ma
Ra ngồi hong đít trên cầu ván
Tiếng cắc bùm đã dội từ xa"
(Quán gió đồng bằng)

Chữ nghĩa tháp ngà có khi nào dùng được những chữ trần trụi đời thường mà đầy uy lực như "chó đẻ", "ra ngồi hong đít" như THT không? Tuyệt nhiên không, vì đó là cảm xúc thật, xương máu thật, chết chóc thật, mà chỉ có đối diện và sống từng phút giây với nó mới bật ra được.

Còn nhiều nữa, chẳng hạn:
"Đêm tôi bầu bạn cõi âm
Người sống kẻ chết kề nằm bên nhau
(...)
Đêm tôi sấm sét ì ầm
Mưa cuồng gió nộ hành hình đám con
Poncho không đủ che thân
Roi trời xối xả quất bầm thịt da
(...)
Đêm bây giờ đêm thất thanh
Ngợp trời đạn lửa ròng ròng máu me"
(Đêm Tôi (II))

Khi đối diện với "cõi âm", với "roi trời xối xả", với "đạn lửa ròng ròng", thì chữ nghĩa không cần ưỡn ẹo, không cần làm dáng, không cần trau chuốt. Bởi viết khác một chút, nói khác chút, nó không còn là cái sự thật trần trụi và khốc liệt của chiến tranh. Nói cho cùng, khi

pháo chụp, người gào, khi xác thân ngã xuống thì mùi tử thi của bạn
bè và kẻ thù đều nồng nặc như nhau.

"Pháo chụp người gào khan cả họng
Máy sôi tắt nghẹn chờ phi tuần
Miếng thép đâm xiên, thằng bạn gục
Hỏa châu vàng thoi thóp triền sơn
(...)
Nước nguồn đổ xuống ngày binh lửa
Những xác nào đã thúi hôm qua
Ai bạn ai thù sao quá thảm
Trên một dòng cuồn cuộn oan gia"
(Trung Đội)

Là một người lính, một sĩ quan cấp thấp, ông chí tình với bằng
hữu qua rất nhiều những khổ thơ những bài thơ trong dòng này.
Ông thương người lính Nùng vừa ngã xuống. Ông thương thằng
"con" lạnh cẳng khi làm một tiên phong, dò đường. Bạn bè cùng
khóa, đứa này ngã xuống chỗ này, đứa mất một phần xác thân nơi
địa danh khác. Ông đưa họ vào thơ như những nhân chứng của điêu
linh. Khi chứng kiến cái chết những đứa con, của những bạn bè, của:
Vọng, Nga, Nai, Bình Lò Heo, Chấn, Hảo, Sơn, Tài Xóc Dĩa, v.v..., thì cái
viết của người lính như những dòng chúc thư để lại cho hậu thế, vì
không biết lúc nào mình "giã từ vũ khí".

"Đêm tôi mền lính poncho
Chữ nguệch ngoạc, viết những dòng chúc thư"
(Đêm Tôi (II))

Chết chóc là thế, nhưng thơ của ông không hề thấy chữ nghĩa
sắt máu, không hề thấy "thề phanh thây uống máu quân thù", không
thấy "tao phải giết mày cho bằng được". Chẳng hạn như bài thơ "Để
trả lời một câu hỏi", "Ta lính miền Nam", và lác đác trong nhiều đoạn
thơ của những bài thơ khác.

"Trên đầu ta mũ rừng nhẹ hẫng
Trong túi ta một gói thuốc chuồn
Bắt tù binh mời điếu thuốc thơm
Để thấy miền Nam lính hiền ghê gớm"
(Ta lính miền Nam)

II. Không gian và nỗi ám ảnh của chiến tranh

Miền Trung bạt ngàn rừng núi Trường Sơn, nên không gian trong thơ của THT phần lớn là núi rừng mênh mông ấy. Giày trận ông mòn theo núi rừng An Lão, Kỳ Sơn, Phước Lý, An Khê, từ ngọn đèo này qua ngọn đèo khác, từ thung lũng này qua thung lũng nọ, từ đỉnh cao này qua đỉnh cao khác...

"Rừng ơi rừng ơi, lửa dậy Ban Đông
Lửa lan về đồn điền Darlac"
(Ngày với núi)

"Kỳ Sơn cao độ hai trăm thước
Đêm hoảng kinh đỏ huyết vầng trăng"
(Kỳ Sơn)

"Tháng ba dừng quân dưới chân đèo
Ngồi trên đường sắt
Không có tàu xuôi tàu ngược
Làm sao anh gởi nhớ nhung này được về em?"
(Dừng quân dưới chân đèo)

Có những lúc cùng quân về hậu cứ, những thị trấn buồn hiu, Quy Nhơn, Bồng Sơn, Tam Quan. Cũng có lúc ông về đồng bằng. Có những đêm cùng trung đội vượt sông, qua đập.

"Qua đập hoàng hôn, con nước lớn
Gò Bồi xa hút, buồn níu chân
Trời cũng sắp đi vào giấc ngủ
Lội sông, lội sông về Tân Dân"
(Qua đập hoàng hôn)

"Nước lên trời thổ mật vàng
Nửa lan mây núi nửa tràn bãi sông
Nước lên kéo mặt trời gần
Khanh vàng lai láng một giòng vàng khanh"
(Nước lên)

"Trời thổ mật vàng", *"Khanh vàng lai láng"* là những hình ảnh tuyệt đẹp, tuyệt thơ.

Phải nói rằng thiên nhiên trong thi ca thời chiến của THT không gói gọn trong màn đêm, trên những đỉnh đồi. Thiên nhiên trong thơ ông giàu có và sống động. Bởi vì người lính đi và đi, không hề ngưng nghỉ. Trên mỗi bước chân đi, trên những bánh xe lăn, trên những lần tiến tới hay chạy thục mạng thối lui ngược lưng đèo, mỗi cảnh tượng mỗi khác, mỗi thời khắc thiên nhiên biến đổi không ngừng. Có thể nói không ngoa rằng: Thơ thời chiến của THT như một bức tranh sinh động, nhiều màu sắc. Không chỉ màu sắc của thiên nhiên, mà còn màu sắc của lòng người trai thời chinh chiến: vui, buồn, giận dữ, phẫn nộ, tiếc thương, v.v...

Đọc thơ THT trong thời chiến, tôi phát hiện ra một điều: ông dường như bị ám ảnh bởi tiếng gà gáy. Có lúc tiếng gà ở buổi sớm, có lúc buồn tê tái ở buổi chiều, có lúc như hoang dại ở buổi trưa nắng quái. Tiếng gà ở An Lão, tiếng gà ở Bình Khê, tiếng gà ở Bà Gi, tiếng gà ở đồi Tháp Bạc, v.v... Có lúc, nghe tiếng gà báo thức lúc trời bắt đầu sáng là thấy mình và đồng đội cùng tồn tại sau một đêm dài căng mắt. Cũng có khi tiếng gà lạc loài giữa trưa mang tận cùng hoang mang và tủi hận...

"Khi tiếng gà đầu tiên vừa gáy trong thôn
Tôi biết mình là một người may mắn
Tôi có quyền đốt lên điếu thuốc
Xếp lại chiếc mền bỏ vào lại ba-lô

Cả đêm qua trời trút xuống trận mưa
Tôi che súng bằng poncho sợ ướt
Mưa ào ạt lính ngủ ngồi ngủ đứng
Giữa mả mồ, người sống chết đêm qua"
(Bản tấu khúc ân sủng)

Hoặc
"Xin tạ từ những mồ hôi và nước mắt
Những đêm ngày nơi chiến địa tha ma
Những xóm làng đã cháy thành tro than
Những bãi chiến trường chất chồng xác chết
Xin tạ từ chú gà con sống sót
Giữa trưa hè cất tiếng gáy lẻ loi"
(Tạ Từ)

Giữa những đổ nát hoang tàn của chiến tranh ấy, có tiếng gà là còn thấy sự sống chung quanh. Nghe được tiếng gà là biết mình còn hít thở giữa trời đầy khói súng.

+++

Trong "Thơ Tuyển Toàn Tập", không thấy có những bài về chiến tranh mà tôi đã đọc từ mấy mươi năm trước, và rất thích. Đó là những bài thơ dù không gây sững sờ toàn bài nhưng chứa những khổ thơ ám ảnh người đọc. Có thể ông không chọn chúng vì một lý do nào đó rất riêng tư. Ngược lại, những bài ông chọn trong tuyển tập này không hẳn là bài nào tôi cũng thích, từ góc độ một người đọc không cùng thế hệ với ông. Có thể là do độ lệch về thời gian tuổi tác bởi tôi không cùng thế hệ với ông. Cũng có thể tôi không có cùng kinh nghiệm chiến tranh như ông, người đứng nơi đầu ải điêu linh, chạy đua từng tích tắc với thần chết. Một số bài trong tập này, ông để cảm xúc của mình tuôn trào, không cần nén lại, không cần kềm hãm, nên lượng chữ có khi dài hơn sự cần thiết, làm cho những bài thơ ấy đã loãng đi ít nhiều.

Trong 20 năm chiến tranh, miền Nam có biết bao người lính chí tình với quê hương với chiến hữu, và giai đoạn ấy cũng sản sinh hàng trăm cây viết xuất thân từ lính. Tuy nhiên, vừa là người lính chí tình, vừa là người viết văn đích thực và sống chết với những con chữ của mình, con số ấy chỉ trên đầu ngón tay. Trong số hiếm hoi ấy, tôi từng chọn cho riêng mình ba "người-lính-viết-văn", trong đó Trần Hoài Thư là một.

Chữ nghĩa của THT là chữ nghĩa đích thực của một người lính tiền đồn, đôn hậu và chân tình, không màu mè ưỡn ẹo, không trá hình bằng những con chữ "đẹp" đầy son phấn để lấy lòng ai. Thơ trong thời chiến của Trần Hoài Thư cũng chính là máu thịt của ông, của "con cái" và bạn bè ông. Chính vì cái rất riêng ấy, khó có thể so sánh thơ ông với bất kỳ ai, hoặc soi rọi dưới bất kỳ lý thuyết nào. Bởi lý thuyết thì nằm trên sách vở, được bàn luận ở giảng đường hoặc có khi ở nơi bàn nhậu, trong khi đó máu thịt cùng thương tích của ông là sự thật; xác thân của chiến hữu nằm ở chiến trường cũng là sự thật, những sự thật đắng chát cõi lòng.

Nói cho cùng, thơ thời chiến của THT bàng bạc những địa danh, mà mỗi địa danh đều rờn rợn những oan hồn.

Đoàn Nhã-Văn
01/2023

PHẠM CAO HOÀNG
Trần Hoài Thư Xuống Núi

còi tàu hụ nhớ giang hồ
lên ga khuya lạnh gió mờ mịt xa
(ĐINH CƯỜNG)

rồi chàng xuống núi xuôi nam
từ cơn khổ nạn ba năm quay về
ngày về râu tóc bạc phơ
người muôn năm cũ bây giờ ở đâu? (*)
ngày về ngang qua bãi dâu
chợt thương ngọn sóng bạc đầu năm xưa
cụng ly để nhớ giang hồ
cạn ly để biết đời chưa muộn màng
ngày về phương nam lang thang
đọc bài thơ cũ rền vang núi rừng
Scibilia, đêm cuối cùng
là đêm bằng hữu cùng chung nỗi buồn
Virginia, đêm mùa đông
chàng về kịp viết mấy dòng chia tay

Virginia, 13.1.2016
Ngày Trần Hoài Thư về Virginia tiễn đưa anh Đinh Cường
(*) Thơ Vũ Đình Liên

ĐỖ NGHÊ ĐỖ HỒNG NGỌC
ĐÔI DÒNG VỀ BÀI THƠ VIẾT CHO TRẦN HOÀI THƯ, NĂM 1971

Trần Hoài Thư từ xa về, ở tạm nhà tôi mấy hôm để tôi đưa đến Tòa soạn Bách Khoa "coi mắt" người trong mộng đã hò hẹn qua thư. Nàng ở tận miền Tây, mê THT qua thơ văn... Hai người chưa hề biết mặt nhau. Suốt mấy ngày, THT đi vào đi ra nôn nao lắm. Tôi đưa anh đi bằng cái xe Vespa cà tàng của tôi nơi này nơi khác, lúc café, lúc bánh cuốn nóng đầu hẻm cho vui, nhưng anh không vui mấy mà có vẻ lo lo. Đi phép có mấy ngày. Thời chiến. Bách Khoa có Lê Ngộ Châu như ông mai, môi giới cho "hai trẻ".

Tôi gặp Trần Hoài Thư lần đầu ở Nha Trang, nhà anh Huy Hoàng trên đường Độc Lập. Anh Huy Hoàng có một cửa hàng sách báo, tánh tình cởi mở, vui vẻ, luôn "bao che", "bọc lót" cho anh em văn nghệ sĩ khắp bốn phương, ai cũng quý mến. Anh lại là một cư sĩ Phật giáo, có tâm Bồ-tát, thường nói với tôi phải luôn sống với tâm từ bi hỷ xả. Sau quán sách của anh là một căn gác nhỏ xíu, như cái chuồng bồ câu, anh em văn nghệ thường làm chỗ họp mặt, đàn hát, ngâm thơ, chuyện trò sôi nổi và nhiều buổi cùng cơm nước với gia đình anh. Tôi gặp Trần Hoài Thư ở đó, gặp Nguyễn Âu Hồng, Nguyễn Sa Mạc, Mang Viên Long, Thanh Hồ ở đó... hình như cả Ngô Thế Vinh, Trần Hữu Ngũ... Đó là những năm đầu thập niên 70, tờ Ý Thức cũng vừa đổi mới, ra bán nguyệt san, in typo đàng hoàng và tôi cũng là một anh em trong Nhóm chủ trương. Tôi nhớ lúc đó đã đăng những bài thơ như Niềm tin chưa mất, Thư cho bé sơ sinh… và cả những bài đọc sách, Thơ điên của Nguiễn Ngu Í, Như cánh vạc bay của Võ Hồng, bài phỏng vấn Nhã Ca, Túy Hồng, Thụy Vũ… đều ký bút hiệu Đỗ Nghê. Tôi đọc THT từ những truyện ngắn, những bài thơ đầu tay của anh và rất mến phục. Anh không làm dáng, kiểu cách thời thượng, mà nó chân thành, đầy cảm xúc… Dĩ nhiên THT cũng đã đọc Đỗ Nghê nên khi gặp nhau đã quá thân quen.

Ở Nha Trang, những ngày đó ngoài giờ làm việc ở bệnh viện, tôi đến gặp anh em ở nhà anh Huy Hoàng và thường chở Vespa đưa THT đi ra mấy ki-ốt ở bãi biển, ngồi uống café, bàn chuyện văn chương và nghe sóng vỗ! THT thỉnh thoảng về phép, có khi về không phép, vui chơi đôi lúc với anh em rồi vội vã đi ngay.

Hôm đó đúng hẹn với Y, người trong mộng tại báo Bách Khoa, tôi thấy anh hồi hộp lắm, ăn mặc có chút chải chuốt hơn như chàng rể đi coi mắt vợ. Tôi lấy xe Vespa cà tàng của mình đưa anh đến BK và lén bỏ đi ngay cho họ tự do tâm tình mà không có mặt mình. Ai dè lát sau THT về nhà, tiu nghỉu, đầy vẻ thất vọng vì nàng không đến như lời ước hẹn mà cũng không một lời giải thích. Ngay sáng sớm hôm sau, anh "cuốn gói" lên đường, trong một nỗi tuyệt vọng rã rời chưa bao giờ tôi thấy ở một chàng trai "giang hồ" đầy khí phách nơi gió cát như vậy. Tôi không dám có một lời khuyên. Đành đưa anh lên đường và hai bạn vào một quán café góc phố trên con đường Phan Đình Phùng xóm Bàn cờ quen thuộc.

Tôi nhìn anh rít thuốc lá như nuốt hết khói vào trong. Thời chiến. Mùa hè đỏ lửa. Tôi biết anh đi không chắc trở lại. Bỗng dưng tôi viết rất nhanh:

Ta cũng muốn ngâm tràn câu tống biệt
Đưa người đi tiếng sóng ở trong lòng
Nhưng khói thuốc đã cay sè đôi mắt
Có ai còn thổi sáo trên sông…
Trời buổi sáng mù sương lớp lớp
Người hành trang nỗi tuyệt vọng rã rời
Và khí phách thôi một thời trẻ dại
Ta nói gì cho bớt chút chia ly…

Rồi đột nhiên không cầm lòng được, tôi bỗng viết tiếp:

Người yêu thương cũng vội vàng lỗi hẹn
Còn gì không hay một thoáng chiêm bao
Ơi cánh chim của mùa xuân lỡ đến
Khoảng trời xanh còn chất ngất xôn xao
Ta bè bạn dám đâu lời can gián
Một giờ yêu cũng đủ một đời vui
Hãy tin tưởng có hôm nào trở lại
Cho trời xanh và mây trắng đẹp đôi...
Rồi tôi quay trở lại với dòng thơ "tống biệt" của mình:
Đưa người ta nâng ly cà phê nhỏ
Rồi quan san rồi bụi đỏ người đi
Rồi khói súng người tập tành nỗi chết
Ta trở về hiu hắt đường khuya
Ta đã nói gì hình như chưa nói
Những dặn dò những hứa hẹn bâng quơ
Rồi người bước đường hoang lạnh quá
Ta đứng nhìn nghe ngày tháng đong đưa...
(Đỗ Nghê, 1971)

Khi in tập *Thơ Đỗ Nghê* năm 1974 - (Ý Thức xuất bản, ronéo, dành tặng bạn bè anh em – do Lữ Kiều Thân Trọng Minh, Trần Hữu Lục, Nguyễn Sông Ba... thực hiện ở Đà Lạt với hình bìa tranh Nguyễn Trung do Hoàng Đăng Nhuận trình bày, rồi Hoàng Khởi Phong mang xe Jeep chở sách về tận Saigon cho Đỗ Nghê) - thì tôi đã đăng nguyên 6 khổ của bài *Buổi tiễn đưa* này, thế nhưng 20 năm sau, khi in lại trong tập *Giữa hoàng hôn xưa*, tôi cắt bỏ 2 khổ giữa, vì nghĩ đây là chuyện rất riêng tư, không nên nhắc, có thể khiến THT buồn! Vả lại, bài thơ cắt gọn sẽ cô đọng hơn.

May thay, tôi còn giữ được bản thảo do Lữ Kiều gởi lại cho. Chuột gậm, mối nhấm, nhưng có hề gì! Bản thảo đánh máy trên giấy pelure mỏng, máy chữ Olivetti, cắt dán, phết keo phía sau thời đó trông cứ tưởng như bài thơ bị xóa.

Không đâu, keo hồ đó thôi, phải không Trần Hoài Thư?

Đỗ Nghê
(Đỗ Hồng Ngọc, tháng 12-2016, viết cho Sinh nhật Trần Hoài Thư)

HỒ ĐÌNH NGHIÊM
LÒNG THƠM TRANG GIẤY

Họ Hồ thường mang tên dở.
Họ Trần có người mang tên hay: Quí Sách.
Đã thế, người chọn bút hiệu cũng tuyệt, ăn ý: Hoài Thư.

Chọn bút hiệu. Nghe vậy là đã biết mười mươi Quí Sách Hoài Thư vốn là một nhà văn, một thi nhân.

Từ 1964, Trần Quí Sách viết truyện ngắn "Nước Mắt Tuổi Thơ". Và tạp chí uy tín Bách Khoa ở Sài Gòn đã đăng ngay truyện ấy, cũng đồng nghĩa là văn chương miền Nam vừa khai sinh ra một danh xưng: Trần Hoài Thư.

Khi độc giả thích thú theo dõi chân đi của nhà văn, dàn trải trên từng dòng truyện ngắn chất nhiều nỗi buồn, họ mới hay biết Trần Hoài Thư nhập ngũ khóa 24 Sĩ Quan Trừ Bị Thủ Đức, năm 1967. Phục vụ ở Sư đoàn 22 Bộ binh, ba lần bị thương khi nắm một đơn vị Thám kích.

Nhớ một bài thơ tiêu biểu, mang tựa "Thám Báo":

Tiến lên lại sợ phục
Rút xuống sợ lột lon
Hét hoài, cổ họng khan
Chỉ mình ta lãnh đủ

Đi lên, dao mở lối
Gai góc rách thịt da
Đau quá, chửi mồ cha

Những thằng già hiếu chiến.

Như vậy có thể khẳng định Trần Hoài Thư là một nhà văn quân đội. Và văn chương miền Nam nước Việt "lực lượng" ấy khá đông đảo. Họ sáng tác chữ nghĩa sau cuộc hành quân, tạm bỏ quên khẩu súng ngăn quân thù. Hoặc đã thực thụ bình yên khi lui về hậu cứ.

Trần Hoài Thư đại diện cho thế hệ anh, nói giúp họ, những quân nhân miền Nam khi ra trận, ngoài quân trang quân dụng họ còn mang theo một con tim "nặng tình Chúa, Phật". Nghĩa là rộng mở một tình thương, chẳng hận thù.

Trong muôn một nét khắc họa, chấm phá về "đời lính" của sĩ quan bộ binh Trần Hoài Thư, tôi không quên bài thơ "Nòi Ta":

Mưa xóa Kỳ Sơn, không thấy đỉnh
Làng hoang trơ trọi mấy căn nhà
Mùi thúi bay về. Người hay vật
Hiên ngoài, chuối rũ, trưa tha ma

Trưa chiếm mục tiêu, không phát súng
Đi tìm củi chụm. Pha cà phê
Nòi ta, dòng máu quen công tử
Đừng tắc cù ta, ta cám ơn...

Nhà văn Trần Hoài Thư là người Huế, có thời gian theo học ở trường Quốc Học. Nhưng thời cuộc mang anh đi xa, Quảng Nam, Quảng Ngãi, Quy Nhơn... và Cần Thơ tạm xem là nơi chốn cuối để dừng chân.

Như vậy "Huế, thành phố ai cũng quen nhau" câu đó rõ là dựng đặt, ăn hô nói thừa. Trần Hoài Thư thuộc thế hệ đàn anh, "em út" nhìn lên chỉ thấy qua trang báo mở rộng với vô vàn tưởng tượng, khó hình dung một khuôn mặt rõ nét. Học trò làm sao "quen nhau" với anh chiến sĩ miệt mài trên chiến địa?

Cũng là thời cuộc, có khi tôi dẫm vào chân Trần Hoài Thư, tôi viết văn ở những ngày đầu xa xứ "trông về quê mẹ ruột đau chín chiều". Để rồi một ngày hè của năm 1984 tôi chính thức được gặp gỡ nhà văn Trần Hoài Thư, do chữ nghĩa đưa lối dẫn đường khi đọc thấy nhau.

Vai đâu vai, hai người Huế thôi ngỡ ngàng, hàn huyên với chất giọng chưa phai nhạt nước sông Hương từng uống ngày cũ.

Gầy ốm. Gương cận thị dày nặng. Trông anh như thế thân cho người từng "trải qua một cuộc bể dâu". Hứng chịu dấu tích thương đau, lằn ngang vết dọc.

Anh cùng vợ, chị Nguyễn Ngọc Yến, tự lái chiếc xe không còn mới vượt biên sang thành phố chúng tôi cư ngụ, thăm hỏi.

Anh kể cho nghe quãng thời gian sau khi "học tập cải tạo" về, mưu sinh bằng nghề bán cà-rem cây. Tôi nghe buốt giữa hai hàm răng và tôi thầm nghĩ, nếu có gì cần bổ túc thêm về tiểu sử (vốn khá dài), anh nên trân trọng ghi lấy thứ nghề "trần ai khoai củ" ấy. Rằng "ta không vào địa ngục thì ai vào"!

Tôi mường tượng ra một người đàn ông xác xơ ở tận cùng chữ xơ xác ấy, đội nắng lửa đi giữa thành phố đổi thay, thôi nguyên trạng, gùi một cái phích giữ lạnh để rao bán: Ai mua cà-rem, kem cây không?

Đa số "thân chủ" sẽ là mấy em học sinh vốn chuộng thứ giải khát eo hẹp ấy, mút lấy mút để, thơ thới hân hoan. Các em hồn nhiên kia cho dù nằm mộng cũng chẳng ngờ chú bán kem que nọ đã từng có một quá khứ oai hùng, ngậm đắng nuốt cay khi ngã ngựa do thời cuộc nó vốn thế, nó nghiệt ngã tới mức hoang đường. Và chú đã chọn một việc làm độ nhật khác thường, khác với các bạn chú kẻ đạp xích-lô, kẻ bán ve chai, kẻ đi gom thu phế liệu đồng nát...

Chúng tôi, người địa phương mời đôi vợ chồng khách phương xa vào hàng quán. Quan sát ngầm rồi lại hồi ức, một hình ảnh vừa lật sang trang:

"Mở hàng. Súng gác vào phên vách
Đôi giày bùn ướt còn bám đầy
Cô hàng ơi, xin ly xí nại
Mới ở mật khu về, thèm quá cà phê
Quán chật, mấy thằng ngồi khum lại

Bỏ qua đêm trắng mắt băng đồng
Nghe như mùi đất còn vương tóc
Lính bụi mà, em có thương không?"

Ở trang đời mới, hiện ra chập chùng những hình ảnh đáng tri ân, tạm quên về anh lính bụi dễ thương của quá khứ nhọc nhằn: Vượt biên qua Mỹ năm 1980, gia đình gồm hai vợ chồng và cậu con trai thuê nhà ở ngay trong một khu phố thuộc loại mất an ninh phía bắc thành phố Philadelphia vang tiếng giang hồ. Cửa bắt ba bốn ổ khóa và nó gần biến thành một lô cốt tạm vững chãi, chỉ thiếu trổ những lỗ có đặt họng súng khẩu đại liên hướng ra sự bất ổn bên ngoài chực đe dọa.

Vượt gian khó, đạp gai góc một lần nữa. Con học thành tài và cá nhân cha, bố Trần Hoài Thư tốt nghiệp Cử nhân Điện toán, đầu quân vào hai công ty lớn, đầy thế giá của Hoa Kỳ, AT&T và IBM với chức vụ Project Leader.

Nhưng nghề tay trái mới đáng "khiếp sợ": Anh kỹ sư ấy lại mang thêm chức "kỹ sư tâm hồn" do bởi đã dành nhiều thời gian để lầm lũi đi vào các thư viện lớn, nhỏ cốt lùng sục tìm kiếm những tư liệu sách báo của miền Nam cũ còn lưu trữ đó đây, vực dậy. Con người Thám báo sống lại trong anh ở một mặt trận khác, không súng đạn, chỉ giấy bút. Và người ta trao cho anh một huy chương, hơn cả "Anh Dũng Bội Tinh với nhành dương liễu". Sĩ quan Trần Hoài Thư có danh xưng mới: "Người chiến sĩ già ngồi khâu vá lại di sản."

Anh tự lái xe "dục tốc bất đạt" qua thành phố chúng tôi ngụ bốn lần. Một người anh khả kính, ít ăn ít nói. Tôi thích anh ở chút vụng về khi anh muốn bày tỏ một chữ quý mến nhau. Chỉ cảm nhận lấy tâm Bụt. Và câm lặng cảm động, bùi ngùi. Bốn lần, không một hẹn hò gửi trao. Và rồi thì vắng hẳn, lắng xuống, biệt tăm những chuyện trò.

Anh bận chăm sóc tờ báo văn học nghệ thuật Thư Quán Bản Thảo và nhà xuất bản Thư Ấn Quán, một mình đứng mũi chịu sào, nhiều tổn thất ở mặt sức khỏe, loay hoay lẻ bóng dưới tầng hầm tư gia. Trăm dâu đổ đầu tằm. Nói gọn là lo từ A tới Z. In ấn, làm bìa, dán keo, cắt đóng, mang ra bưu điện gửi biếu bằng hữu và bạn đọc bốn phương.

Anh ví anh như Tạ Tốn có kung-fu Sư tử hống. Tôi nhìn lên anh mà thương cảm một Triệu Tử Long một mình một ngựa vào chốn trùng vây quân địch như chỗ không người!

Thế rồi tôi lại gặp anh, bất ngờ. Gặp ở tang lễ họa sĩ Đinh Cường. Tôi bay từ Montréal, anh đi nhờ xe từ New Jersey. Và hôm ấy bầu trời Virginia buồn lặng đến mây dường cũng nản trôi. Nó chỉ việc tan biến. Mới một cụm rồi thoáng chốc chỉ còn trơ ra màu da trời cũ kỹ, rộng thênh, lạnh ngắt.

Trần Hoài Thư nay đã bạc tóc, đã già yếu. Tôi ngó ra những giọt lệ ứa, chảy xuống gò má khô cằn, da sạm, nhăn nhàu, nhiều nếp gấp. Tiếng anh cà lăm, hụt hơi: Vĩnh biệt anh Đinh Cường…
Chúng tôi đã ôm vai nhau, không nói.

Mãi mãi, trong tôi, Trần Hoài Thư là một tên gọi, một danh xưng chẳng có thứ gì mang ra so sánh được. Một người lính đã từng sống qua những "giờ thứ 25". Kiên cường và dũng cảm đánh thắng trong cách thế tự nguyện.
Tôi không muốn đề cao những thành tựu văn chương mà anh đã trao cho đời. Tôi chôn lòng tri ân và cảm mến về anh tận đáy lòng.
Có thể, do bởi vậy, tôi chừng không đủ sức, để với lấy, để viết về một người anh mãi tận tụy thu góp hương thơm nhằm trao cho thế hệ này và những người nối gót theo sau, rằng chúng tôi đã có một thời như thế.

Trần Hoài Thư luôn đứng trên cao, cách biệt những gì mà người yêu văn học luôn xưng tụng anh. Có viết về anh, chỉ như một thanh củi gầy vừa đút vào lò, mong giữ cho ngọn lửa mãi sáng, ấm, không chóng tàn lụi.

Hồ Đình Nghiêm
đầu năm 2023

NGUYỄN LỆ UYÊN
ĐÁM CƯỚI THỜI CHIẾN

Chừng tuổi này, dự đám cưới bạn bè, người thân, con cháu, học trò cũ… thậm chí cả người lạ… cũng khá nhiều, nhớ không hết. Nhưng có một đám cưới tôi không bao giờ quên. Nó thuộc về một quá khứ xa, rất xa đã nửa thế kỷ, nhưng mỗi khi nhớ về họ, nó hiện lên trước mắt mới toanh như vừa mới hôm qua. Đó là đám cưới của anh chị Trần Hoài Thư & Nguyễn Ngọc Yến.

Mối tình của hai người khá ly kỳ, mối tình văn chương pha đậm chất lãng mạn mà tôi là kẻ bên lề, chứng kiến trọn vẹn tới ngày hợp hôn của hai người.

Hình 1: Từ trái sang phải: Phạm Ngọc Lư (mất), THT, Nguyễn Lệ Uyên, Phạm văn Nhàn . (Chụp tại Tuy Hòa năm 1969)

Hình 2: (*) Vì đám cưới nhà binh nên không có mục chụp hình. Xin được thế bằng hình của đôi "uyên ương" này, chụp 17 năm sau (THT)

Với THT thì quen thân từ hồi ghé thăm anh tận nơi đóng quân ở cầu Bà Gi, Bình Định dịp Noël 1968. Rồi mỗi dịp tôi nghỉ hè, anh và Phạm Văn Nhàn lại đeo xe đò Phi Long, Tiến Lực vào Tuy Hòa với anh em văn nghệ ở đây. Tôi thích và mến anh ở chỗ trực tính, bất cần đời và không hiếm những câu văng tục trong lúc trò chuyện. Lại nữa, anh có thể viết bất kỳ ở đâu: đang cà phê với đám đông, trong buổi nhậu... nghĩa là những ý tưởng, câu chuyện xuất hiện trong đầu lúc nào thì người anh như chiếc lò xo tự động bật lên: xé tờ lịch, lôi tờ giấy nhàu nhò trong túi, hỏi mượn chủ quán một mẩu giấy nhỏ, hay quyển vở của chủ nhà, rồi bỏ mặc tất cả, ra một góc riêng ném vãi những cảm xúc của mình lên trang giấy. Tôi đã chứng kiến tận mắt cảnh tượng này tại phòng khách nhà tôi khi có cả Phạm Ngọc Lư, Phạm Văn Nhàn, Trần Huiền Ân đang ngồi uống rượu... Tôi cũng nghe kể, những đêm đi kích hay đơn vị hành quân, lúc yên ắng anh còn trùm poncho bật đèn pin khum lưng viết, chỉ thiếu vừa đụng trận với quân địch vừa viết... thì anh là người có một không hai trên thế gian này?

Sau này, ở Sài Gòn thỉnh thoảng chúng tôi cũng hay gặp nhau, lúc ở đường phố, khi ở tòa soạn Văn, và lần nào cũng ghé thăm anh Trần Phong Giao và được ông thư ký tòa soạn đãi chầu bia bên Tân Thuận hay trong Chợ Lớn... rồi chia tay nhau.

Riêng chị Nguyễn Ngọc Yến thì khác. Năm 1968, tôi thi vào khoa Sư phạm ĐH Cần Thơ và một số trường khác. Khi có kết quả, loay hoay thế nào lại nộp hồ sơ nhập học trễ cả tuần, bị cô Ngọc thư ký văn phòng Khoa làm khó. Điệu này vào lính là cái chắc, vừa nghĩ vừa vân vê tập hồ sơ trong tay thiếu điều mủn ra. Vừa lúc đó, chị Yến (sau mới biết tên) từ trên lầu bước xuống nhìn thấy bộ dạng tôi (chắc là thảm thương lắm), hỏi cớ sự rồi bảo đưa hồ sơ đây; chị cầm bước ngược lên lầu. Không lâu sau chị trở xuống nói ổn rồi. Sau này tôi mới biết chị làm ở phòng Hành Chánh của Viện Đại Học Cần Thơ đã nói giúp với ông Khoa trưởng. Sau đó thì thân nhau, bởi chị cũng biết tôi có võ vẽ mấy truyện ngắn trên Văn, Khởi Hành... mà chị thì mê văn chương, đọc nhiều; các tạp chí văn học chị hầu như ít bỏ sót, nên chúng tôi coi như chị em, chị lớn hơn tôi đến 7, 8 tuổi. Những dịp nhận nhuận bút, tôi thường mời chị đi ăn chè thập cẩm, sâm bổ lượng, vừa tán chuyện văn chương, nghệ thuật. Trong thời gian này, tôi quen với cô bé học lớp Đệ Tam C bên Đoàn Thị Điểm, cũng mê văn chương, có viết những đoản văn trên các báo ngày và Tuổi Ngọc của ông Duyên Anh, sau là trợ thủ đắc lực trong chương trình VHNT do tôi phụ trách trên đài Cần Thơ và chương trình "Những Tối Thứ Sáu" của nhóm SV liên khoa). Lựa dịp nhận nhuận bút, tôi mời cả hai đi ăn hủ tiếu Nam Vang, cốt giới thiệu cô bé để chị Yến "coi mắt". Chị khen cô bé nhưng cảnh báo tôi: "Đẹp, nết na, có tâm hồn... nhưng phải biết giữ gìn và chờ đợi, học cho xong đã, vào lính không sướng đâu nha em!"

Rồi trên tạp chí Văn khoảng năm 1969 số chủ đề Những Cây Bút Trẻ hay Đầu Xuân Lộc Mới gì đó, có truyện của tôi và anh THT đi cùng. Khi nhận nhuận bút, không hiểu sao tôi lại mời chị đi ăn bún bò Huế ở quán ông Ba Mập ngoài Bình Thủy (trên đường đi Long Xuyên). Ăn, chị hít hà, chảy nước mắt, chị kêu, "cay quá trời nhưng mà ngon lắm". Trong lúc ăn vừa lau nước mắt, chị nói vừa đọc truyện em và những người khác, em có biết Trần Hoài Thư, thân nhau lắm không? Ông này ra sao, có giống như những nhân vật trong truyện ổng viết không? Tôi nói tuy chưa ngủ bờ bụi với nhau, nhưng cà phê, rượu thì có thừa. Tôi kể lại có lần ra tận cầu Bà Gi tìm thăm THT, hai anh em về Quy Nhơn uống cà phê, xuống thăm "Ổ chuột" ở khu 6 nơi tập trung những anh hào tứ phương Lê Văn Trung, Lê Văn Ngăn, Phạm Cao Hoàng, Phạm Văn Nhàn, Nguyễn Phương Loan, Lữ Quỳnh, Đặng Hòa, Hoàng Ngọc Châu...

Trong thâm tâm, lúc đó tôi chỉ nghĩ chị hỏi để hiểu rõ thêm về một tác giả, nhưng không ngờ, chị mê truyện anh Thư, mê các nhân vật khốn khổ của ảnh, như hiện thân của một THT được bê nguyên xi cho ngồi chồm hổm bên bờ hào hay ngụp mình dưới làn nước lạnh ngắt vào trong truyện đến nỗi yêu các nhân vật và yêu luôn người viết truyện!

Hình 3: Tạp chí Văn

Đầu niên khóa 69-70, nhóm SV chúng tôi gồm Phan Lương Minh, Nguyễn Thành Nghiệp, Trương Cương Thanh, Trần Văn Liêm, người bên Luật, kẻ Nông Nghiệp, Sư Phạm cùng nhau thực hiện chương trình ca nhạc, đọc, ngâm thơ mỗi cuối tuần tại Giảng đường lớn trên đường Tự Đức (nay đổi thành Lý Tự Trọng), lấy tên "Những Tối Thứ Sáu" dành cho sinh viên học sinh, nhưng không biết phải làm đơn xin phép ở đâu. Dĩ nhiên không phải chính quyền sở tại, vì đại học có quy chế tự trị riêng. Anh em bàn ra tán vào, cuối cùng ấn tờ đơn xin phép cho tôi. Dĩ nhiên tôi phải nhờ đến chị Nguyễn Ngọc Yến. Nghe tôi trình bày, chị rất vui và cầm ngay lá đơn lên văn phòng Viện trưởng. Hơn mười phút sau, chị cầm lá đơn trở xuống với nụ cười rất tươi, trao lại lá đơn còn tươi rói chữ ký và mộc đỏ chưa ráo mực của Viện trưởng, Giáo sư Phạm Hoàng Hộ. Tôi mừng đến nỗi muốn ôm chầm lấy chị để bày tỏ lòng biết ơn.

Tới tận giờ này, khi ngồi gõ những dòng chữ về chuyện xưa, mà thấy như đang sống lại cái thời khắc đẹp tuyệt vời ấy: Tôi đứng dưới sân Viện Đại Học, lòng nôn nao, đại lộ Hòa Bình như rộng và vắng hơn mọi ngày, nhìn xéo qua bên kia đường, QĐ 4 không thấy nổi vòng những cuộn kẽm gai chồng chất như mọi ngày mà là những luống hoa đủ màu sắc. Khi chị trao lại tờ đơn, mở ra tôi cứ ngỡ như những bông hoa cây cỏ miền Nam chị gom lại của Gs Phạm Hoàng Hộ tặng cho cả nhóm (*)

Trong sinh hoạt văn nghệ cuối tuần này, hầu như chưa lần nào chị vắng mặt, để sau đó góp ý sửa đổi cho hoàn chỉnh, động viên anh em trong nhóm.

Thêm một chi tiết: Tôi trọ tại số 2 Phan Thanh Giản, nhà chị cùng đường, số 45, nên mỗi sáng đi làm, chị chạy ngang qua, khi thì chiếc Yamaha màu xanh, lúc chiếc Honda tay ga. Tôi thì học ở các giảng đường trên Cái Răng, cạnh Đài Phát Thanh Cần Thơ, phải cuốc bộ qua đoạn đường ngắn có hai trường trung học nổi tiếng ở miền Tây là Phan Thanh Giản và Đoàn Thị Điểm, trước khi ra đại lộ Hòa Bình đón xe lam lên Cái Răng. Những lúc gặp, chị chở đi một đoạn và lần nào chị cũng nói, "cố gắng lên nghen em, đừng vì văn nghệ mà lỡ chuyện học hành, vào lính, khổ".

Tới lúc này, chị mới thổ lộ tình cảm thật của chị dành cho anh Thư. Chị hỏi tôi về gia cảnh, tính tình, lối sống... "Hình như THT sống buông thả, bất cần đời lắm phải không em?". Tôi nói: "Lính thì sống nay đây mai đó, hiếm hoi mới có mấy ngày phép ngắn ngủi, chiến trường là quê hương của họ mà chị!".

Vậy thì đã rõ, chị yêu anh Thư thật rồi. Những lần gặp sau, tôi cố "rặn" để sơn phết một Trần Hoài Thư sao cho thật tròn trịa, pha chút lãng mạn, vừa bặm trợn vừa cô đơn như cụ Hemingway một mình trên biển cả mênh mông. Tôi nói với giọng điệu vừa sôi nổi vừa lặng lờ như diễn viên kịch đến cả tôi cũng tin những điều tôi nói còn hay hơn cả truyện tôi viết!

Tối đó, tôi viết cho anh Thư đến 4, 5 tờ pelures về chị Yến. Kể thật về điều tai nghe mắt thấy, về nhan sắc, tính tình của chị cùng những phẩm chất dung dị, đôn hậu của phụ nữ Nam bộ, lại sống trong gia đình nề nếp, gia giáo (ông cụ thân sinh chị, bác Nguyễn Văn Dưỡng, là Chánh Thư ký Văn phòng Hiệu trưởng trường Trung học Phan Thanh Giản, bác là GV bậc Thượng hạng ngoại hạng đặc biệt danh dự)...

Với anh THT, tôi viết thư nói đây là một mẫu người lý tưởng để làm vợ, anh đừng để mất cơ hội. Chị Yến thì gần, gặp nhau hai chị em nói chuyện thơ văn, tán dương ông anh Quí Sách, khuyến khích chị viết thư làm quen với các nhân vật của ảnh. Sau vài ba lần như vậy, tôi nói thẳng với chị: "Anh Thư là một người tuy không hoàn hảo như trong tiểu thuyết, nhưng sẽ là người chồng tốt, rất tốt đó chị".

Cuối cùng, như duyên tiền định với tô bún bò Huế cay sè tôi đãi chị, hai người hẹn hò nhau tại tòa soạn Bách Khoa năm 70, đến tháng 6/71 hai người làm đám cưới.

Mở dấu ngoặc về vụ coi mắt và hẹn hò: THT tâm sự thế nào với Lữ Kiều tôi không biết rõ; mãi sau này Lữ Kiều mới thổ lộ: Trong chuyến công tác, Thư biết moa từ Phú Quốc về Cần Thơ, có nhờ moa ghé lại Viện Đại Học Cần Thơ coi mắt cô Yến. Gặp, moa bằng lòng ngay, viết thư liền cho lủy. Còn vụ hẹn hò giữa THT và chị Yến là hai người đã hẹn nhau qua thư sẽ gặp nhau tại tòa soạn Bách Khoa. Đỗ Hồng Ngọc đèo THT trên chiếc Vespa tới. Chờ khá lâu nhưng không thấy bóng dáng nàng, THT đùng đùng nổi giận bỏ đi, một lúc sau thì chị Yến tới. Cả ông Lê Ngộ Châu và anh Ngọc phát hoảng. Anh Ngọc lấy xe chạy vòng quanh khu vực quận 1 cuối cùng cũng tìm thấy chàng ngồi cà phê bít tất trên đường Nguyễn Du. Chở về tới tòa soạn, chị Yến vẫn còn ngồi nói chuyện với LNC. "Giao hàng" xong, anh Ngọc dông về BV; còn về sau là chuyện của hai người!

Đến khi tôi đang lăn lê bò toài ở quân trường Thủ Đức, thì nhận được thư chị viết mấy dòng ngắn: "Chị và anh Thư cưới nhau, ngày... tháng... năm... tại cư xá Nguyễn Thiện Thuật. Em gắng xin phép về dự, không anh chị buồn". (**)

Cuối cùng thì tôi cũng cầm được giấy đi phép do Tiểu đoàn trưởng khóa 6/70 ký đúng vào lúc 2:30 giờ chiều. Tôi vội vã ra cổng số 1, lội bộ ra chợ Nhỏ đón xe ôm về SG, tới ngay tòa soạn Ý Thức, 666 Phan Thanh Giản. Tại đây có đủ mặt bạn bè nhưng chưa thấy "chú rể". Mãi lúc sau, THT từ nhà sau thủng thỉnh bước tới với bộ treillis bình thường, không lon ống, nện gót giày botte de saut cũng bụi như mọi ngày khiến tôi hơi ngạc nhiên, trong khi đó Võ Tấn Khanh complet cà vạt tóc chải bi-ăng-tin láng coóng.

Đến giờ "rước dâu", mọi người ra xe, chiếc La Dalat mượn của ai đó. Chị Mai (chị Sáu của NM), ngồi ghế trước, Võ Tấn Khanh lái xe, băng ghế sau là chú rể THT, Lê Ký Thương, chị Mận (em kế chị Mai), Nguyên Minh... và tôi với đầu tóc cắt ngắn, áo quần đi phép của quân trường, lủng lẳng dây biểu chương. Hai quả lễ vật phủ khăn đỏ đặt phía sau cùng. Từ tòa soạn Ý Thức qua cư xá Nguyễn Thiện Thuật đâu chừng ngàn mét, nhưng riêng tôi vô cùng hồi hộp, tưởng như rằng THT dẫn anh em chúng tôi đi hành quân vậy!

Cư xá, nơi làm lễ cưới, hóa ra là nhà của anh trai chị Ngọc Yến, anh Nguyễn Văn Thiệt, kỹ sư công chánh mà tôi đã vài lần ghé thăm.

Phái đoàn nhà trai với VTK và LKT khệ nệ bưng hai quả phủ khăn đỏ. Bước vào nhà đã thấy nhà gái, ba chị Yến - bác Nguyễn Văn Dưỡng - và anh chị em trong nhà. Chị Yến thì mặc áo dài trắng, mảnh mai như một nữ sinh. Nhìn thấy ông mai có mặt, chị mừng lắm, đưa mắt về phía tôi thay lời chào. Thủ tục lễ nghi diễn ra nhanh gọn. Cuối cùng thì bác Dưỡng tuyên bố: "Từ nay, hai con Nguyễn Ngọc Yến và Trần Hoài Thư chính thức là vợ chồng. Ba chúc hai con mãi mãi hạnh phúc". Bác tiếp: "Xin quý vị hãy coi đây là một đám cưới nhà binh".

Nhà trai nhà gái ngồi chen nhau quanh chiếc bàn dài phủ khăn trắng, có bình hoa hồng và bánh trái. Tất cả đều hân hoan, mừng vui chúc phúc cho anh chị.

Cuối cùng, tiệc trà cũng tan, còn đôi tân lang tân giai nhân thì dắt nhau hưởng trăng mật ở một khách sạn nào đó đã đặt sẵn, hôm sau hai anh chị về Cần Thơ ra mắt họ hàng.

Cách đây mấy ngày anh Đỗ Hồng Ngọc hỏi tôi có giữ tấm ảnh nào chụp ngày cưới của anh Thư chị Yến không? Tôi ngớ người, tự hỏi tại sao hai ông bạn Nguyên Minh và Lê Ký Thương dư thừa điều kiện và thời gian để làm việc này, chỉn chu như Võ Tấn Khanh cũng không nghĩ được để có một vài tấm ảnh ghi lại khoảnh khắc đáng nhớ này? [*] Lại nữa, người đã chở Trần Hoài Thư trên chiếc Vespa cà tàng đến tòa soạn Bách Khoa để hai anh chị gặp nhau cho đủ nghĩa "kỳ hình" là Đỗ Hồng Ngọc, thì lại nhè ngay trước ngày cưới vài hôm dính xuất huyết tiêu hóa, phải đi cấp cứu ở bệnh viện Chợ Rẫy, nên không có mặt trong ngày "đón dâu" đẹp "tựa ráng pha" này...

Sau 75, tôi chưa hề một lần gặp lại anh chị. Mãi đến năm 2001, sau khi tòa tháp đôi ở New York bị nhóm Hồi giáo cực đoan đánh sập, buổi sáng nọ đang cuốc đất ngoài vườn, bỗng nghe tiếng chuông reo. Vừa nhấc ống nghe, đã nghe giọng lập bập của Trần Hoài Thư, rồi tiếp sau là chị Nguyễn Ngọc Yến. Vẫn là những hỏi han về sức khỏe, gia đình, con cái... nhưng như người ở hai đầu dây là những người tù chung thân được ôm người tù khổ sai, vừa mừng vừa tủi đến chảy nước mắt! Và cho mãi đến hôm nay, mối chân tình vẫn gắn bó giữa anh chị và cụ nông dân hạng hai đang thoi thóp trong xã hội bị kềm tỏa đến tận cùng! Rồi, càng buồn hơn khi chị bị đột quỵ đến ba bốn lần, không còn nhận biết được điều gì. Không riêng gì anh Thư, tất cả anh em văn nghệ, người thân đều cảm thấy bị hẫng hụt khi sự chăm sóc của chị cho anh, cho TQBT, cho Di sản Văn học MN, mất dần, mất dần hy vọng sự trở về như xưa của chị.

Nguyễn Lệ Uyên
(Lái Thiêu, tháng 5/2021 - Nhuận sắc: tháng 12/2022)

HỒ CHÍ BỬU
THƠ TÌNH U 80

*Trần Hoài Thư tên thật Trần Quí Sách sinh năm 1942 tại Đà Lạt. SQTB khóa 24 Thủ Đức. Sau 1975 đi cải tạo 4 năm. Năm 1980 vượt biên và định cư tại Mỹ, tiểu bang New Jersey.

Tôi quen với anh năm 2006, lúc anh lên mạng sưu tập thơ của văn nghệ sĩ miền Nam trước 1975. Tôi liên lạc và gởi bài cho anh, anh dành cho tôi 8 trang trong tập Thơ Miền Nam Trong Thời Chiến tập 2, Tủ sách Di Sản Văn chương miền Nam, Thư Ấn Quán xuất bản năm 2007 tại Hoa Kỳ.

Năm 2008 anh gởi tặng tôi tập thơ QUÁN, anh bảo chỉ in một số ít tặng bạn bè thôi. Năm 2009 tôi gởi tặng anh tập thơ Gởi Người Chưa Một Lần Diện Kiến, trong đó có một bài tôi viết tặng anh. Sau đó tôi làm mất địa chỉ của anh nên không còn liên lạc, mãi sau này mới được kết bạn với anh trên FB. Đọc tập thơ QUÁN của anh, tôi tát nước theo mưa. Bài thơ tôi tặng anh:

ĐẦU NĂM VÀO QUÁN VỚI
TRẦN HOÀI THƯ

năm mới đại ca dẫn ta vào quán
quán từ miền trung dài đến miền tây
vào quán Qui Nhơn - không thăm Hàn Mạc Tử
xuôi đèo Mang Yang, An Khê qua tuốt Tam Quan

hứng chí đại ca đưa ta lên Buôn Mê Thuột
vượt thêm 100km chễm chệ ở Pleiku
đại ca ghiền café nên kêu toàn xây nại
ta uống bia lon bụng phệ hơi nhiều

xuống miền tây vào quán Cần Thơ, Chương Thiện
quậy tưng bừng mà cứ nhắc Qui Nhơn
có lẽ đại ca ta ghiền café quán nẫu
dừa Tam Quan – eng thì nó chẳng cho eng.

tóc chớm bạc - nét nhăn hằn khóe mắt
anh ngậm ngùi cái thuở trước ba mươi
ta đã hiểu nỗi lòng con thần điểu
đôi cánh kia đã gãy tự lưng trời

thôi chia tay để anh về New York
"Nữu Ước ta về, ghé lại Chinatown
ngồi quán bên đường, hâm tình Chợ Lớn" (*)
Bình Định vẫn hoài trong trái tim Thư!
Hồ Chí Bửu

(*) thơ Trần Hoài Thư

Hình thức sáng tác văn học phản ảnh cuộc sống, thể hiện những tâm trạng, những cảm xúc mạnh mẽ, bằng ngôn ngữ hàm súc.

Giàu hình ảnh và nhất là có nhịp điệu. Bàn về thơ, có người đã nhận định: "Thơ là một hình thái nghệ thuật cao quý. Người làm thơ phải có tình cảm mãnh liệt, thể hiện sự nồng cháy trong lòng. Nhưng thơ là tình cảm và lý trí kết hợp một cách nhuần nhuyễn và có nghệ thuật. Tình cảm và lý trí ấy được diễn đạt bằng những hình thức đẹp đẽ qua những lời thơ trong sáng vang lên nhạc điệu khác thường".

Thơ Cho Kẻ Cần Thoát Hiểm

Em bỏ đi, để lại những gì
Căn nhà bốn phòng, những ngăn những tủ
Những bức tranh sơn dầu lớn nhỏ
Những áo dài áo ngắn giày dép nữ trang

Em bỏ đi, vào nơi ấy, bảy năm
Bảy năm chỉ một mình tôi, căn nhà, vườn sau, sân trước
Em ơi năm này, trái hồng rụng hết
Chúng cũng buồn, buồn héo hắt như tôi

Như cọng bún dài tựa những con đỉa sâu
Tôi phải dùng kéo cắt đi nỗi buồn từng khúc
Hôm nay, thêm một ngày, khẩu phần tiếp tục
Một bao mì gói, một bịch bún tươi

Năm phút microwave, chừng ấy lót đời
Tôi càng thương em, tám năm không nhìn bát phở
Cám ơn em về những món đồ em bỏ dở
Chiếc xe lăn, những thanh vịn bắt vào tường

Tôi thay em tiếp cuộc hành trình
Bước thấp bước cao cứ bám hoài mệt lả
May mắn là tôi không ngã quỵ
Không vào nhà dưỡng lão như em

Nên tôi sẽ tự làm tài xế cho mình
Ngày ngày tập tôi một mình chiến đấu
Và sáng hôm nay, tôi hiên ngang xuống thềm tam cấp
Mặt khỏi cần đeo mặt nạ khẩu trang

Ngồi vào xe, và rồ máy, máy êm

Tôi biết tôi sắp là người hạnh phúc...
Ở trên nhành sồi, tung tăng đôi sóc
Chắc chúng cũng chia mừng hạnh phúc của tôi

Hạnh phúc bởi vì tôi có thể tự lái đến một nơi
Sẽ trở lại con đường với những nhánh cành đan nhau tình tự
Ngày thứ sáu, bốn ngôi giáo đường đóng cửa
Nhưng những hồi chuông rộn rã dành tôi

Dành tôi, tôi người tật nguyền
Tự lái xe đi thăm người mình yêu dấu
Lá trời xanh mây trắng
Sẽ bước thật nhanh mà không lo vấp ngã

Ở nhà tôi chỉ vịn vào thành lan can gỗ
Bên em tôi vịn vào lan can tình
Ở nhà lòng tôi già úa bao nhiêu
Bên em chiếc xe tình làm tôi trẻ lại.
Trần Hoài Thư

Đọc xong bài thơ tôi lặng người. Nỗi buồn như vây quanh tôi – cảm xúc rã rời. Đau nhói. Tình của nhà thơ U80. Không còn là thơ tình thời trai gái sôi nổi, bồng bột. Mà là tiếng nói của da diết đan xen với cảm xúc trấn an mình bằng hoài niệm:

"Em bỏ đi, vào nơi ấy, bảy năm
Bảy năm chỉ một mình tôi, căn nhà, vườn sau, sân trước
Em ơi năm này, trái hồng rụng hết
Chúng cũng buồn, buồn héo hắt như tôi"

Một tấu khúc toàn là nốt trầm – trên cơ sở này đã xuất hiện một khái niệm về chất thơ, giàu cảm xúc, nội dung cô đọng, ngôn ngữ giàu hình ảnh và nhịp điệu. Bảng lảng ở đâu đó lời nhắn nhủ với gió mây đưa về em, người mà tôi sẽ vắt cạn máu tim để viết lên bằng ngôn ngữ. Chỉ cho em. Chỉ mình em thôi.

Thơ là hình thái văn học đầu tiên của loài người. Vì thế, trong lịch sử văn học của nhiều dân tộc, nói tới thơ ca tức là nói đến văn học.

"Em ơi năm này, trái hồng rụng hết
Chúng cũng buồn, buồn héo hắt như tôi"

Vắng em rồi, không phải chỉ mình tôi buồn, mà lá cỏ sân vườn, trái hồng rụng hết. *Chúng cũng buồn, buồn héo hắt như tôi.* Ngậm ngùi. *Buồn héo hắt như tôi.* Đau. Nghèn nghẹn nơi lồng ngực. Xót xa. Tôi đọc thơ của anh khá nhiều, nhưng chưa có bài nào xúc động bằng bài thơ này. Thơ mang màu sắc tự do, không câu thúc, phóng khoáng, nhiều khả năng miêu tả và biểu hiện rất phong phú. Về số câu và số từ trong bài không hạn định, có âm thanh và tính nhạc. Không có tính chất gò bó về hình thức, diễn đạt một cách đầy đủ, sinh động. Tuy vậy, vẫn xuất hiện một số lĩnh vực nhất định: Bày tỏ nỗi lòng của tôi khi vắng em, Những vật chung quanh ngày xưa tôi yêu thích, giờ thì lạnh nhạt, vô tri trong tôi khi không còn em hiện diện bên mình. Thuật ngữ của tấu khúc này là Bi ca.

"Như cọng bún dài tựa những con đỉa sâu
Tôi phải dùng kéo cắt đi nỗi buồn từng khúc "

Một cách nói ước lệ. Triết học. Tư tưởng Rimbaud. Trong "Thời Của Những Kẻ Giết Người", Henry Miller đã nói về Rimbaud như thế. Thơ tự do xuất hiện từ nhu cầu đòi hỏi thơ đi sát với cuộc đời hơn, phản ảnh được những khía cạnh mới của cuộc sống, đa dạng, thể hiện được cách nhìn nghệ thuật. Trong lĩnh vực văn học, sự nảy sinh của nó thường gắn liền với những biến chuyển nội tâm. Trên thế giới, Uytman, P. Neruda, N. Giden, v.v… đã viết như thế. Rimbaud đã từng gào lên: "Merde pour moi" (Ta đã chết). Vô cùng tuyệt vọng. Trong niềm tuyệt vọng kiêu hãnh này – ta còn có em. Thơ tình U80 của Trần Hoài Thư là thế.

Hình thức nội tại của *hình tượng nghệ thuật* thể hiện tính chỉnh thể của nó. Cũng như *không gian nghệ thuật* sự miêu tả trong văn học nghệ thuật bao giờ cũng xuất phát từ một điểm nhấn nhất định. Trần Hoài Thư đã làm được trong hai lĩnh vực này. Sau cùng, tôi xin cảm ơn trung úy Trần Quí Sách, trung đội trưởng trung đội thám kích 405 cũng là nhà văn, nhà thơ Trần Hoài Thư, người đã vắt cạn máu tim để viết lên ngôn ngữ. Trân trọng.

Hồ Chí Bửu

LÊ HÂN
CẢM NHẬN VỀ NHÀ VĂN TRẦN HOÀI THƯ

Nhà văn Trần Hoài Thư và anh tôi, Lê Ngọc Châu, là bạn hữu, Hình như họ gặp nhau trong quân trường Bộ Binh Thủ Đức, khi cùng theo học khóa 24, năm 1966. Trong thời kỳ này, tôi đang ở nội trú tại Trung tâm Đắc Lộ và học ở Chu Văn An Sài Gòn. Sau đó tôi được học bổng chính phủ, và qua Mỹ du học. Thú thật, tôi không biết nhiều về nhà văn Trần Hoài Thư, cũng như hầu hết các nhà văn thơ Việt Nam khác.

Từ khi chính thức điều hành nhà xuất bản Nhân Ảnh do anh Luân Hoán dựng nên, tôi mới bắt đầu giao thiệp chút chút với một số người cầm bút. Và dĩ nhiên những tên tuổi như Trần Vấn Lệ, Song Thao, Hồ Đình Nghiêm, Trần Hoài Thư, Lữ Quỳnh... đều hân hạnh nghe qua và đọc đến.

Hôm nay, Ngôn Ngữ số 24 vinh hạnh giới thiệu một phần nhỏ sự nghiệp văn học của nhà văn Trần Hoài Thư, với tư cách trị sự tòa soạn, tôi cũng muốn viết ít dòng về anh Thư, như lưu một kỷ niệm của một người trực tiếp thực hiện số báo với nhà văn nhà thơ xuất sắc một cách đặc biệt này.

Cảm nhận thơ văn là việc tôi chưa từng làm qua. Nên chỉ xin chia sẻ chút ít tình cảm riêng với tác giả Trần Hoài Thư cùng phu nhân của anh.

Trước nhất xin tỏ sự thán phục công sức sinh hoạt, cụ thể qua việc một mình làm nên một tạp chí văn học từ A đến Z của anh. Tôi đang làm báo nên biết được sự vất vả của trò chơi. Làm được tờ Thư Quán Bản Thảo, sống trường kỳ đến bây giờ, không những là người có lòng, có tài mà phải giàu nghị lực, thương quý chữ nghĩa rất mực nồng nàn. Gần đây, những đoản văn ngắn ngắn, có đề hoặc không có đề, anh viết vội trên FB làm tôi vô cùng cảm động. Thân phận con người khi cuối đời, phải nằm ở nursing home anh ghi lại là những thao thức xót lòng của đời người. Những bài viết gọi là tản mạn ví như bài "Nhỏ Nhoi Như Hạt Bụi" của anh, không ai có thể đọc bằng lòng dửng dưng, chỉ thả nhẹ một cái "like" chung chung.

Viết văn, làm thơ căn bản là thể hiện sự chân thật của xúc cảm. Tuy chưa được đọc nhiều về Trần Hoài Thư nhưng tôi tin trong văn thơ anh, tài hư cấu khá khiêm nhường. Ngoại cảnh, đời thường, dành cho mắt anh mục kích và lòng anh mang chúng lên chữ viết một cách giản dị, dễ cảm đến độ minh bạch nhất. Một người cầm bút phần đông có sở trường, sở đoản trong từng thể loại. Nhưng với Trần Hoài Thư, rõ ràng đề tài nào, sự giản dị nói lên tâm cảm mình là điều cần có và thường trực. Thơ văn của anh dù ngắn hay dài cũng là những tác phẩm có từ tình yêu thương. Từ đó những bản in chói những giá trị văn học nghệ thuật. Có thể tôi chưa diễn đạt được sự cảm nhận riêng của mình đối với anh, nhưng chắc chắn đây không phải là lời khen xã giao. Tôi đứng chung trong hàng ngũ bạn đọc quý thích sáng tác của Trần Hoài Thư. Giản dị như vậy.

Kính chúc anh chị dù thế nào cũng luôn được an lành và vượt qua những khổ nạn hiện nay.
Tôi tin điều đó, bởi sự lạc quan của anh chị, cả hai đều là người của chữ nghĩa, sách vở.

Lê Hân
2023

QUAN DƯƠNG
VÀI KỶ NIỆM VỚI ANH TRẦN HOÀI THƯ

Cuối năm 71 tôi bị thương ở Buôn Hô và được đưa về điều trị tại Quân Y Viện Ban Mê Thuột. Nằm cạnh giường sát bên tôi là một trung úy của sư đoàn 23 với cặp kính cận dày cộm có sợi dây thun buộc phía sau. Đó là trung úy Trần Quí Sách tức nhà văn Trần Hoài Thư. Thế là hai người quen nhau. Thuở đó tôi không biết viết lách là gì mặc dù rất mê đọc sách. Tôi thích các câu chuyện tình nhẹ nhàng loại hoa tím của Tuổi Hoa, các bài viết trên Văn, Văn Học, Bách Khoa v.v... và vì là lính nên tôi vô cũng tâm đắc với thơ văn của các nhà văn quân đội. Nhà văn Trần Hoài Thư là một trong số những nhà văn mà tôi mến mộ. Đâu nghĩ có một ngày tôi và anh lại nằm cạnh giường nhau trong quân y viện. Những buổi sáng sau khi chờ bác sĩ khám thương bệnh binh xong thì đám sĩ quan còn trẻ liền vội vã lột bộ đồ của bệnh viện đang mặc trên người và sau đó là màn chui rào ra thành phố Ban Mê Thuột để đi lòng vòng. Đời lính nhất là lính tác chiến ít khi có cơ hội đi bát phố ngoài những lúc bị thương nhẹ hoặc bị bệnh được nằm điều trị tại các quân y viện. Do đó trong những lần đi chơi với anh tôi thật là thích. Dù đã nửa thế kỷ trôi qua rồi nhưng tôi vẫn còn nhớ lời anh nói còn sống ngày nào thì cứ an nhiên ngày đó hơi đâu bận tâm chiến trường đang chờ. Thấy chiếc kính cận dày cui anh đeo có cột sợi dây thun khi tròng qua đầu tôi hỏi sao phải làm vậy thì anh trả lời nhờ sợi dây thun này mà mỗi lần nhảy trực thăng không bị rớt. Anh còn nói khi đụng trận mà hai con mắt không nhìn thấy địch quân thì làm sao mà đánh đấm. Hai anh em cười rất hồn nhiên và tôi không ngờ là các nhà văn sao gặp ngoài đời dễ gần gũi đến thế. Cơ duyên giữa tôi và anh Trần Hoài Thư chỉ có thế vì vài tuần sau thì xuất viện tôi trở về đơn vị của tôi và anh trở về đơn vị của anh. Cuộc hạnh ngộ đưa đẩy chỉ có bấy nhiêu và đời lính tôi chẳng bao giờ nghĩ rằng điều diệu kỳ đó xảy ra lần nữa. Nhất là tiếp theo biến cố tháng 04/75, những người lính tan đàn xẻ nghé không ai còn nghĩ sẽ có ngày gặp lại.

Thập niên 90 những năm đầu mới qua Mỹ tôi có mua một chiếc xe cũ để đi làm. Chiếc xe ì ạch và mỗi lần lăn bánh thật nặng nề chẳng khác chi cuộc hội nhập nơi xứ người. Những sáng thức dậy đi làm, những tối lái xe về càng ngày càng thấm, tôi mới gửi tâm sự này vào bài thơ Chiếc Xe Cũ và gửi cho báo ở Boston do anh Việt Hùng và Hồ Công Tâm phụ trách. Hai tuần sau được anh Việt Hùng nhắn tin trên báo là có nhà văn Trần Hoài Thư thích bài thơ Chiếc Xe Cũ và gửi lời thăm tác giả. Qua phone tôi liên lạc lại với anh và lúc này anh mới phát hiện ra tôi là người lính nằm chung quân y viện Ban Mê Thuột của 40 năm trước. Sau đó thì chúng tôi gặp lại ngoài đời. Anh nói viết là phản xạ của sự đau và khuyến khích tôi cầm viết để diễn tả sự đau đó cùng những gì nếm trải. Nhờ anh khuyến khích tôi bắt đầu mạnh dạn làm thơ và theo anh leo lên chiếc cầu văn thơ nơi hải ngoại. Anh ký tặng tôi tập truyện ngắn "Ra Biển Gọi Thầm" mà anh vừa xuất bản. Đó cũng là lần đầu tiên tôi được chính tác giả ký tặng sách trực tiếp.

Cho dù sau này tôi có vài ba tác phẩm xuất bản để góp vui cùng làng viết lách và quen được nhiều hảo hớn trong giới văn chương thì anh Trần Hoài Thư vẫn là người anh đầu tiên đưa đường chỉ lối cho tôi đi cùng. Nhớ mãi lần anh chị Trần Hoài Thư đến New Orleans thăm vợ chồng tôi và vợ chồng nhà văn Nhật Nguyễn & Hữu Việt. Mấy anh em rủ nhau đi dạo phố New Orleans.

ĐÊM DƯỚI PHỐ NEW ORLEANS
cùng Trần Hoài Thư, Nhật Nguyễn và Hữu Việt

Nửa đêm trở giấc không ngủ được
Rủ Trần Hoài Thư xuống phố chơi...

Rủ thêm Nhật Nguyễn cùng Hữu Việt
Bốn kẻ tha hương. Quán cóc ngồi

Quán cóc. Chùm hum đêm một góc
Rót tỉnh vào ly đựng cơn say
Chai bia trúng gió bầm con mắt
Điếu thuốc nhoai tàn qua ngón tay

Cô gái khỏa thân cong người múa
Nhếch mép cười sau lớp hóa trang
Cũng giống như ta đeo mặt nạ
Góp đời năm ba phút vui chung

Trần Hoài Thư tới từ New Jersey
Mang bình chiến trận rót vào ly
Uống thể như quên niềm phế phủ
Xanh vùi từ lúc bỏ ra đi

Hữu Việt đạn xuyên ngang cuống họng
Nhân đạo còn chừa lối tử sinh
Bàn tay trái cụt ngoe ba ngón
Nghiêng tháng năm xưa rót chiến trường

Nhật Nguyễn cụng ly cùng ký ức
Giọt rượu thừa lên đuôi mắt cong
Đất trú đêm dài đen màu tóc
Đen như đang nửa kiếp thay dòng

Bạn ta còn được bao nhiêu hỡi
Sống sót sau lần đau biển dâu
Đâu dễ mấy khi mà hạnh ngộ
Đợi gì không tỉnh để cùng say

Uống đi ai cũng đều tan tác
Đứng giữa đất trời đêm lưu vong
Đưa mắt dõi về nơi cố lạc
Thấp thoáng mây xa đám lục bình

Quan Dương

TRẦN HUIỀN ÂN
VÀI KỶ NIỆM VỚI TRẦN HOÀI THƯ

NGÔN NGỮ số đặc biệt về Trần Hoài Thư. Đáng lý tôi phải có một bài viết mang tính văn học, nêu ra một số nhận xét – tất nhiên là chủ quan, của riêng tôi – về thơ văn Trần Hoài Thư, mới phải. Đang những ngày cuối năm, không làm việc gì – già rồi, làm gì nữa – nhưng chẳng là rảnh rỗi, con cháu tụ về, đông đảo, ồn ào. Không có cách nào để lật những trang tư liệu, đọc lại, suy nghĩ... Mà không viết thì thấy thiếu sót. Nên kể ra đây vài kỷ niệm ngày... xưa với bạn. Tôi cũng ngại là sẽ bị lạc lõng giữa bao nhiêu ý kiến uyên thâm... song tự an ủi rằng cốt ở cái tình. Nếu Luân Hoán thấy dùng được, xin tất cả cùng thông cảm cho...

Nếu tôi nhớ không lầm thì gặp Trần Hoài Thư lần đầu khoảng năm 1969. Ba người từ Bà-Gi vào Tuy Hòa là Trần Doãn Dân, Trần Hoài Thư và Nguyễn Kim Phượng. Dân và Thư sơ ngộ, còn Phượng (Nguyễn Phú Long) đã gặp trước đó, khi anh vào Tuy Hòa chấm thi. Lần đó, hình như chúng tôi chỉ đi chơi quanh quẩn trong thị xã, cà phê thuốc lá thôi. Nhưng tình cảm giữa bốn người đã ươm mầm để nảy nở về sau.

Về sau. Là có mấy lần tôi ra Bà-Gi. Có lần với Mang Viên Long, có lần với Phan Việt Thủy. Ghé lại chỗ Doãn Dân trước, đến câu lạc bộ, gặp Nguyễn Kim Phượng, rồi Trần Hoài Thư. Có lần, năm người (không có Phan Việt Thủy) trên chiếc Jeep do Doãn Dân lái chạy theo quốc lộ 1, ra hướng bắc, không biết tới đâu. Một chặp ghé vào quán nước hay bãi biển trò chuyện tứ tung. Những chuyện không có chủ đề, vu vơ thôi, mà vui, thật vui...

Có lần Dân, Thư, Phượng vào Tuy Hòa, bốc tôi vô Nha Trang. Vợ Dương Kiền đang vào Sài Gòn, thật tiện để chúng tôi nghỉ lại nhà Dương Kiền, tự do... như nhà không có chủ. Chúng tôi gặp ông Võ Hồng, Duy Năng (sau Võ Hồng thì Duy Năng là Niên trưởng), ngồi ở Cà phê Trang (đường Lê Thánh Tôn) có Tần Vy, Cà phê Kỳ Ngộ (đường Phước Hải) có Minh Nguyệt – cô bé Bắc Kỳ nho nhỏ cháu Doãn Dân. Nhậu thì có Phạm Kim Khải, Lê Minh nữa. Duy Năng thích ngồi vỉa hè, anh gọi đó là "Restaurant de La Hiên". Hiên là hiên nhà, bàn nhậu ngoài hiên. Lại vui, thật vui...

Hay cái thời ấy chúng tôi tuy không còn trẻ nhưng chưa già, tấm lòng vẫn đang phơi phới? Thật sự thì chỉ có Trần Hoài Thư còn trẻ.

Từ ngày Thư vào Nam đến nay chúng tôi chưa có dịp gặp lại nhau.

Năm ấy... Tình cờ cô Mỹ Dung – dân Vĩnh Long, định cư ở Mỹ - thấy địa chỉ Trần Hoài Thư, biết là Thư quen tôi, điện thoại hỏi, Thư liên hệ về Việt Nam, gặp Nguyễn Lệ Uyên. Thế là tôi được "gặp" lại cả Trần Hoài Thư và Mỹ Dung.

Tôi được đọc một số tập Thư Quán Bản Thảo, được Thư in lại Thuyền Giấy trong khuôn khổ bảo tồn văn học Miền Nam. Mới đây, con gái Doãn Dân về có đem cho tôi bản đặc biệt Thư ký tặng.

Không gặp nhau nhưng tôi vẫn theo dõi công việc của Thư, hoàn cảnh và sức khỏe của Thư và Yến. Thật cảm phục công lao của Thư bao nhiêu năm nay. Nhìn ảnh Trần Hoài Thư lần họp mặt ở nhà con gái Doãn Dân, mái tóc bạc trắng, dáng đứng, dáng ngồi vẫn còn phong độ. 1969 đến nay đã 55 năm! "Trấp tải hậu tang thương đa biến cuộc", hơn 2 lần, gần 3 lần trấp tải, còn nhìn thấy hình ảnh nhau, quý lắm.

Mấy bạn văn ở Bình Định hồi ấy... Doãn Dân ra đi quá sớm, Mang Viên Long cũng vội vã, tôi có gặp lại Lữ Quỳnh ở Tuy Hòa, gặp lại Nguyễn Kim Phượng ở Sài Gòn, chưa gặp lại Trần Hoài Thư nhưng vẫn cảm thấy rất gần gũi trong thâm tình.

Trần Huiền Ân
(Tuy Hòa, ngày lạnh cuối năm Nhâm Dần 11-1-2023)

TRẦN VẤN LỆ
TRẦN HOÀI THƯ CON ONG LÀM TỔ

Trần Hoài Thư là người tôi biết tên và biết tiếng. Anh sinh cùng năm với tôi, 1942, nên chúng tôi nhập ngũ cùng một khóa 24 Sĩ Quan Bộ Binh Trừ Bị Thủ Đức, năm 1966 ra trường năm 1967. Chúng tôi cùng giống nhau... là "thặng dư tài nguyên" nhiều khóa nên được hoãn hoài, từ khóa 19 đến hết khóa 23. Khóa này có nhiều người "lớn tuổi" một chút mà "lớn danh" thì nhiều, nhiều lắm, như Nguyên Sa, Lưu Trung Khảo, Luân Hoán, Trần Hoài Thư... Các "ông" ấy trình diện sớm nên ở các Đại Đội "đâu vào đó" hết rồi (từ Đại Đội 12 trở lên), tôi thì chậm nên ở trong danh sách Đại Đội 18. Đại Đội 18 đa phần đến từ Nha Trang, Quy Nhơn, Phan Rang, Phan Thiết vì Trung Tâm Nhập Ngũ Số 2 di chuyển từ Tháp Chàm (Ninh Thuận) ra Diên Khánh (Khánh Hòa) nên chậm trễ. Đại Đội 18 vì thế mà có sĩ số hơi cao, hơn 200 Sinh Viên Sĩ Quan. Tôi ở Trung Đội 4, kết thân với vài anh là Giáo sư Công hay Tư ở Nha Trang, Phan Rang, Phan Thiết như Trần Xuân Hiền, Lê Văn Trợ, Phan Văn Hộ, Nguyễn Bình Thuận, Nguyễn Văn Phương, Dương Trọng Khương, Võ Đăng Sâm... Chúng tôi kết thân là để chào hỏi nhau như anh em thân thiết, rủ đi ăn cơm các quán Xuân Hương, Diệm Song, Khu Thiết Giáp chớ chẳng để làm chuyện gì ngoài chuyện "thụ huấn quân sự". Những cái tên tôi nhớ và nêu trên đây thì anh em trong cùng Đại Đội đa số là quen biết vì cùng địa phương "đã biết rồi". Họ và kể cả tôi, không ai "nổi tiếng, nổi tăm". Tôi nhớ chắc không nhầm: Đại Đội 18 tôi không có ai là nhà báo, nhà văn, nhà thơ...

Những anh em cùng Đại Đội dễ thương nhất là các bạn người Nùng như Woòng Nhặt Sáng, Vòng Thín Pảo, Vòng Chay Dân... Chúng tôi đều biết chung cùng khóa có Nguyên Sa, Luân Hoán, Lưu Trung Khảo, Trần Hoài Thư... nhưng không quan tâm vì những "vị" này họ có phần công tác đặc biệt về tờ báo Bộ Binh thay đổi "giao diện" cho phù hợp với "tình thế mới", đồng thời cũng do ý muốn của Đại Tá Lâm Quang Thơ, một người Chỉ Huy rất dễ thương, quan tâm bao quát không bỏ sót người nào. Số Sinh Viên Sĩ Quan có "biệt tài văn nghệ hay võ nghệ" trên dưới mười người thì được phần ưu ái, chẳng ai trong "chúng bạn" than phiền... Thật tình là suốt chín tháng quân trường, tôi chưa gặp họ (có người xong giai đoạn một thì đi ngành, như Nguyên Sa, Lưu Trung Khảo...), giai đoạn hai hầu như xáo trộn đơn vị (tôi về Đại Đội 1, chẳng hạn), anh em phân tán. Kỷ niệm ở quân trường hoặc là không có, hoặc là có mà không đậm đà... vì tương lai của Bộ Binh là... Chết! Chúng tôi mong tới ngày mãn khóa, được nghỉ phép hai tuần trước khi nhận nhiệm vụ, thế thôi! An Cư Tư Nguy!

Trần Hoài Thư ở lính là Trần Quí Sách...

*

Từ khóa 24 SQTB/Thủ Đức về trước, chính xác là từ khóa 12 SQTB/Thủ Đức trở đi, nhiều người có tiếng tăm hoặc có chức danh "lớn" đều phải nhập ngũ, như Giáo sư Nguyễn Ngọc Linh, Tổng Giám Đốc Nha Điện Ảnh Đỗ Tiến Đức, nhà báo Phạm Quốc Bảo... Họ ra trường thường được bố trí công tác văn phòng, không tác chiến. Bên giới văn chương, người ta thấy có các thi sĩ Tạ Ký, Thái Tú Hạp... Y Uyên thì nhập ngũ khóa 27, khóa cuối mang 9 nút (2 + 7 = 9). Sau khóa 27 là khóa 1/68... đặt tên khóa theo từng năm (sau 1968 là 1969... 1974 + đứt phim!); quân trường Thủ Đức không đủ chỗ thì đưa ra Đồng Đế (Nha Trang) hay lên Long Thành (Biên Hòa). Quân trường Thủ Đức tính từ ngày thành lập 1953 đến 30-4-1975, "sản xuất" khoảng 200.000 Sĩ Quan Trừ Bị mà số còn sống để đi tù Cải Tạo, sau tháng 4-1975 và vượt biên, nếu có dịp họp mặt nhau... còn rất ít. Điều này nói lên sự khủng khiếp của cuộc chiến tranh Việt Nam như thế nào. Xuất thân trường Bộ Binh, ai chạy được thì đi ngành (Sĩ Quan Hành Chánh Tài Chánh, Quân Nhu, Quân Cụ, Công Binh...), đa số thì nhận nhiệm vụ tại các Tiểu Khu tức tăng phái cho lực lượng Địa Phương Quân trong tư cách Chủ Lực Quân Biệt Phái. Các nhà văn, nhà thơ có tiếng thường được ưu ái đưa về Cục Tâm Lý Chiến. Nhà văn Y Uyên cũng được như thế nhưng giấy tờ đến chậm một tháng, rồi, mà lỡ một cuộc hành quân đành phơi xác chiến trường tại Phan Thiết... Tôi vào Trại Cải Tạo ngày 8 tháng 6 năm 1975, đọc báo Sài Gòn Giải Phóng thấy họ "kết toán" mới tập trung được 65 ngàn sĩ quan Ngụy... Sau đó, tôi chuyển trại khác, đôi khi được đọc báo Nhân Dân, Quân Đội Nhân Dân... không thấy nói gì về việc Tập Trung Cải Tạo. Tất cả đều Ấm No, Tự Do, Hạnh Phúc! Thời thế, thế thời, thế thời thôi!

Coi như suốt một thời gian dài (từ 1975 đến 1990), không ai để ý về sinh hoạt văn học nghệ thuật (tiếp nối) của các nhà văn, nhà thơ, họa sĩ, điêu khắc gia miền Nam. Đúng ra là nhiều người ra mặt hợp tác lập công với chế độ mới, cụ thể là Trang Thế Hy, Vũ Hạnh, Thái Lãng, Trần Hữu Lục, Lê Văn Ngăn, Từ Kế Tường. Họa sĩ Chóe... Những nhà văn, nhà thơ có đeo lon QLVNCH như Thái Tú Hạp, Thế Viên, Thanh Tâm Tuyền, Cao Mỵ Nhân, Trần Hoài Thư... đều đi tù!

Tôi tới Mỹ cuối năm 1989, đọc báo gặp lại nhiều người xưa như Hà Thúc Sinh, Thái Tú Hạp, Vi Khuê, Trần Hoài Thư... Trong bốn người này, trừ bà Vi Khuê, ba người kia đều có Học Tập Cải Tạo và đều vượt biên bằng ghe. Từ từ, tôi gặp lại nhiều người hơn nhưng họ ra đi trong chương trình Hồ Sơ Chữ H (Học Tập Cải Tạo tròn 3 năm trở lên) được chính phủ Mỹ chấp nhận là Tỵ Nạn Chiến Tranh... chớ không phải Tỵ Nạn Cộng Sản và xếp vào diện ODP / Ra Đi Trong Vòng Trật Tự. Từ năm 1991 trở đi tình hình sinh hoạt báo chí và văn thơ Việt Nam Ngoài Nước mới rầm rộ và khởi sắc. Sự sinh hoạt tinh thần này xẹp lép từ đầu năm 2000 khi computer ra đời, các vị chủ báo chỉ cần một thư ký... rút bài có sẵn hay nhận bài tác giả tự đánh máy xong xuôi.

Trần Hoài Thư có mặt trên nước Mỹ từ cuối thập niên 1970, diện vượt biển, chỉ lo đi học, đi làm để kiếm chữ, kiếm tiền. Mãi khi vợ con cũng tới bến thì vợ chồng lo làm thuê. Trần Hoài Thư lác đác có thơ, truyện trên báo anh em thôi... Tiếng tăm chìm!

Trần Hoài Thư nhờ vợ mà cũng nhờ cái tên cha mẹ đặt mới trở lại với chữ. Họ tên khai sinh của Trần Hoài Thư là Trần Quí Sách. Anh nghe lời vợ làm cái nghề lượm lặt sách báo thời Việt Nam Cộng Hòa, nơi trữ nhiều nhất là Thư Viện Cornell, New York. Vợ chồng o bế từng cuốn sách mượn được, về nhà đánh máy lại..., mua máy in, giấy in, mực in và "tha hồ" in, tự đóng xén lấy và... rao tặng bạn bè (gia đình sống bằng lương lao động, chị Yến muốn chồng in sách, đóng sách tặng thôi, không bán). Một chuyện công phu, coi như Thế Thiên Hành Đạo! Vô hình trung, tại Việt Nam, nhà thơ Thành Tôn, ở Cải Tạo ra, cũng "sưu tập" sách cũ... cất dành trao cho tác giả nếu có dịp gặp nhau. Thành Tôn qua Mỹ, đem số sách đó theo và làm việc "từ thiện văn chương" rất là ngoạn mục...

Quí Sách: Yêu sách lắm lắm!
Hoài Thư: Nhớ sách lắm lắm!

Đời Trần Hoài Thư nằm trong cái khuôn... bánh Trung Thu made in trên trời! Vừa là Trần Quí Sách vừa là Trần Hoài Thư!

*

Tôi viết "Bài về Trần Hoài Thư" này sau cơn Covid-19 hơi nặng. Tôi thành thật thưa rằng tôi viết để như có bài "nộp" cho Thầy Cô thôi chớ không phải viết do hứng thú! Trần Hoài Thư không "tầm thường" đâu, anh ấy là tấm gương cần mẫn và khổ nhục. Đi lính, anh thuộc thứ "lính dữ", sống ít chết nhiều (Thám Kích). Có vợ, có con, trong túng đói, sau Cải Tạo 4 năm, anh đi bán cà rem kiếm sống. Vợ chồng Trần Hoài Thư có một đứa con trai, đã thành tài ở Mỹ, cháu làm việc xa cha mẹ... từ khi có việc làm! Chị Yến là người yêu, là người vợ, là người "đỡ đần" cho Trần Quí Sách tuổi con ngựa đi theo đường mã lộ thủy chung! Tiếc Chị Yến đang ở Nursing Home, không biết gì nữa dù chồng con có được phép thăm, có săn sóc hàng tuần. Chuyện xảy ra khá lâu và chắc không có thể bình phục như mười năm xưa!

Trần Hoài Thư và vợ, khi chị Yến chưa ngã bệnh, từ New Jersey có lần xuống Nam California thăm bạn bè, không thăm tôi vì chúng tôi chưa hề quen nhau. Tôi không cố tình xuất hiện khi Trần Hoài Thư đến cà phê Factory Santa Ana gặp khá đông bằng hữu. Chị Yến nghe nói có tôi nên bảo chồng, Trần Hoài Thư, đến nắm-tay-một-cái! Chuyện ở quán cà phê rôm rả thân tình, tôi không góp ghế vì tôi đã có bàn riêng với các bạn... lạ. Sau đó về nhà Họa Sĩ Nguyễn Đình Thuần thì vợ chồng Trần Hoài Thư có ghé lại uống coca cola. Chị Yến (chị Yến thôi) ngồi trước mặt tôi nói "Thơ anh Trần Vấn Lệ hay, tôi rất thích". Tôi cảm ơn Chị và... vậy cho ổn, tôi và nhiều bạn uống bia, chúng tôi bận uống bia (có người uống rượu, có người uống nước lọc, nước ngọt). Nơi nhà Họa Sĩ Nguyễn Đình Thuần nhiều năm anh em có nhiều dấu ấn và cũng có nhiều anh em đi luôn không ghé lại nữa...

Sau lần gặp vợ chồng Trần Hoài Thư ở California, tôi có gửi hai lần các tập thơ của tôi lên New Jersey tặng "anh chị Trần Hoài Thư". Không lần nào tôi có hồi âm dù tôi có ý nhắc khi viết thêm email không được reply bao giờ. Tôi biết mình vô duyên lắm và cũng xấu hổ nữa. Chị Yến bệnh. Tôi nghĩ đương nhiên Trần Hoài Thư phải lu bu. Tôi thích Thơ và Truyện của Trần Hoài Thư ở mức cần đọc không yêu cầu cần có cho đỡ ghiền - lối diễn tả của Trần Hoài Thư đằm thắm mượt mà dễ thương nhưng vô-cùng-từ-tốn. Việc Trần Hoài Thư khâu vá di sản văn học miền Nam thời chế độ Cộng Hòa thì nhất định phải ghi nhớ và trân trọng!

Tôi biết Trần Hoài Thư vừa qua một cơn đột quỵ, đã hồi phục chớ chưa bình phục. Chị Yến vậy vẫn vậy. Trần Quí Thoại, Y Khoa Bác Sĩ, con của anh chị Sách-Yến ở Tiểu Bang khác, gần New Jersey, xa cha mẹ vì đường xa. Ai cũng cô đơn (nghĩa là có tôi) nhưng sự bình tâm để bình thường có vấn đề nên không có gì mà trách móc.

Tôi xin anh Trần Hoài Thư đọc được những lời tôi viết hôm nay coi như một bức thư... rời... rã, nhắc những gì còn nhớ, nhớ những gì sẽ quên. Tôi đọc bài của nhiều người viết về Trần Hoài Thư, tôi thích lắm cơ vì đầy đủ và nghiêm cẩn (như bài của Trần Thị Nguyệt Mai, bài của Bác sĩ Ngô Thế Vinh...). Tôi thấy Trần Hoài Thư và Phạm Văn Nhàn vừa xong một cuốn sách nói về các tác giả Phan Thiết, có nói đến tôi, tôi không biết làm sao để có... Xin anh Trần Hoài Thư và anh Phạm Văn Nhàn nhận nơi đây lời cảm ơn của tôi! Các anh là những con ong làm tổ!

Merry Christmas 2022!
Happy New Year 2023!

Trần Vấn Lệ

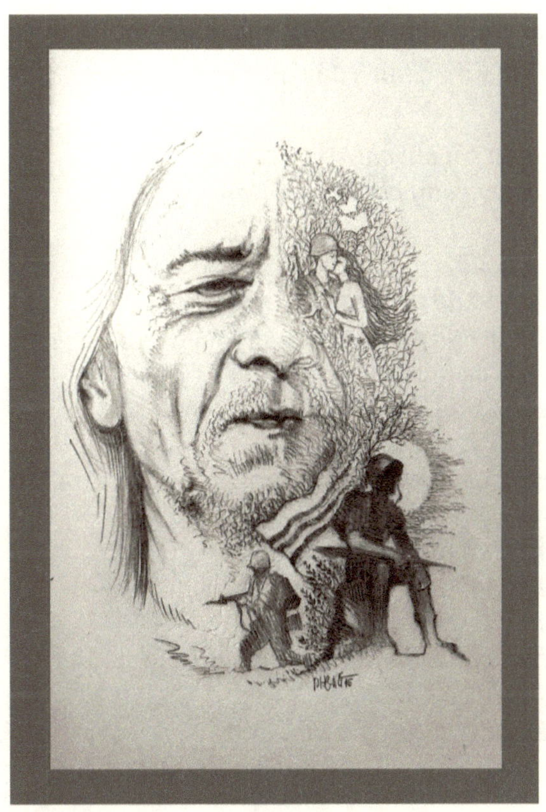

Trần Hoài Thư qua phác họa của Phong Dinh

TRẦN THỊ NGUYỆT MAI
Trần Hoài Thư và Thơ Tình Tuổi Tám Mươi

Thư Ấn Quán đã phát hành "Thơ Tình Tuổi Tám Mươi" [1] của Trần Hoài Thư. Có thể bạn đọc nhíu mày, "Trời đất! Tám mươi tuổi mà còn làm thơ tình!" Vâng, tình cảm con người mà! Làm sao tránh khỏi được chữ tình? Bằng chứng, ngày xưa, cụ Nguyễn Công Trứ có bài hát nói "Vịnh Chữ Tình", đã chia sẻ:

Cái tình là cái chi chi?
Dẫu chi chi cũng chi chi với tình.

Đa tình là dở,
Đã mắc vào đố gỡ cho ra.
Khéo quấy người một cái tinh ma,
Trói buộc kẻ hào hoa biết mấy.
(Nguyễn Công Trứ – Vịnh Chữ Tình)

Còn ngày nay, ở tuổi 80, trong Thay Lời Tựa, THT đã tỏ bày:

Bây giờ chẳng có mây bay
Bây giờ chẳng có móc ô mắt mèo
Bây giờ chỉ có bấy nhiêu
Một thân khô kiệt một trời oan gia
Bây giờ chỉ có đóa hoa
Mọc lên từ trái tim già 80...
(Trần Hoài Thư – Thay Lời Tựa, sđd, tr. 5)

Tình ở đây là tình nghĩa tào khang với người vợ, người thánh nữ đã đến với ông, được kể lại trong hồi ức Cảm Tạ Văn Chương [2], "giữa lúc tôi ở cuối đường với chiếc lon bị giáng, với tờ sự vụ lệnh khắc nghiệt, đương sự phải phục vụ ở đơn vị tác chiến, xa trục lộ giao thông. Nàng đến giữa lúc tôi không còn gì nữa để bấu víu. Trái lại càng lúc càng bị bủa vây bởi những đỉnh núi chọc trời, những cánh rừng đại ngàn, và bùn đỏ và bụi mù... Đó là nơi mà quân đội đã đày những kẻ có án tích."

Nàng không chê ta là kẻ vô thân
Cũng chẳng nhìn lên, mà mơ hoàng tử
Nàng cúi xuống đời ta như người thánh nữ
(Trần Hoài Thư – Giọt sương hạnh phúc, sđd, tr. 7)

Bà là "quà tặng văn chương" lớn nhất mà ông đã phải cảm tạ:

Xin cám ơn em đã phủ xuống đời anh bóng mát
Khi đời anh đã khô kiệt thanh xuân

...

Cám ơn em, đã động lòng cảm lệ
Đã dọn chiếu làm giường
Chia sẻ một nửa vầng trăng
Soi lên phận đời người lính thú lênh đênh...
(Một đám cưới tại Saigon, tr. 109)

Và cũng là người đã khuyến khích, đồng hành cùng ông trong tất cả dự án khôi phục văn chương miền Nam 1954-1975. Người vợ ấy, bà Nguyễn Ngọc Yến đã bị cơn bão stroke quật ngã từ cuối năm 2012, hơn 10 năm nay phải chịu nằm yên một chỗ. Không chỉ một lần, mà rất nhiều lần bà bị cơn bão stroke đánh tàn tệ không một chút xót thương. Cho đến nay thì:

Y. không nuốt được ngay cả uống nước. Y. chỉ sống nhờ những bình thực phẩm thông chuyền vào cơ thể. Y. đã bị lấy hết, ngay cái sơ đẳng nhất... Con mắt thấy hướng này, nhưng thật sự, nhìn một hướng khác. Chúng lạc hồn, không còn ánh sáng sinh động nữa. Stroke thứ tư ác liệt nhất, nhắm vào thị giác, và giọng nói... Thần kinh hệ đã bị xám. Bộ não hình như không còn chất trắng nữa.
(Trần Hoài Thư – Chiếc hôn, sđd, tr. 128)

Chúa chỉ một lần chết và sống: Phục sinh
Còn em, em bao nhiêu lần trải qua sinh và tử
Hai lần Cô-vi, bốn lần đột quỵ
Đánh đánh hoài, thảm thiết lắm em ơi
Đánh đánh hoài xuống một kẻ hiền lương
Tước đoạt trí khôn, giác quan, tay chân, miếng ăn, giọng nói...
(Trần Hoài Thư – Phục sinh, sđd, tr. 21, 22)

Trước đây, khi chưa xảy ra dịch Covid-19, mỗi ngày hai lần đều đặn, tự tay Trần Hoài Thư nấu thức ăn Việt còn nóng sốt mang vào bón cơm cho vợ, dẫu trời mùa hạ nắng nóng hay mùa đông bão tuyết, ông luôn khắc phục, gắng sức để đến với bà:

Thế nào tôi cũng phải cầm xẻng
để dọn driveway
dù tuyết phủ cao quá đầu gối đi nữa
Thế nào tôi cũng dọn cũng xúc cũng rồ máy xe
và sẽ thăm mình
Dù tôi sẽ thở hồng hộc
tim sẽ đập thình thịch như trống dồn
Dù đôi chân sẽ quỵ
mắt sẽ mờ
môi miệng bị đông cứng...
(Trần Hoài Thư – Viết trong những ngày bão tuyết, sđd, tr. 46, 47)

Hay là:
Trận bão tuyết vừa đến hôm qua
Để lại chiến trường những ụ những mô những biển hồ mênh
mông tuyết
Hôm nay trời xuống độ đông
Làm những con đường, driveway trơn bóng nhựa
Trường học chợ búa đóng cửa
Live or dead
Lời cảnh cáo của bà thị trưởng trên đài truyền hình
Vậy mà tôi vẫn lên đường
(Trần Hoài Thư – Lái xe khi trời dưới độ đông, sđd, tr. 51)

Nhưng khi nạn dịch xảy ra, phải chịu cách ly:
Thôi chừ ra xe về nhà

Người ta cấm thì phải về, biết sao?
Hết rồi hai buổi ra vào
Hết rồi há miệng, hết rồi ngậm răng
Hết rồi phủ ngực chiếc khăn
Hứng cơm rớt, hứng khổ hình em mang
(Trần Hoài Thư – thi phẩm Vịn Vào Lục Bát, tr. 5)

Cho đến khi dịch bệnh đã tạm ổn, nay thì *nursing home* cho thăm nuôi trở lại, nhưng chỉ vỏn vẹn một giờ mỗi tuần, không còn thoải mái như trước. Nên bây giờ, thứ sáu là ngày hạnh phúc nhất vì ông được đến thăm, đẩy chiếc "xe tình" cho bà ngắm cảnh, hứng ánh nắng ban mai rực rỡ phía bên ngoài. Niềm vui sướng, hân hoan được ông ghi lại:

Xin đừng hỏi vì sao lòng tôi niềm vui bát ngát
Chỉ một mình tôi, tôi biết, chỉ mình tôi
Tôi đang ở khuôn viên dưỡng lão vắng người
Chỉ hai cha con, và một người yêu dấu
Lần đầu tiên sau năm dài em không thấy nắng
Ngày hôm nay, mình được nắng, về thăm
Nắng hiền từ, hôn lên mái tóc mun trần
Nắng rực rỡ làm đôi mắt mình lóng lánh
(Trần Hoài Thư – Nắng, sđd, tr. 54)

Một năm giờ mới đứng sau
Chiếc xe một chỗ chở người tôi yêu
Xe lăn bánh, bánh lăn đều
Tôi nương xe, tôi đẩy đời tôi theo
Bây giờ không cần walker
Xe em tôi tập đi và tập yêu...
(Trần Hoài Thư – Thơ tình tuổi 80, sđd, tr. 11 & 12)

Hôm nào người bệnh có những biểu cảm nhận biết người thân yêu của mình, đó là ngày ông vui nhất:

Tôi đi đứng khó khăn, xiêu xiêu đổ đổ
Nhưng những ngón tay tôi còn nắm chặt tay em
Và tiếng "ba" em phát ra từ hai bờ môi câm
Một tiếng là tôi như hồi sinh trở lại

Để mắt tôi không còn sưng bầm tê tái
Để hồn tôi xanh mướt lại hoa niên
"Ba", cái tiếng gọi quá quen
Nhưng với tôi, là cả một niềm ân sủng
Đêm nay lần đầu tiên tôi không dùng thuốc ngủ...
(Trần Hoài Thư – Ba, sđd, tr. 11 & 12)

Và cũng làm cho ông xúc động nhất:

May chỉ còn bàn tay này
Để em nắm chặt, trong ngày biệt ly
Thì biệt ly, thì giã từ
Cớ sao ngón ngắn ngón dài không buông...
(Trần Hoài Thư – Giờ em chịu bỏ cõi trần, sđd, tr. 20)

Những vần thơ nghĩa tình của ông dành cho vợ thật đẹp:

... Mỗi tuần anh đến, đẩy tình xe em
Có em, hai đứa chung niềm
Trầm luân khổ nạn, nghĩa tình có nhau
(Trần Hoài Thư – Hương tình khổ nạn, sđd, tr. 32)

Mùa đông trơ trụi nhánh cành
Níu nhau run rẩy dưới trời giá băng
Như tôi đang níu giữ em
Khi mùa đã phủ chăn mền tử sinh
(Trần Hoài Thư – Níu giữ nhau khổ nạn này, sđd, tr. 37)

Tình ở đây còn là tình cha con. Trần Quí Thoại, đứa con trai duy nhất của ông bà Trần Hoài Thư, "quà tặng văn chương" quý giá thứ hai của ông, ngày nào còn nhỏ, đã phải vịn cha để chập chững tập đi từng bước đầu tiên:

Lan can ba, ba thẳng lưng
Ba dạy con, chân đạp bùn mà đi
Con nhón chân, con đưa tay
Con vịn ba với cái đầu ngẩng lên!...
(Trần Hoài Thư – thi phẩm Vịn vào lục bát, tr. 30)

Bây giờ Thoại đã thành nhân, là bác sĩ nội khoa, đã lập gia đình, cho ông bà hai đứa cháu nội rất dễ thương xinh xắn. Từ khi ông bị stroke, Thoại là người khuyến khích ba tự tập vật lý trị liệu theo cách của riêng ông: "tập viết khó khăn trên giấy hay tập bấm vụng về trên màn hình chiếc iPhone từng dòng thơ lục bát mà anh thích" [3], và tiếp tục việc in ấn sách. Thoại cũng là người mỗi tuần vào thứ sáu lái xe từ Pennsylvania về New Jersey đưa ba vào *nursing home* thăm mẹ, rồi sau đó cha con cùng đi ăn, đi chợ...

Bây giờ ba lại vịn con
Tay trong tay con dẫn ba qua đường
Ba đi từng bước ngập ngừng
Bỗng nghe hơi ấm chảy rần trong ba
(Trần Hoài Thư – Vịn Con, sđd, tr. 76)

Đóng lại tập thơ, mắt tôi nhòa lệ. Đó chỉ là một tập thơ mỏng kèm theo hình ảnh minh họa, nhưng chứa đựng tất cả những tình cảm yêu thương đẹp nhất mà mỗi thành viên trong gia đình nhà thơ dành cho nhau. Mong rằng những ngày tháng yên bình mãi ở cùng ông.

Trần Thị Nguyệt Mai
30/7/2022 – 31/1/2023

[1] *Thơ Tình Tuổi Tám Mươi* của Trần Hoài Thư – Sách dày 140 trang – Thư Ấn Quán xuất bản 2022.
[2] Thư Quán Bản Thảo số 90 – Ấn bản đặc biệt tháng 10-2020: *Cảm Tạ Văn Chương* của Trần Hoài Thư.
[3] Ngô Thế Vinh – *Chân dung văn học nghệ thuật và văn hóa – Tập 2*, Việt Ecology Press 2022, trang 430.

CAM LI NGUYỄN THỊ MỸ THANH
NHƯ MỘT CƠ DUYÊN

Thục Đoan, chủ trang web tuoihoa.hatnang.com chuyển cho tôi email của Nhà Văn Trần Hoài Thư, cho biết Anh muốn xin phép tác giả bài "Phiên Khúc Ngày Mưa" để đăng bài này vào Bộ Văn Miền Nam, một bộ sách sưu tầm các tác phẩm trước năm 1975. Thục Đoan nhường quyền trả lời email cho tôi. Tôi đã trả lời cám ơn Nhà Văn Trần Hoài Thư trong sự xúc động. Xúc động vì biết Anh đã đọc rất nhiều sách từ Thư viện Cornell để sưu tầm và chọn lựa bài đăng vào những bộ sách "Di sản Văn chương Miền Nam". Xúc động cũng vì qua trang web "tuoihoa.hatnang.com" của Thục Đoan, một trang web đăng lại các tác phẩm dành cho tuổi học trò thuở nào, mà Nhà Văn đã liên lạc với tôi, để rồi tôi có thể được làm việc với Anh từ đó tới nay. Xin được mở một dấu ngoặc đơn ở đây, Thục Đoan cũng là một người làm hồi sinh Tủ Sách Tuổi Hoa, một phần của di sản văn chương Miền Nam. Trang web hiện nay là
https://sites.google.com/site/tusachtuoihoa

"Phiên Khúc Ngày Mưa" (đăng trên Bán nguyệt San Tuổi Hoa *số 205, ngày 15/7/1973)* đã được chọn đăng vào Bộ Văn Miền Nam quyển 4, năm 2009. Với tôi, đó là điều rất hân hạnh, bởi những gì mình đóng góp cho đời thật nhỏ bé. Anh Chị, vâng, tôi xin được gọi một cách thân thương là "Anh Chị", đã làm một khối công việc quá to tát cho nền văn học Miền Nam.

Cũng từ cơ duyên ấy, tôi đến với Thư Quán Bản Thảo. Truyện ngắn đầu tiên tôi viết cho tạp chí này, tôi dựa theo cảm xúc của mình liên tưởng hình ảnh của Anh với hình ảnh của những Người Thầy-Người Lính của tôi, và tôi viết "Thầy Dạy Công Dân" (TQBT số 45, tháng 1/2011).

Có một điều khá buồn cười. Tôi có cái tật "nước đến chân mới nhảy", thường "nộp bài" khi đến hạn chót. Anh cũng chờ, và thường thì bài của tôi được đứng ở những trang gần cuối, theo đúng lẽ công bằng, tôi nghĩ vậy, và hài lòng. Mà rồi có khi cũng vì công việc đa đoan, tôi trễ hạn. Anh nói không chờ nữa, và cho sách "lên khuôn" (tôi mượn chữ "lên khuôn" cho vui, đó là chữ dùng cho việc in báo ngày xưa, khi còn trong thời phải sắp những con chữ bằng kim loại, không đánh máy bằng computer như bây giờ). Tôi bị nhỡ tàu, hơi buồn nhưng chấp nhận thôi, vì tuy việc ra báo có đơn giản hơn xưa, nhưng một mình Anh làm từ A đến Z, cực khổ hơn rất nhiều. Khi Anh Chị bên nhau, Chị là cánh tay phải đắc lực của Anh. Đến một ngày, nửa thân người của Chị "đình công" (theo cách nói của Anh), Anh chỉ còn lại một mình với công việc, vẫn từ A đến Z, như cánh chim cô độc vẫn đều đặn tha những cọng rơm về làm tổ.

Thư Quán Bản Thảo, "cái tổ" thân ái đó, không dừng ở con số tròn trịa 100, mà như một khởi đầu mới để tiếp tục, bất chấp thời tiết khắc nghiệt, bất chấp bệnh tật của chính Anh... Đến tháng 1 năm 2023, đã đi đến số 103.

Và công lao của Anh Chị, bên cạnh Thư Quán Bản Thảo, là vô vàn tạp chí, giai phẩm, cùng với sáng tác của các tác giả trước 1975, đã được Anh Chị sưu tầm, gom góp lại, in thành sách, hoặc được đăng online dưới dạng Flipbook, với tốc độ truy cập nhanh chóng mặt. Một công trình tuyệt vời!

Một hôm, giữa núi tạp chí và giai phẩm đó, Anh đã nhặt ra một tờ, Tuần báo Khởi Hành số 46, ra ngày 26/3/1970, và gửi tặng tôi (online), với lời ghi: "Quà xuân gởi một thân hữu của tạp chí TQBT". Không biết nói sao để bày tỏ sự xúc động của tôi trước món quà vượt nửa thế kỷ đến tay mình!

Vâng, chữ nghĩa không đủ lớn để diễn tả hết mọi sự trong đời người, nhưng những người nặng lòng vì chữ nghĩa vẫn miệt mài trên con đường của mình. Thưa Anh Chị, cho Cam Li dùng hai chữ "Cám Ơn" để gửi đến Anh Chị, với lời cầu nguyện hằng ngày: Mong Anh Chị luôn "Có Nhau" trong mọi phút giây.

Tháng 2, năm 2023
Cam Li Nguyễn Thị Mỹ Thanh

NGUYỄN VY KHANH
TRẦN HOÀI THƯ THỜI HẢI NGOẠI

Nhà văn tên thật Trần Quí Sách, sinh ngày 16 tháng 12 năm 1942 tại Đà Lạt. Năm 1966, nhập ngũ khóa 24 SQTB Thủ Đức. 1979, vượt biển, định cư tại Hoa Kỳ. Tại hải ngoại có bài trên nhiều tạp chí văn học nghệ thuật và chủ trương tập san *Thư Quán Bản Thảo* và cơ sở Thư Ấn Quán xuất và tái bản cùng giới thiệu tác phẩm của mình và của nhiều văn hữu, kể cả những người sống trong nước.

Văn học Việt Nam từ nửa thế kỷ nay có thể nói là một văn học chủ yếu *chiến tranh*: chiến tranh chống thực dân 1945-54, chống cộng trong Nam và chống "Mỹ ngụy" ngoài Bắc 1954-1975, chống chủ nghĩa ngoại nhập, chống độc tài tranh đấu cho dân chủ, tự do từ ngày 30-4-1975, ở trong cũng như ngoài nước.

Ở hải ngoại, một nền *văn học lưu vong* được hình thành. Đây sẽ là một văn học Miền Nam nối dài về nhân sự và ý-hướng, với những đặc điểm của hoàn cảnh mới của dân tộc. Chiến tranh 1954-75 tàn cuộc vì cờ gian bạc lận. Miền Nam bị các thế lực ngoại bang cấu kết bức tử, bị lương tâm nhân loại mù quáng vì tuyên truyền, bỏ rơi. Người lính Cộng hòa bị bức tử nhưng chưa chết, được người bỏ xứ phục hồi dưới nhiều hình thức. Một dòng văn chương hoài niệm được bắt đầu và kéo dài tới cả hôm nay, dài về thời gian hơn cả những hoài niệm của cuộc di cư 1954. Các truyện thơ về người lính, của người lính, lần lượt xuất hiện ngay từ những năm đầu lưu vong và đều đặn hơn từ những đợt vượt biển, đoàn tụ gia đình (ODP) và gần nhất là H.O. cựu tù cải tạo. Nhưng phải đợi đến đầu thập niên 1980, các nhà văn thơ từng khoác quân phục Cộng hòa góp mặt càng đông đảo và đáng kể. Hình thức thứ hai là các *hồi ký lao tù* từ những năm đầu thập niên 1980. Người lính thua trận bị thù hằn trả đũa. Những đấu trí vô vọng, những đầu óc một chiều ngoan cố dù đã thắng trận cờ. Những cảnh đời khốn cùng, những con người hèn hạ!

Hình ảnh người lính đã theo chừng ấy giai đoạn trôi nổi với cuộc chiến, lúc nào cũng hào hùng, vĩ đại, nhưng cũng có những người lính rất tầm thường, đáng thương vì là nạn nhân của những thứ hùng bạo lực, của những mưu đồ tranh chấp. Những người lính tầm thường hơn nhưng tâm tư phức tạp: có người vì lý tưởng, nhưng một cách thực tế họ đã chiến đấu vì tình đồng đội, vì nghĩa "thầy trò", vì màu cờ sắc áo của binh chủng.

Những **người lính của Trần Hoài Thư** đặc biệt có tất cả các đặc tính vừa kể. Anh đã viết về những *người lính có thật*, những cái sống thực thường nhật, những cái anh đã sống; đã lăn lộn với bom đạn; anh đã sống cái tang thương của bom đạn, và anh đã đưa kinh nghiệm đó vào văn chương. Trong bài này chúng tôi giới hạn ở các truyện ngắn (anh còn là một nhà thơ) anh đã viết ở hải ngoại từ 1980 tức từ khi anh vượt biển đến Hoa-Kỳ, đã được xuất bản trong tập *Ra Biển Gọi Thầm* [1] hoặc đã xuất hiện trên các tạp chí văn học và cộng đồng ở Bắc Mỹ. Tác phẩm của anh xuất hiện đều đặn trên nhiều báo chí ở khắp Bắc Mỹ kể cả mạng lưới thông tin internet.

Ra Biển Gọi Thầm gồm 20 truyện ngắn, ngoại trừ bốn truyện đã đăng báo trước 1975 và được viết lại, phần lớn được viết vào những năm gần đây, có bốn truyện duy nhất có ghi chú ngày viết thì đều là 1995. Các tác phẩm Trần Hoài Thư viết về người lính nhìn chung, như một tiếng nói của lương tâm, một nhức nhối của tiềm thức, một hoài niệm về một quá khứ gần đó mà đã xa, về chính tuổi trẻ bị đánh mất, về những bạn bè, những mối tình đổ vỡ, đau khổ và những cảnh đời trái ngang.

Điểm trội bật trong các truyện là cái nhìn của anh như một người lính về cuộc chiến, một cái nhìn không lạc quan về một chiến trường bi thảm, ngoài lề tiếng nói của chính quyền, ... Trước 1975, anh đã nghĩ:

"Tôi đang viết về một thảm kịch, cho con cháu chúng ta trong tương lai, để sau này khi lớn lên chúng sẽ hiểu về cuộc chiến này. Đêm qua, cả làng bên sông, nơi mà bọn tôi đã đến và gìn giữ, sau đó bàn giao lại cho nghĩa quân và xây dựng nông thôn, đã bị pháo dập. Địch kéo về cả đại đội chọc thẳng vào làng. Từ lâu những người bên kia đã coi cái làng như một cái gai cần phải nhổ bằng bất cứ giá nào. Những người ngồi ở Sài-Gòn hay Hoa Thịnh Đốn thì muốn coi ngôi làng như một thành công trong chính sách bình định phát triển. Nhưng đó chỉ là lý thuyết. Họ đã ngu xuẩn để hiểu về kế hoạch bảo vệ dân làng về lâu về dài. Một trung đội nghĩa quân làm sao đủ sức che chở cả ngôi làng. (...) Tôi đã đến cùng với bãi hoang tàn để hiểu rõ hơn về sự thật của cuộc chiến. Cuối cùng cũng vẫn là dân vô tội. Rõ ràng chúng ta đã bị

thua. Chúng ta đã đến với họ, mang lại niềm tin cho họ, nhưng chúng ta không thể bảo vệ họ..." (Nhật Ký Hành Quân, *RBGT*, tr. 129).

Cuộc chiến đã khiến con người đánh mất phẩm giá, trở thành biện minh dễ dãi cho mọi hành động: *"Chiến tranh, tôi phải cảm ơn nó, để tôi có thể dẹp bỏ hết những sự ghê tởm, khinh bỉ cái quá khứ rục mửa của tôi. Chiến tranh đã giúp cho tôi thấy rõ rằng mọi sự là vô nghĩa, là hư vô. Đừng bận tâm và thắc mắc. Đừng tự ái và ghê tởm. (...) Xã hội này thối nát này phải cảm ơn chiến tranh..."* (Cuộc Sống Tôi, *Những Vì Sao Vĩnh Biệt*, tr. 105).

20 năm sau, trong Thư Về Người Đồng Đội Cũ Sau 25 Năm Thất Lạc, Trần Hoài Thư có dịp nhìn lại cuộc chiến:

"Tôi viết đến đây, bằng tất cả sự bình an của chính mình, sau hơn hai mươi năm, về một cuộc chiến kỳ lạ, vô ích, phi nghĩa phi nhân. Lúc này, chúng ta có quyền thẩm định về giá trị của chiến tranh và lịch sử. Nhưng tôi không thể bình an khi cái cuồng điên kia đã trở thành thú tính. Họ rõ ràng hơn chúng ta. Bởi vì họ có cả một khối thép thành trì bên ngoài và khối thép căm thù bên trong đầu óc, và con tim họ. Còn chúng ta thì cô đơn. (...) Chúng ta đã chiến đấu trong nỗi cô đơn và quả cảm. Và chết cũng quả cảm và cô đơn. Như bao nhiêu đứa con của một đại đội bộ binh. Như bao nhiêu người trẻ tuổi không may sinh vào một nơi đầy bao nhiêu tai ương lớn lao nhất của quả địa cầu." (Ra Biển Gọi Thầm, tr. 74).

Người lính Trần Hoài Thư đáng tội, chỉ vì anh có suy nghĩ, biết nhìn thấy những bất nhân và bất công, những tâm địa và tư cách của những kẻ cùng chiến tuyến:

"Tôi đã vùng vẫy. Tôi đã thét gào. Tôi mang kính cận dày, cột dây thun sau gáy để nhảy trực thăng, nhảy diều hâu trong khi con cái những kẻ quyền lực trốn lính hay ở hậu cứ. Xin các ngài đừng lên mặt dạy đời trong khi các ngài chưa biết thế nào là máu thấm vào áo trận. Cũng xin các người bên kia đừng chửi tôi là lính đánh thuê, đánh giặc mướn trong khi tôi mời các người từng điếu Pall Mall. Tôi là tôi. Tôi làm chủ lấy tôi. Tôi quyết định lấy đời tôi." (Nha Trang, *Ra Biển Gọi Thầm*, tr. 174-175).

Phẫn nộ, cô đơn, sau một trận đánh hình như tất cả đội ngũ đều chết, người lính đó quyết định bỏ ngũ. Anh lý luận: *"Kẻ đào ngũ trái lại phải là một tay lính chiến đấu cô độc nhất, bởi vì nó chẳng có đội ngũ. Cứ xem tôi là kẻ hèn, nhưng có biết bao kẻ hèn hơn tôi. Mượn áo lính để tiến thân. Chưa bao giờ ra mặt trận một ngày mà hùng hổ la gào. Nghe tiếng súng nổ thì són đái. Thách có tay nào mang kính 8 độ đi thám báo..."* (Thư Về Người Đồng Đội..., tr. 77). Trong Kẻ Đào

Ngũ [2], Trần Hoài Thư đã tả hoàn cảnh và tâm trạng của người bỏ ngũ. Sống sót sau một trận giao chiến địch tràn ngập, anh thiếu úy trung đội trưởng thám kích bộ binh bị thương nặng ở vai và ngực, xuất viện ra, chán chường phẫn uất, đã lựa chọn sống nhờ sống chui không ra trình diện lại đơn vị. Áp lực người cha, người con không muốn mang tiếng bất hiếu năm tháng sau phải ra trình diện, bị giáng cấp và ra đơn vị tuyến đầu khác.

Một cuộc chiến huynh đệ tương tàn, trớ trêu, khó hiểu. Hai người yêu nhau cùng lớn lên ở cùng một địa phương mà rồi mỗi người phải một chiến tuyến, người yêu theo cộng sản như Hồng cô gái quán cà phê mê thơ văn chàng trong Vết Thương Không Rời, như Quỳnh người nữ quyết tử viên sau trở thành cô giáo quận ly Tuy Phước trong Tháng Bảy Mưa Ngâu, v.v... Hoặc như hai cha con theo cường điệu của cuộc chiến, ngày kia phải đối đầu nhau trên cùng bãi chiến, trong Người Anh Hàng Xóm. Một cuộc chiến tranh tàn bạo, bắn lầm là chuyện thường tình giữa hai lằn đạn, nhưng tại sao nạn nhân lại là một đứa trẻ 12 tuổi (tr. 128), v.v... Người lính có suy nghĩ, có con tim nhiều khi đã phải thả thanh niên trốn quân dịch đang trốn về nhà làm ruộng, nhưng biết đâu lại là VC nằm vùng, sẽ đi đắp đê, gài mìn, ...!

Vết Thương Không Rời kể chuyện trung đội thám kích xuống đồi đột kích một đêm mưa gió như đến "từ bốn cõi âm binh", mà lại là vùng quê ngoại của thiếu úy Tân. Toán quân anh đi giải cứu quê cũ của anh nhưng địch không lẽ lại là cả ngôi làng. Khi mục tiêu đã đạt, địch đã bị giết thì hóa ra là những cán bộ gái thường ngày ở quận ly vẫn liếc mắt đưa tình với mọi sĩ quan. Càng đi sâu vào cuộc chiến, người lính đó biết lịch sử có những bước đi khắc nghiệt, có những khoảng cách của định mệnh xa mà gần, gần rồi xa như nhịp cầu Ô Thước mà anh đã phải chấp nhận. Tháng Bảy Mưa Ngâu đưa hai người yêu nhau đến gần nhưng rồi mãi mãi xa, vì dây oan nghiệt ý thức hệ đối nghịch và nay người quê nhà người lưu xứ xa xôi!

Người lính Trần Hoài Thư không lý thuyết cao siêu, không siêu tưởng. Trong cái tương đối của đời lính, anh chỉ đi tìm hạnh phúc cho cuộc đời, đi tìm và khi tưởng có được, anh dựng xây một tình yêu, muốn dừng lại, "sẽ không còn phóng đăng, bụi đời". Sau những ngày chạm trán với kẻ thù, với tử thần, bị dồn nén, dĩ nhiên người lính có những phóng đăng, hoang đàng. Trong Sỏi Đá Ngậm Ngùi [3], ứng chiến ở một vùng đồi Bình Định nơi đó có tháp Chàm, nơi đó chàng "tơi tả trong những khu rừng khổ sai", người sĩ quan độc thân đưa người yêu đi thăm căn cứ. Sau đó mỗi lần đi phục kích, chàng "không quên giả vờ vào nhà em, xin gáo nước lạnh" bên kia sông Tuy Phước. Mẹ cô gái đã từ gọi "thiếu úy" đến "cậu" rồi "cháu", ba chàng đánh điện tín hứa sẽ vào đi hỏi, tưởng hạnh phúc sắp đến gần, nhưng định mệnh cả dân tộc ập đến với sự sụp đổ tức tưởi của miền Nam Cộng-hòa, nói chi đến chuyện cá nhân. Hãy nghe tiếng buồn của người lính Cộng hòa:

"Em, người sắp làm vợ của anh cũng mất. Anh bị bắt làm tù binh, để sau đó bị giải từ trại tù này qua trại tù khác, để không có thì giờ mà nhớ lại một người thân yêu cũ, đến buổi cuối cùng, thấy bóng em nhỏ nhoi côi cút ở bên kia sông. Tạm biệt hay là vĩnh biệt. Không bao giờ anh dám nghĩ đến dưới đôi giày trận, những hạt cát vô tình lọt vào trong giày, mà đau nhức suốt đời. Sỏi cát ngậm ngùi. Tiếng hát cất lên từ một người cô phụ hay tiếng u uất thống thiết từ những người yêu nhau muốn gần nhau mà phải vĩnh biệt chia xa."

Một *cuộc chiến buồn thảm*, đó có thể là lý do tại sao các chuyện tình của người lính Trần Hoài Thư không bao giờ có đoạn cuối vui và... bình thường. Không chết giữa hai lằn đạn thì cũng chết vì hải tặc, lấy chồng Mỹ, bặt tin, v.v... Trước những giây phút đẹp của những cặp tình nhân dù họ là kẻ thù, người lính phải trực diện với kẻ thù đó vẫn hơn một lần chứng tỏ còn có tình người, có tâm hồn. Trong Viễn Thám, trung đội thám kích đang săn tin về một đơn vị Bắc quân mới xâm nhập vùng Trường sơn, đã không ngờ gặp một cặp bộ đội đang hát bên bờ suối. Quân thù đó nhưng người lính đã không bắn. *"Tôi không thể chơi cái trò dã man như vậy. Tôi muốn người thanh niên kia, ít ra, có một giờ phút vĩnh cửu (...) Tiếng hát như nói lên những điều câm nín từ những con tim của tuổi trẻ Việt Nam... Tiếng hát như dậy khỏi mồ, bạt cả gió, khiến rừng như thể im phăng phắc lá như thể thôi lay động trên cành. Và ít ra, tôi vẫn còn hiểu rằng, mỗi người đều có trái tim. Và trái tim thì lúc nào cũng sống vĩnh cửu."* [4]

Trong các truyện của Trần Hoài Thư, người đọc thường gặp lại một số hình ảnh, địa danh và nhân vật quen thuộc vì thường là chuyện đời lính của chính tác giả. Những Quy Nhơn, Huế, Tuy Phước, Đà Nẵng và Cần Thơ (ít hơn). Những đồng đội Nha, Minh, Năm Râu, những người lính Thượng Lương Văn Tướng, Y Đao, Nay Lát, v.v... Còn nhân vật xưng tôi thường là Ba Cận Thị hoặc thiếu úy Tân. Những người đồng đội "huynh đệ chi binh" như anh tà lọt: *"Ông thầy, ở đây có lá giang, ông thầy nghỉ để em nấu canh lá giang với thịt hộp cho ông thầy ăn"* [4]. Ngoài những người đồng đội, Trần Hoài Thư còn viết về những cấp chỉ huy. Dĩ nhiên anh có nhắc đến những "Mặt Trời" thường chỉ tới thị sát khi mặt trận đã xong, gắn huy chương, vỗ về, cả những nhắn nhủ, đòi hỏi trước mỗi chiến dịch, công tác. Anh cũng viết về những nhũng lạm của các cấp chỉ huy, những hại việc nước và chính nghĩa chung! Nhưng đặc biệt khi viết về hai tướng Lê Văn Hưng, Nguyễn Khoa Nam (Khi về Nữu Ước) và "đại bàng" Hạnh (Nha Trang), ngòi bút của anh trở nên thiết tha, cảm động, đầy tình người! Hãy nghe những lời của tướng Hưng - trong truyện là hồn ma quanh quất ở công viên Nữu Ước: "*Ta rất thương đứa con gái đầu lòng của ta. Vì ta mà nó khổ. Bây giờ nó cận thị nặng hơn cả chú em nữa. Nhà nó bây giờ chỉ có mỗi bề 4 mét, mưa thì nước ngập quá đầu gối, không có cả nhà vệ sinh. Nhưng căn nhà lại nằm trong kế hoạch giải tỏa. Tương lai nó không biết ở đâu nữa*". (...) "*... nhờ chú em nhắn lại những người còn mến ta. Cái nấm đất chôn ta đã bị san bằng rồi. Cả cây trụ đèn dùng để làm dấu mộ ta cũng bị đào nhổ rồi. Ta lạnh lắm. Từ lâu ta không có hương lửa...*" (tr. 99-100).

Đó là cái bẽ bàng u uất của những kẻ đầu đàn có lương tri, họ đã thành nhân dù đã không thành công. Và còn nhiều cái bẽ bàng khác với người lính của Trần Hoài Thư. Bẽ bàng của những ngày cuối của chiến tranh. Trong hai truyện khác, Thị Trấn Lửa [5], Ngày Cuối Tại Một Thị Trấn [6], anh tả tình cảnh bi đát của hồi kết thúc cuộc chiến, những người lính bị rơi vào bẫy, bị bỏ rơi với định mệnh của cả dân tộc. Trong Thị Trấn Lửa, đám tàn quân cản đường tiến của Bắc quân trong khi cấp chỉ huy bỏ chạy. "*Tội này ai gây nên. Lịch sử này ai gánh chịu. Những người lính của tôi, họ ít học, người gốc nông dân, người gốc Thượng, gốc Nùng, người bị bắt đi quân dịch, họ đâu có tội gì để gánh cái khối đá tảng của lịch sử. Những người có trách nhiệm bây giờ ở đâu, sao máy thì bặt tăm không một lời thăm hỏi. Hay họ đã chạy trốn rồi (Mà quả vậy, sau này tôi được biết ông trung đoàn trưởng và toàn ban tham mưu của ông đã đào tẩu hồi nửa đêm)*". Tiếp viện chờ không thấy, đám tàn quân bất ngờ bị pháo kích, họ trở thành "*những con mồi tội nghiệp. Làm sao chúng tôi biết là thị xã TĐ đã mất từ lâu, và tên sĩ quan trong trung tâm hành quân mà chúng tôi liên lạc để báo cáo, để hy vọng, để đặt hết bao nhiêu nương cậy, chính là tên địch nằm vùng đã ra lệnh pháo dập xuống đầu chúng tôi*".

Ban Mê Thuột, Ngày Đầu Ngày Cuối [7] là anh hùng ca về một đại đội trinh sát. Từ ngày 10 đến 17 tháng 3-1975, diễn ra trận đánh anh dũng nhưng cô đơn, một trận đánh cuối cùng của đại đội trinh sát tăng phái cho trung đoàn 53 bộ binh. Những người lính dũng cảm làm tròn nhiệm vụ bảo vệ phi trường Phụng Dực và bản doanh trung đoàn khi tình hình chiến sự đang nghiêng về thua hơn là thắng. Đại đội cầm cự được bảy ngày đối đầu với quân cộng sản Bắc Việt chính quy đông gấp nhiều lần về số quân và tiếp vận. Trong khi họ chiến đấu cô đơn thì ban tham mưu và trung đoàn trưởng bỏ chạy, cũng như những sĩ quan khác quân xa đã nhắm hướng phi trường. Nhưng tất cả đã muộn màng...! Sự dũng cảm của 70 người lính không cứu được Ban Mê Thuột đã bị tràn ngập. Phần còn lại cho những người lính là con đường rút, tưởng may có thể trú thân ở chi khu Lạc Thiện nhưng bị "địch giả bạn để cài đơn vị vào cái bẫy oan nghiệt", đành rút vô rừng và lạc vào mật khu Khuê Ngọc Điền của Việt cộng! Đã vậy những người lính cô đơn sống sót còn bị đồng bào vùng tạm chiếm nhìn như... tội phạm chiến tranh!

Tàn cuộc chiến, bị bỏ rơi, người lính không lâu sau còn bị kẻ chiến thắng gian trá bắt tù đày, biệt xứ và bị trả thù. Đi lính là để trả nợ non sông, nhưng tháng tư 1975, người lính còn phải trả nợ cho những sai lầm của lãnh đạo, chỉ huy. Người Và Quỉ là cảnh thiên đường học tập, người thì điên, người chịu đựng, người căm phẫn. Trong tuyệt vọng, lương tâm người lính có dịp được thử thách.

Học tập ra, người lính thua cuộc sống lây lất ngay trong quê hương đất nước anh đã bị thương đổ máu, mất cả tuổi trẻ để bảo vệ. Anh lính Cộng hòa trở thành Người Bán Cà Rem Dạo vẫn giữ được cái kiêu hãnh của con người trước xảo trá: anh từ chối vào Hội nhà văn thành phố, dù sẽ được chế độ mới cho một số quyền lợi. Anh lính sẽ trốn đi, chấp nhận xa quê hương.

Đời sống lưu đày nơi xứ người khó khăn, cô đơn. Tuổi trung niên, người lính di dân phải làm lại cuộc đời, học tiếng nói, học nghề. Để cho con cháu, cho mai sau! Người lính bị ép bỏ cuộc chơi, "tủi như người không có quê hương", có lúc phải chạm trán với những người bản xứ thiên tả, kỳ thị. Rồi những người thân quen, bạn bè và đồng đội cũ sẽ tái hồi với người lính. Những mất mát và hạnh phúc còn lại. Nỗi đời cô đơn xa xứ ấy được Trần Hoài Thư ghi lại qua các truyện Thư Về Người Đồng Đội Cũ Sau 25 Năm Thất Lạc, Người Về Trăm Năm, Ở Một Nơi Nào Rất Xa, Cho Con Mùa Tựu Trường, Bên Này Dòng Hudson, Đất Khách, Người Bị Thua Cuộc, v.v... Người lính phải xa xứ nhưng vẫn có cái nhìn rộng lượng như đối với một nữ sinh viên Việt-Nam du học con cán bộ cao cấp, trong Một Nơi Nào Rất Xa. Có lẽ anh mong một ngày kia khi bụi mờ quá khứ lắng bớt, sự thật về sinh mạng dân tộc, về một giai đoạn lịch sử sẽ được những thế hệ đi sau không phải nhìn với những lăng kính, sẽ hiểu rõ hơn.

*

Trần Hoài Thư có những tác phẩm về người lính rất thành công và cảm động như Bãi Chiến, Khi Về Nữu Ước, Tháng Bảy Mưa Ngâu, ... Trong toàn bộ, truyện về người lính của anh là những hoài niệm, ưu tư, khắc khoải, những cay đắng hoài nghi, nhưng cũng là những chân dung những người lính thật, có lửa có lòng, có tốt có xấu, nhưng vượt trên tất cả là thân phận của những con người bị đày đọa, hy sinh, lừa dối. Khác với những hồi ký của các lãnh tụ, tướng lãnh, tác phẩm của Trần Hoài Thư là những đau khổ anh hùng của những người lính vô danh, những tâm tư của một thế hệ trẻ bị nướng vào chiến tranh.

Các truyện của Trần Hoài Thư về người lính cũng là truyện của chính anh, từ những mối tình, đời lính - anh là trung đội trưởng Thám kích Bộ Binh vùng hai (đại đội 405 Thám kích sư đoàn 22 BB), những lần bị thương, rồi đào ngũ trốn ở Nha Trang và Phan Rang viết hàng loạt truyện và thơ đăng trên *Bách Khoa, Văn Học, ...* đến chuyện phải tái trình diện, bị giáng lon chuyển sang sư đoàn 23 ở Ban Mê Thuột rồi thuyên chuyển về quân đoàn 4 làm phóng viên chiến trường.

Trước 1975, thiển nghĩ Trần Hoài Thư đã viết như nhân chứng, như kẻ nhập cuộc, có mặt. Có thể lúc bấy giờ anh chưa có mục-đích rõ rệt như sau này *ở* hải-ngoại, nhưng chân dung người lính của anh sẽ góp phần giúp các thế hệ trẻ hơn hiểu hơn về một cuộc chiến, về một thế hệ, những nạn nhân. Người đọc có cảm tưởng anh còn muốn những người hôm qua là địch đối đầu ở trận chiến có cái nhìn trung thực hơn về người lính Cộng hòa. Anh đã tự hứa viết giùm những người không thể viết, không thể nói, những người mang áo lính Cộng hòa bị bỏ quên. Dù anh thú nhận không thể viết hết những gì chiến tranh đã gây nên nhưng chúng ta hy vọng anh đã lay động được lương tâm con người; biết đâu những tên đồ tể của chiến tranh sẽ cải tà quy chính (!), về với con người, lòng người, xây dựng những cuộc sống an bình và hạnh phúc! Hơi thừa nếu cho rằng nhà văn Trần Hoài Thư có cái can đảm của người lính thám kích. Thật vậy, anh đã dám nói lên những sự thật đau lòng của chiến tranh, của những người cùng chiến tuyến, dám nói khác những tiếng nói chính thức mà nhiều người đã nhàm nghe! Như anh đã thổ lộ đâu đó anh tự hào là người đã nghe trái phá nổ, do đó anh hiểu mãnh lực của trái phá như thế nào!

Truyện Trần Hoài Thư đã được đón nhận nồng nhiệt bởi người đọc liên hệ xa gần đến người lính Cộng Hòa, đáp ứng nhu cầu tự nhiên tìm về quá khứ của người lính đã hy sinh đời mình cho lý tưởng, nhất là những người lính cô đơn chiến đấu và cô đơn chống trả những oái oăm của định mệnh sau đó. Tác-phẩm về chiến-tranh này còn là những chứng tích không thể xóa bỏ, để lịch-sử và các thế hệ sau này tìm về, để hiểu, để biết về những khúc mắc, những mảng kín như những vết sẹo tưởng đã liền da với thời gian nhưng vẫn còn đó... Đó là những truyện nói chung tiêu biểu vì chứng minh văn nghệ vị nhân sinh, thỏa đáng những đòi hỏi của nhân sinh, đáp ứng những đối đầu không lựa chọn, để sống còn, để được hít thở tự do, ... ở một tình huống rất hiện sinh của hôm nay!

Thơ ca

Trần Hoài Thư, với văn học miền Nam thời chiến-tranh cũng như văn học hải ngoại, là một nhà văn nhập cuộc qua các truyện ngắn; tuy nhiên anh cũng làm thơ từ thuở nhập làng văn (đăng chủ yếu trên *Bách Khoa* từ 1962) cho đến nay. Anh đã có hơn chục thi tuyển xuất bản ở Hoa-Kỳ, mở đầu với *Thơ Trần Hoài Thư* (1998) và mới nhất là *Thơ Tuyển Toàn Tập* [8]. Trần Hoài Thư có thể xem là tiêu biểu cho một thế hệ nhà văn đã nhập cuộc chiến-tranh trước năm 1975 và sau đó chịu nhiều bi lụy của người dân Việt (học tập, vượt biển, tị nạn, hội nhập, ...) cũng như hạnh-phúc sáng-tác và làm xuất-bản ở hải-ngoại.

Thơ Tuyển Toàn Tập tuyển toàn bộ những bài thơ từ đầu nghiệp văn cho đến 2021, từ thời Dưới Trời Khói Lửa qua thời Tình Si, trại "học tập", vượt biển, ở đảo, tái định cư và làm lại cuộc đời, cho đến sau ngày chị Yến, vợ anh, bị tai biến nặng và thời đại dịch, anh cũng bị tai biến và sức khỏe yếu hơn tuy bút lực của anh thì vẫn gây bất ngờ và thán phục.

Nếu các truyện của Trần Hoài Thư là cả một thế-giới chiến-tranh từ những năm 1965 đến 1975, như anh từng ghi lại trong bài thơ Thế Hệ Chiến Tranh, thì thơ cũng hòa nhịp văn chương để kể cho người đọc chuyện đất nước thời loạn ly cùng thơ lòng và tự sự về một quá khứ nhiều buồn và mất mát nhưng không thiếu những hân hoan đoàn viên. Thơ anh không cao tay thiện nghệ của nhà nghề thi-pháp mà chân thành đến dễ đồng cảm. Thơ Trần Hoài Thư là của riêng, mà người đồng thời, chiến hữu cũng tìm được nét chung, chung một đời và chung thân phận làm người Việt.

Toàn bộ thơ của Trần Hoài Thư đều xuất phát từ hiện thực, từ cuộc sống, những hồi tưởng về những địa danh, những chiến trường ngày trước (Mang Giang, Kỳ Sơn, Phước Lý, Nho Lâm, An Khê, Quy Nhơn, Kontum, ...), những thành phố nơi đã chứng kiến những lần vui chơi khi được về phép, nơi chứng kiến những mối tình và duyên tình với chị Yến, vợ anh. Ở họ Trần, ký-ức, kỷ-niệm hiện diện trong hầu hết các sáng-tác cũng như bút ký, bài báo. Chốn cũ ở Trần Hoài Thư đậm nét tâm thức, đã chìm sâu trong não ký-ức vì anh không hề trở lại những chốn ấy để tìm lại những cảm xúc chất chứa trong tâm hồn người sống xa xứ và xa quá-khứ; do đó trong sáng-tác của anh, những day dứt, nhung nhớ đó không hề vơi bớt, cũng không cần được soi qua lăng kính phân tích và chú-giải. Cái "hôm nay" của anh và người thân cũng được ghi nhận, kể cả những vết thương, bệnh tật. Cuộc đời chuyên nghiệp làm lại nơi xứ người, hạnh phúc gia đình bên vợ hiền, rồi con và cháu nội, kể cả bạn hữu và đồng ngũ xưa, đều được anh ghi lại với những con chữ tự nhiên mà truyền cảm, đơn sơ mà thấm thía. Ngôn-ngữ thi-ca như cứu-cánh tự tại, thiển nghĩ đã giúp nhà thơ sống thật cái "hôm nay", ngoài đời thường cũng như trong sáng-tác!

Nhà thơ sử-dụng trong tập nhiều thể loại thi-ca và đã có những đắc địa và thành công. Thời chiến tranh, anh luôn đã nói đến cả một Thế Hệ Chiến Tranh:

"Thế hệ chúng tôi đã mang đầy vết sẹo
Vết sẹo ngoài thân và vết sẹo trong hồn
Không phạm tội mà ra tòa chung thẩm
Nhận án tử hình ở tuổi thanh xuân
Thế hệ chúng tôi loài ngựa thồ bị xích
Hai mắt buồn che bởi tấm da trâu
Quá khứ tương lai, chuỗi ngày vô vọng
Chúng tôi xõa bờm, không biết về đâu
Thế hệ chúng tôi già như quả đất
Trán hằn lên những câu hỏi hoang mang
Ngoài phẫn nộ, trong chán chường ẩn khuất
Như những nỗi buồn thế hệ chiến tranh" (tr. 119)

Không khí chiến tranh khói lửa tàn bạo nhưng cũng tình người khi cần trong nhiều bài khác như Ta Lính Miền Nam, Tháng Ba Đi Hành Quân, Tháng Bảy Hành Quân Xa, Kỳ Sơn, Diều Hâu Bỏ Núi, v.v...

"ta trở về, giáp mặt chiến tranh
đồi cháy lửa mặt trời nhuộm đỏ
thau rượu để mừng ta thằng lính sữa
dzô ông thầy! hữu sự có thằng em
(...) ta cần gì giáp sắt che thân
gánh gì đồ chiến tranh cho nặng
trên đầu ta mũ rừng nhẹ hẫng

trong túi ta một gói thuốc chuồn
bắt tù binh mời điếu thuốc thơm
để thấy miền Nam lính hiền ghê gớm
(…) ta lính miền Nam hề, vận nước ngửa nghiêng
ta cũng lênh đênh cùng cơn mạt kiếp
ta trèo lên cây hỏi rừng có biết
Có một nơi nào hơn ở Việt Nam
Có người lính nào bi tráng hơn lính miền Nam?"
(Ta Lính Miền Nam, tr. 39, 40, 42)
"Tháng ba đi hành quân / Trưa qua đèo Mang Giang
Dưới đồi hoa cúc dại / Nhớ em tôi tan trường
Mang Giang rừng tiếp rừng / Sương mù không thấy đỉnh
Áo nhà binh chưa khô / Mong dài thêm cái nắng
… Nơi này cây cỏ khổ / Huống chi ta con người
May còn dưới chân đèo / Màu hoa xưa kỷ niệm"
(Tháng Ba Đi Hành Quân, tr. 137-8).

Kỳ Sơn chỉ là một địa danh nhưng với nhiều người lính, đó đã là tiếng kêu hãi hùng mà trầm thống:

"Kỳ Sơn đồi trọc chim không đậu
Đại đội đi, một nửa không về
Lớp lớp người nhào lên, ngã gục
Đạn sủi bờ sủi đá, u mê

Kỳ Sơn cao độ hai trăm thước
Đêm hoảng kinh, đỏ huyết vầng trăng
Những xác hôm qua, vàng rám mỡ
Những anh hùng, ngụy tặc, nằm chung

Kỳ Sơn ơi, Kỳ Sơn, Kỳ Sơn
Người chưa về tóc mẹ bạc như sương
Ngày sau ai nhớ cho dòng lệ
Kỳ Sơn ơi, Kỳ Sơn, Kỳ Sơn…" (tr. 43)

Đây là thi bản khác với bài thơ về cùng đề tài - Về Trời đã đăng *Bách Khoa* (số 276, 1968, tr. 58):

"Người đã về xanh xao bờ mộ cỏ
Ngày chưa lên chưa đợi một tin mừng
Rừng núi lạ nghe trong hồn cơn hạ
Người đợi chờ trong lá ngập trời sương

Hôm qua ấy chim trên rừng khẽ gọi
Thầm thì nhau giờ con ngủ bình yên
Người đứng dậy tay buông dần súng đạn
Mắt nhìn lên, rừng cũng ngủ bình yên

Hôm qua ấy, con suối ngừng không chảy
Hạt lệ khô trên bờ đá hoang vu
Người đã đứng thân gầy trên đỉnh núi
Trăm quân người đang cất tiếng tung hô
Kỳ Sơn ơi, Kỳ Sơn, Kỳ Sơn
Người chưa về mẹ đã bạc như sương
Ngày sau ai cướp hai giòng lệ
Kỳ Sơn ơi, Kỳ Sơn, Kỳ Sơn" .

Thơ tình không thiếu trong thơ Trần Hoài Thư. Những lời tình đẹp như trong bài Qua Sông Mùa Mận Chín:

"Qua sông mùa mận chín / Tháng nắng ngại đường xa
Em ra vườn sau nhà / Hái mời anh chùm mận
Bông mận rơi lấm tấm / Da mận hồng như môi
Ơi em, mắt có đuôi / Má đồng tiền ửng đỏ
Gặp em, người em nhỏ / Nên quên cả đường về
Trái mận nào dậy thì / Anh giữ hoài không cắn" (tr. 241)

Và bài Hiên Tình bốn câu trải thành sáu câu tỏ tình bất ngờ thơ:
"Hồn tôi trăm ngả bàn cờ
Cám ơn em
mái hiên nhờ đụt mưa
Bây giờ hạt nặng hạt thưa
Tôi mang nỗi nhớ
đụt nhờ ai đây?" (tr. 193).

Nguyễn Vy Khanh

Chú-thích:
1- Trần Hoài Thư. *Ra Biển Gọi Thầm*. Plainfield, NJ: Tác giả xb, 1995. 222 tr.
2- KĐN. Tạp chí liên mạng Văn Học Nghệ Thuật, 242, 28-10-1996.
3- SĐNN. Tạp chí VHNT, 238, 16-10-1996.
4- "Viễn Thám". *Dân Chủ Mới*, 55, 8-1996, tr. 59-61.
5- Viết 17-9-1996, đăng *Dân Chủ Mới*, 58, 11-1996, tr. 58-61.
6- Viết 26-8-1996, đăng trên VHNT số 223 (4-9-1996).
7- Sau in trong tập truyện *Ban Mê Thuột Ngày Đầu Ngày Cuối* (Plainfield, NJ: Tác giả xb, 1997. 241 tr.). Cùng trường hợp với các truyện khác đã nói đến trong bài viết, như Sỏi Đá Ngậm Ngùi, Thám Báo (tức Viễn Thám khi đăng báo).
8- *Thơ Tuyển Toàn Tập* (Plainfield, NJ: Thư Ấn Quán, 2021, 646 tr.)

ĐINH CƯỜNG
NĂM BÀI THƠ
CHO TRẦN HOÀI THƯ VÀ NGUYỄN NGỌC YẾN

**ĐI THĂM VỢ CHỒNG TRẦN HOÀI THƯ
Ở NEW JERSEY VỀ**

Trên đường về tôi cứ nghĩ
thiếu bó bông tặng chị Yến
nhân Mother's Day
nhưng có hề chi
chúng tôi với tấm lòng chân thật
từ Virginia lên thăm chị
và Trần Hoài Thư
với những khay xôi đậu phộng,
bánh nậm, bánh ít, bánh giò
bánh bèo tôm chấy
tự tay chị Cúc Hoa và cháu Thiên Kim
làm thật ngon…
anh Phạm Cao Hoàng chỉ có bưng vào

bày ra bàn buổi ăn trưa thật vui
đầm ấm tình bè bạn

Chị Yến ngồi trên xe lăn
mặc dù từ khi bị stroke đến nay
đã năm tháng đã khá hơn nhiều
chị nói Trần Hoài Thư
đem mấy tách trà nhỏ có hình vẽ con rồng xanh
khi pha trà nóng vô hình con rồng đổi màu ra đỏ
trà thật ngon và tách sứ nhỏ có hình rồng
chị nói để mời bạn quý

cám ơn giọng nói thanh trong
đôi mắt ngời sáng của chị
bây giờ chân trái đã cử động được chỉ còn tay trái
với ý chí kiên trì tập luyện sẽ bình phục theo thời gian
nhìn chị chống cây gậy bằng nhôm ba chấu
anh mua ở eBay, anh đẩy chị đi quanh phòng
thấy mà thương.

nhìn những thanh gỗ anh đóng quanh các vách tường
anh dẫn ra khoe cái thanh nhôm anh chế
gắn trước cửa chính để chị có thể vịn
bước lên tầng cấp vào nhà
rất vui được lên thăm chị
đúng vào ngày lễ mẹ
(tôi vẫn nói ai yêu mẹ là anh hùng)
chị rưng rưng nước mắt
nước mắt của người con gái Cần Thơ một thời
lấy người lính trận...

cám ơn chị vẫn để dành cho mỗi người ba xấp bánh tráng
bánh tráng mè đen ít nơi nào có
cám ơn chuyến đi và về thật đẹp
chị Mai và Nguyễn Minh Nữu lái
ghé rest area Delaware uống ly cà phê Starbucks quen thuộc
sẽ nhớ hoài cái giang sơn in ấn cắt xén vô bìa tráng bóng
Thư Quán Bản Thảo nay dời hết xuống basement
mới thấy nỗi đam mê mãnh liệt của Trần Hoài Thư
nay anh đang chuẩn bị làm số mới... niềm vui và tự hào hiếm có.

cám ơn chiếc sofa tôi đã nằm nghỉ lưng trưa nay
chiếc sofa anh đã nằm những đêm từ nhà thương với chị về

giã từ sân nhà có thân cây cao tuổi
có vòm hoa tím
giã từ mặt hồ im ngôi nhà thờ cổ ở Plainfield - New Jersey
trên đường về tôi cứ nghĩ thiếu bó bông tặng chị
nhưng có hề chi bằng tình bạn thật lòng thương quý nhau.

Virginia, May 12, 2013

THÊM MỘT LỜI CÁM ƠN

Chiều nay 25 Tết
tuyết còn trắng ngoài sân
bạn ôm thùng sách đến [1]
thùng nặng 25 pounds

đi nhờ con gái chở
qua Starbucks cà phê
kêu 2 ly dark regular
thêm lát bánh chia hai

cà phê chiều thứ bảy
đông khó tìm chỗ ngồi
cà phê chiều thứ bảy
Tết đến mà như không

may mà có thùng sách
với bao nhiêu ân tình
mân mê hoài như thấy
cầu thang gỗ lung linh [2]

bóng bạn mình lui cui
qua mấy dàn máy cũ
ánh điện vàng basement
để có bìa kim nhũ

hai lỗi vừa được sửa [3]
sao mà nhanh vậy Thư
thêm một lời cám ơn
đến những người bạn quý...

Virginia, Jan. 25, 2014
[1] Trần Hoài Thư gởi thùng sách từ New Jersey qua Phạm Cao
Hoàng đem đến tặng
[2] cầu thang gỗ xuống basement nhà THT mà chúng tôi đã có dịp
lên xuống
[3] 156 trang chỉ có 2 lỗi nhỏ đã được sửa - trang 36 và trang 42

Trần Hoài Thư – Đinh Cường tại phòng in ấn của TQBT và TAQ
May 12, 2013 (Ảnh:Phạm Cao Hoàng)

CHÚT NẮNG ẤM TRỜI XANH
TÔI TẶNG LẠI

Chị gởi cho chút màu trời xanh
ngày nắng ấm ở Toledo
tôi lại nhớ màu xanh biển lặng
Ninh Hòa, mùa này như Đà Lạt

sáng nay đọc bài thơ buồn quá
Trần Hoài Thư ơi chị Yến ơi
có lẽ nào tôi khóc, *hạt lệ như sương*
nhớ câu thơ đậm đà tình bạn [1]

chúng tôi làm sao đây giúp được gì anh
chúng tôi làm sao đây qua lại cùng anh
như hàng xóm bên nhau gần gũi bên nhà
đường xa quá bang này qua bang khác...

chiều đi bộ sao nghe rừng thổn thức
mùa đông về lạnh mấy tháng rừng trơ

chút nắng ấm trời xanh tôi tặng lại
cặp vợ chồng xưa cưới ở Cần Thơ...

Virginia, Dec. 20, 2013
[1] *Tuổi già hạt lệ như sương*
Hơi đâu ép lấy hai hàng chứa chan
(Nguyễn Khuyến - Khóc Dương Khuê)

NHÌN TRĂNG TO. NHƯ SÁNG SOI TÌNH BẠN

> *thay lời cám ơn Trần Hoài Thư - chị Yến*
> *Phạm Cao Hoàng - Cúc Hoa*
> *anh Khanh - chị Nguyệt Mai. và Giang*

Tôi về đầu ngõ trăng to lắm
nhìn trăng như thấy bóng mẹ về
mẹ ơi con có món quà hay lắm
con khoe với mẹ nè nghe

có gì cao quý hơn tình bạn
các bạn vừa gom in cho tập thơ
cào lá ngoài sân đêm và tranh
mà con không hề hay biết trước

như ngày xưa mẹ gởi cho màu
mấy ống sơn dầu mẹ làm sao biết
những ngày Huế lụt có người đưa
những ngày con vẽ hoài. con vẽ...

như hôm nay có bạn ở xa về. và
bỗng nhiên trao món quà quá đẹp
làm sao. con biết nói năng chi
nhìn trăng to. con chỉ biết thầm thì

bạn. đôi khi như mẹ hiền cao quý...

Virginia, Jan. 18, 2014

8 GIỜ TỐI PHONE THĂM CHỊ YẾN Ở NEW JERSEY

Mừng và vui quá nghe giọng chị Yến
rất khỏe rất trong bên kia đầu giây
tám giờ tối nay, chị nói không đâu bằng mái nhà
vẫn đọc *Theo Em* trên blog Trần Hoài Thư

chị nói tôi nói ảnh đừng viết kỳ lắm, tôi nói hay
chứ chị sau này in ra tập sách kỷ niệm
khi chị đã đi lại được - chắc chắn như vậy -
chị và tôi chúng ta đều ở hiền gặp lành

khi ở bệnh viện về được nhà tôi cũng mừng lắm
không đâu bằng cái góc quen thuộc của mình
dù được sự chăm sóc chu đáo rất dễ thương
của mấy cô nurse ngày đêm thay phiên

nghe lại giọng nói thanh trong của chị
như nghe lại một thuở Cần Thơ
nghe lại cả tiếng phà qua sông Cửu Long
bao nhiêu chùm lục bình tím trôi

phone thăm chị Yến thấy lòng vui
chị sẽ lại về Virginia cho thêm bánh tráng

Virginia, 6. March, 2013

PHẠM CAO HOÀNG
PHỎNG VẤN TRẦN HOÀI THƯ

Gần 20 năm qua, trong sinh hoạt văn học nghệ thuật của người Việt ở hải ngoại, Trần Hoài Thư là cái tên được nhiều người nhắc đến, là nhà văn/nhà thơ được nhiều người yêu mến vì công lao của ông trong việc sưu tầm và xuất bản các tác phẩm văn học miền nam 1954-1975. Bằng số tiền lương hưu ít ỏi, với sự hỗ trợ của những người có lòng với văn học miền Nam, từ năm 2000, Trần Hoài Thư cùng người bạn đời Nguyễn Ngọc Yến mua máy in, thành lập nhà xuất bản Thư Ấn Quán và tạp chí Thư Quán Bản Thảo. Cho đến nay, phần lớn các tạp chí văn học dạng báo giấy của người Việt ở Mỹ đã đóng cửa do sự xuất hiện của các tạp chí trên mạng internet nhưng Thư Quán Bản Thảo vẫn tồn tại và đã phát hành đến số 75. Tủ sách DI SẢN VĂN CHƯƠNG MIỀN NAM của nhà xuất bản Thư Ấn Quán đã sưu tầm và in lại hàng trăm tác phẩm giá trị, đáng kể nhất là bộ THƠ MIỀN NAM gồm 5 tập với tổng cộng khoảng 3500 trang và bộ VĂN MIỀN NAM 4 tập với tổng cộng khoảng 2400 trang. Công việc của hai vợ chồng ngày càng có kết quả thì chuyện không may đã xảy ra cho chị Yến: một ngày trong tháng 12 năm 2012 một cơn tai biến (stroke) đã làm chị ngã gục, từ đó đến nay chị chỉ nằm một chỗ, không ngồi dậy được, mọi sinh hoạt cá nhân phải nhờ vào nhân viên trong nursing home và Trần Hoài Thư. Bất chấp những khó khăn, những bất hạnh đang phải chịu đựng, hiện nay Trần Hoài Thư vẫn thực hiện việc in ấn tạp chí Thư Quán Bản Thảo và tủ sách Di Sản Văn Chương Miền Nam.

Bài phỏng vấn này nhằm cung cấp cho bạn đọc những thông tin căn bản và chính xác về một nhà văn/nhà thơ rất đặc biệt: Trần Hoài Thư.

Phạm Cao Hoàng

1. *Anh Trần Hoài Thư, theo tôi biết, anh có một tuổi thơ bất hạnh. Xin anh nói một chút về tuổi thơ của anh.*

THT. Tôi sinh năm 1942 tại Đà Lạt. Tuổi thơ thất lạc cha, theo mẹ sống khổ cực ở Rộc Rau Muống, Nha Trang. Có một thời gian tôi sống trong cô nhi viện Bethlehem ở Hòn Chồng. Năm 1954, cha tôi tìm được tôi và đưa tôi về Huế.

2. *Và chuyện học hành của anh?*

THT. Ra Huế, từ năm Đệ Lục đến Đệ Tứ tôi học trường Việt Hương, Bán Công. Vì đậu trung học khá cao, tôi được phần thưởng danh dự trung học toàn quốc của TT Ngô Đình Diệm, và được nhận vào Quốc Học. Tôi học ban B. Đậu Tú Tài II vào năm 18 tuổi, lấy một vài chứng chỉ Khoa học tại Huế và Sài Gòn.

3. *Hình như có thời gian anh dạy học ở Tam Kỳ? Sau đó thì anh vào quân đội?*

THT. Vâng, tôi dạy tại trường Trần Cao Vân, Tam Kỳ, hai năm. Giáo sư đệ nhị cấp, dạy Toán là môn chánh.

4. *Thời anh ở Bình Định, anh là lính thám kích. Nhiệm vụ của anh là gì?*

THT. Năm 1967, tôi nhập ngũ, khóa 24 Thủ Đức. Vì mải lo viết báo Bộ Binh, làm thơ nên khi ra trường đậu gần chót bảng. Vì vậy, khi lên chọn đơn vị, chỉ có đại đội 405 thám kích sư đoàn 22 bộ binh là thiên hạ chừa lại.

Tôi làm trung đội trưởng và xử lý đại đội phó của đơn vị này khoảng 4 năm. Về nhiệm vụ và vai trò của thám kích, tôi xin trích lại một đoạn trong bài viết "Định Mệnh" của Nguyễn văn Dưỡng, nguyên trưởng phòng Nhì SĐ 22 bộ binh – phòng điều động đơn vị tôi:

"Bao nhiêu trách nhiệm nguy hiểm trong vùng địch kiểm soát, đột kích, thám kích, tiền thám hay viễn thám kể cả tăng viện và là mũi tấn công chính trong một trận đánh dữ dội, đều giao cho Đại đội Thám Kích 405. Vì vậy sĩ quan, hạ sĩ quan và binh sĩ của đơn vị này phải là quân nhân tình nguyện hoặc được chọn lựa trong thành phần có kinh nghiệm trận mạc, gan lì và nhất là sự bền bỉ chịu đựng gian khổ ở các

đơn vị tác chiến khác của Sư Đoàn. Mặc dù Đại Đội Thám Kích không có trong Bảng Cấp Số của Sư Đoàn, nhưng do tính chất của nhiệm vụ khi thành lập – vì nhu cầu chiến trường- nên tính mệnh của mọi cấp trong ĐĐ/TK như "chỉ mành treo chuông" mỗi một khi được sử dụng. Ai vào thám kích mà ra khỏi được, không chết, ít nhất cũng mang theo vài chiếc thẹo trên mình. Trần Hoài Thư rời miền Trung vào miền Nam không biết được mấy Chiến thương Bội tinh..."

Tôi có 3 chiến thương ngôi sao đỏ do bị thương ba lần.

Nếu viết về chiến công, thành tích của đại đội, thì quá lớn. Đây là một đơn vị cấp số đại đội nhưng đã sản sinh một người được thăng cấp nhanh nhất của QLVNCH. Đó là thiếu úy Hồ văn Hòa. Chỉ trong vòng một tháng được thăng cấp hai lần, từ thiếu úy lên trung úy nhiệm chức rồi trung úy thực thụ do chính tướng Đỗ Cao Trí gắn ngay tại mặt trận.

Nhưng đối với tôi, cây viết của tôi chỉ dành cho những người lính khổ đã giúp vị sĩ quan kia được lên lon nhanh chóng. Lính khổ. Ai cũng biết. Nhưng ít ai viết về cái khổ của họ. Lính hy sinh. Ai cũng biết. Nhưng ít ai viết về sự hy sinh to lớn của họ. Lính là anh hùng vô danh. Không phải đâu. Họ có tên có tuổi. Họ có căn cước quân nhân, có thẻ bài. Thật là buồn cười, vô danh chỉ dành cho lính còn hữu danh thì dành cho tướng cho quan...

5. *Sau đó anh trở thành phóng viên chiến trường. Anh làm nhiệm vụ này ở đâu và bao lâu? Anh có thể mô tả công việc của anh trong giai đoạn này không?*

THT. Tôi về miền Tây làm phóng viên chiến trường từ năm 1971 cho đến tháng 4/1975. Vẫn là những chuyến đi vào trận mạc, với máy ảnh và cây viết. Tôi đã viết nhiều truyện lấy từ chất liệu sống này.

Từ bên kia đất Miên đến vùng đầm lầy Đồng Tháp, từ những cánh diều trên đồng cỏ đến những cánh diều bị vấy máu ở sân trường tiểu học Cai Lậy...

6. *Tác phẩm đầu tiên của anh được đăng báo là năm nào và ở tạp chí nào?*

THT. Truyện ngắn *Nước mắt tuổi thơ* trên Bách Khoa có lẽ vào năm 1965 hay 1966 gì đó. Viết trên giấy học trò, và gởi đến Bách Khoa vì ở thư viện Xavier chỉ có Bách Khoa. Gởi là gởi. Nhưng không hy vọng chút nào. Vậy mà truyện lại được chọn, có ít nhất 3 trang bị bôi đen. Tôi lấy chất liệu từ cô nhi viện Bethlehem ở Hòn Chồng Nha Trang, nơi tôi có mặt gần hai năm.

7. Anh có bài đăng trên hầu hết các tạp chí văn học uy tín ở Sài Gòn trước 1975. Anh có thể nêu một số nhận xét của anh về các tạp chí đó không?

THT. Tạp chí Bách Khoa với ông Lê Ngộ Châu chăm sóc, là tạp chí tôi rất trân trọng. Bách Khoa cư xử với những tác giả cộng tác rất công bằng. Bài tôi viết tay, ông Lê Ngộ Châu phải dùng kính lúp để đọc, và đã bỏ vào một hồ sơ riêng chờ dịp trả lại tác giả.

Riêng Văn thì vào thời Trần Phong Giao làm thư ký tòa soạn, anh ấy rất ưu tư về sự an toàn của những người mang áo trận như chúng tôi. Anh tìm cách giúp đỡ để khỏi đi tác chiến. Mỗi lần bị thương, anh ấy cho đăng trong mục Sinh Hoạt Văn Học Nghệ Thuật rất trang trọng như thay mặt anh em mà kêu cứu giùm.

Riêng tờ Khởi Hành, dưới cái bóng của Hội Văn Nghệ Sĩ Quân Đội nên nó là nơi chúng tôi tìm đến để gởi những bài mà chúng tôi nghĩ là khó có thể đăng được ở các tờ báo khác.

8. Trước 1975, anh đã có bao nhiêu cuốn sách được xuất bản?

THT.

- Tập truyện *Nỗi Bơ Vơ Của Bầy Ngựa Hoang* do Ý Thức xuất bản năm 1968, in bằng hình thức ronéo.

- Tập truyện *Những Vì Sao Vĩnh Biệt* do Ý Thức xuất bản.

- Truyện vừa *Ngọn Cỏ Ngậm Ngùi* do Tiếng Việt xuất bản.

- Truyện vừa *Một Nơi Nào Để Nhớ* do Con Đuông xuất bản (1974)

9. Sau năm 1975 anh phải vào trại cải tạo. Ở đâu vậy, và bao nhiêu năm?

THT. Tại trại Kiên Lương và rừng tràm Trà Tiên (gần bốn năm)

10. *Trở về, anh kiếm sống bằng cách đi bán cà rem. Anh có thể kể lại chuyện anh đi bán cà rem không?*

THT. Tôi bán cà rem trong vòng 8 tháng. Nói là bán cà rem, nhưng mỗi lần về nhà, tôi không quên giấu dưới đáy thùng vài ký gạo hay thịt heo bán lại kiếm lời.

11. *Anh vượt biên năm nào và đến Mỹ như thế nào? Vì sao vợ và con anh không cùng tham gia chuyến đi này?*

THT. Tôi vượt biên năm 1979. Vì không có đủ tiền nên vợ tôi chấp nhận để tôi đi một mình. Ba tháng sau, vợ con tôi được một chủ tàu tốt bụng cho đi mà không phải trả tiền. Và chúng tôi đoàn tụ vào cuối năm 1979 tại Maryland.

12. *Xin anh kể lại những ngày đầu ở Mỹ, việc kiếm sống, việc học hành.*

THT. Những năm tháng đầu của bất cứ người tị nạn nào dĩ nhiên là vất vả. Chúng tôi ở tại một khu đầy tội ác, với giá thuê nhà rất rẻ. Đó là Logan thuộc thành phố Philadelphia, tiểu bang Pennsylvania. Mấy cửa sổ phòng thuê (lầu 2) đều đóng kín, có cả đinh mười phân làm chông. Ban ngày tôi đi học, vợ tôi đi làm. Thằng con tôi đi đến trường và về nhà một mình. Tôi phải để hai cục gạch để nó có thể đứng lên mà mở cửa. Lúc này tôi là sinh viên toàn phần của đại học Spring Garden College. Ban đêm tôi là người quét dọn phòng ốc để có tiền trang trải cho cuộc sống. Có khi ở trường gọi điện thoại về thăm chừng con, thấy không ai lên tiếng, tức tốc tôi phải bỏ học về nhà, thì ra nó ngủ quên không nghe chuông reng…

Tôi tốt nghiệp đại học với thứ hạng cao, gần top. Hãng AT & T đến tận trường mời những sinh viên vừa tốt nghiệp với thứ hạng cao và tôi chộp lấy cơ hội để làm việc cho hãng này tại chi nhánh của họ ở New Jersey. Đây cũng chính là lý do tại sao tôi sống ở New Jersey – một tiểu bang có ít người Việt – từ đó đến giờ.

Trong khi làm việc cho AT&T, tôi ghi danh học Master về Toán Ứng Dụng tại đại học Stevens Institute of Technology. Miệt mài sau hai năm, tôi tốt nghiệp. Chính nhờ những buổi học đêm này mà tôi viết được truyện *Đêm Mơ* mà tôi rất tâm đắc.

Với cái bằng Master, AT&T cho tôi tăng một mức lương đáng kể. Tôi có thể đứng vững và vươn lên ở xứ người vì tôi đã vịn vào cha tôi:

Lan can ba, ba thẳng lưng
Ba dạy con, chân đạp bùn mà đi
Con nhón chân, con đưa tay
Con vịn ba với cái đầu
ngẩng lên!...
(Trích tập thơ VỊN VÀO LỤC BÁT, mới xuất bản, tháng 7.2017)

13. *Công ty sau cùng mà anh làm việc là công ty điện toán IBM. Từ công ty này anh đã về hưu sớm. Vì sao vậy?*

THT. Bộ phận của AT&T sau chuyển qua IBM. Tôi làm thêm khoảng 10 năm nữa ở chức vụ Dự Án Trưởng (Project Leader). Nhiệm vụ của tôi là thảo những chương trình liên quan đến security, bảo vệ công ty chống lại những hacker... Rồi bộ phận được chuyển qua Ấn Độ. Tôi không thể sang Ấn Độ làm nên quyết định về hưu non.

14. *Sau khi nghỉ hưu, anh bắt tay vào việc thực hiện tủ sách DI SẢN VĂN CHƯƠNG MIỀN NAM và tạp chí THƯ QUÁN BẢN THẢO. Bằng cách nào anh có được những tư liệu văn học cho hai công trình này?*

THT. Qua thư viện Mỹ như Yale, Cornell... Yale cách nhà 2 giờ lái xe, còn Cornell cách nhà 5 tiếng. Thường thường vợ tôi giúp lái xe vì tôi dễ ngủ gục khi lái. Đường rất nguy hiểm, vì là đường núi, nhiều khi tuyết băng đông đặc. Hai lần suýt chết vì tai nạn khi đi Cornell.

Tại Cornell sách báo Tiếng Việt rất dồi dào. Làm sao tưởng tượng họ có cả tờ truyền đơn chiêu hồi được lưu trữ?

Có lẽ do bản chất của giòng máu thám kích nên đâm liều lĩnh. Có người cho là khùng, điên, nhưng mỗi lần nhìn những bộ sách thuộc DI SẢN VĂN CHƯƠNG MIỀN NAM, lòng dâng lên niềm vui bát ngát...

15. *Về việc in ấn, anh làm thế nào để có được máy móc và giấy mực?*

THT. Về máy móc thì lên Craigslist tìm. Có khi họ cho không, có khi họ bán rất rẻ. Sau khi thỏa thuận, họ cho biết địa chỉ, mình đến, với cái screw driver trong túi. Họ hỏi máy nặng cả tấn sao ông lại khiêng nổi? Tôi cười, tao biết cách. Rồi tháo máy ra, đến mức không thể tháo. Fuser, ngăn giấy, mực, assembly parts, khung… Mấy anh chàng Mỹ trố mắt nhìn, ngạc nhiên. Chỉ có mực là mới có vấn đề. Lên eBay mua, nhưng làm sao biết ống mực tốt hay xấu?

16. *Chị Yến – người bạn đời của anh – đã giúp anh như thế nào trong việc thực hiện các công trình này?*

THT. Y. giúp tôi lái xe khi đi xa, đóng bằng chỉ những cuốn sách dày cả ngàn trang, hay phụ với tôi khiêng những thùng giấy tôi mua với giá rẻ. Y. giúp tôi viết địa chỉ, bỏ sách báo vào phong bì, dán tem, hay nhắc tôi về những sơ suất. Khi một người hỏi order một cuốn sách, Y. luôn luôn nói là tặng, đừng lấy tiền. Tâm Y. là tâm Phật… Mất Y. là mất cả cánh tay phải. Tôi hết chỗ vịn.

VỊN EM

Lòng em là cả trăng rằm
Lòng tôi trăng tối như nhằm ba mươi
May nhờ tôi được dựa hơi
Nên lòng cũng nhẹ, ít nhiều hồi tâm
Bề ngoài tôi đóng vai chồng
Nhưng bên trong là con thằn lằn nghe kinh
Lời Phật em tụng hằng đêm,
Nghe chừng như thể em cầu cho tôi
Cho tôi bớt điếc, bớt mù
Bớt sân si, bớt dâm tà tham lam…
Bây giờ em bỏ Quan Âm
Tôi lên, đứng trước bàn thờ, đốt nhang
Kìa, sao bàn tay tôi run
Tôi cần em, tôi cần em thật mà

Vậy mà em bỏ đi xa
Bỏ ngôi nhà, bỏ buồng thờ, đèn nhang
Em đi để nhận đoạn trường
Xe lăn định mệnh, chiếc giường nghiệp oan

Hay là em chuộc giùm chồng
Như xưa Chúa đã chuộc giùm thế gian?
(Trích tập thơ VỊN VÀO LỤC BÁT, mới xuất bản, tháng 7.2017)

Nguyễn Ngọc Yến – người bạn đời của Trần Hoài Thư
(Ảnh chụp hai tháng trước khi chị Yến bị stroke)
Photo by Phạm Cao Hoàng – Virginia, 22.10.2012

17. *Xin anh nêu một số kết quả mà anh hài lòng đối với các công trình này?*

THT. Trả lại sự thật và sự công bằng cho một số tác giả chưa được đánh giá, ghi nhận một cách đúng mức như Nguyễn Thị Thanh Sâm, Phùng Thăng, Hoàng Ngọc Hiển... cũng như hàng trăm tác giả mà thời ấy được gọi là *những cây bút trẻ* - những người đã có những đóng góp quan trọng cho Văn Học Miền Nam 1954-1975 qua những sáng tác được đăng trên các tạp chí văn học ở Sài Gòn như Văn, Văn Học, Bách Khoa, Văn Chương, Nghệ Thuật, Khởi Hành, Thời Tập, Ý Thức, Trình Bầy, Văn Mới, Văn Hóa Nguyệt San, Tư Tưởng... Cho đến nay, Thư Quán Bản Thảo đã phát hành đến số 75. Tủ sách DI SẢN VĂN CHƯƠNG MIỀN NAM của nhà xuất bản Thư Ấn Quán đã sưu tầm và in lại hàng trăm tác phẩm giá trị, đáng kể nhất là bộ THƠ MIỀN NAM gồm 5 tập với tổng cộng khoảng 3500 trang và bộ VĂN MIỀN NAM 4 tập với tổng cộng khoảng 2400 trang.

Trên kệ là Tạp Chí Thư Quán Bản Thảo và những cuốn sách do Trần Hoài Thư và Nguyễn Ngọc Yến sưu tầm và in ấn trong hơn 10 năm qua. Đây chỉ là một phần trong Tủ Sách Di Sản Văn Chương Miền Nam 1954-1975. Sách không bán, chỉ dành tặng cho độc giả theo yêu cầu, chỉ có những cuốn dày cả ngàn trang độc giá mới góp tiền giấy mực. Photo by Phạm Cao Hoàng – ngày 7 tháng 5 năm 2017

18. *Hiện nay anh có gặp khó khăn gì trong việc thực hiện các công trình của anh hay không?*

THT. Rất, rất, rất khó khăn. Tôi phải lo nấu ăn để mang vào nursing home cho Y., mỗi ngày 2 lần, mỗi lần ở lại với Y. khoảng 90 phút. Khi ra về tôi vịn lan can mà lên. Cả chân tôi bị gout hành rồi thấp khớp hành, tối ngủ không được. Thêm mắt bây giờ yếu lắm.

19. *Anh có dự án gì định thực hiện trong thời gian tới không?*

THT. Không có. Chỉ tiếc là cuốn *Cung Oán Ngâm Khúc* đăng trên Văn Hóa Nguyệt San từ năm 1963-1970, tôi đã scan được trên 100 trang. Sách bình giải bởi Trần Cửu Chấn (Tác giả bình giải Kiều, Chinh Phụ Ngâm nhưng không có Cung Oán Ngâm Khúc) rất chi tiết, ít có tác giả nào lại làm việc một cách nghiêm túc như vậy. Nhưng tiếc là microfilm nên chụp lại rất xấu, lại tốn nhiều tiền vì máy chụp chỉ thư viện địa phương mới có.

Đó mới là di sản văn chương miền Nam. Nhưng thử hỏi, ai bỏ công, bỏ sức. bỏ tiền ra mà cứu nó?

PCH. Xin chân thành cám ơn anh Trần Hoài Thư. Mong rằng bài phỏng vấn này giúp bạn đọc biết một chút về chuyện văn chương và cuộc đời của anh và chị Yến. Anh chị đã sống một cuộc đời rất đẹp.

Phạm Cao Hoàng thực hiện

Virginia, 25.7.2017

NGUYỄN MINH NỮU
TRẦN HOÀI THƯ: NGƯỜI CỦA DI SẢN VĂN HỌC VIỆT NAM

Trong khoảng thời gian cuối tháng 5/2021, tôi nghĩ về Trần Hoài Thư thật nhiều. Có lẽ khởi đầu từ một tin tức trên mạng xã hội Facebook nói về một cuộc hội thảo về Văn Học Miền Nam sẽ tổ chức trực tuyến do trường UNIVERSITY OF HAMBURG (Universität Hamburg) tại Đức tổ chức. Những tin tức ban đầu có người đưa lên và gọi bằng Văn học Đô Thị Miền Nam (theo ngôn ngữ trong nước), hoặc là Văn Học Cộng Hòa Miền Nam. Những cụm từ này lập tức bị phản bác nhiều vì sử dụng không đủ chuẩn mực và chính xác. Người sử dụng cụm từ Cộng Hòa Miền Nam này, sau đó đã im lặng và tự sửa lại đề tài thuyết trình thành: "Nhìn lại Thơ văn thời Việt Nam Cộng Hòa tiếp cận văn chương và nghệ thuật phương tây như thế nào" (Theo bản tin mới nhất mà nhà biên khảo Nguyễn Vy Khanh, một trong bốn người chủ tọa hội thảo cho biết ngày 25/5/2021) Tên của đề tài đã thay đổi, còn nội dung ra sao thì chưa rõ, vì hội thảo chưa diễn ra. Nhưng chính những tranh biện này làm tôi nhớ nhiều đến Trần Hoài Thư. Bởi lẽ chính anh là người sớm nhất nhìn thấy và đích thân vào việc duy trì, bảo quản và phổ biến về một nền văn học mà anh gọi là Di Sản Văn Chương Miền Nam.

Sau thời gian đầu dành cho sinh kế, tới năm 2001, với sự tiếp tay của chị Nguyễn Ngọc Yến và một bạn thân trong văn chương là Phạm văn Nhàn, Trần Hoài Thư bắt đầu sưu tập và ấn hành tủ sách Di sản Văn Chương Miền Nam với các bộ tác phẩm đồ sộ.

Tôi và Trần Hoài Thư gặp nhau giữa chiến trường. Nói vậy có quá không? Nhưng thật sự lần gặp nhau đầu tiên ở Ban Mê Thuột năm 1970 đó, Cao nguyên đang là vùng chiến tuyến, Ban Mê chưa phải là mặt trận, mà là nơi tạm dưỡng cho các chiến binh từ mặt trận trở về. Thành phố nhỏ chỉ có vài ba con đường trung tâm, và một nhà sách, nhà sách Văn Hoa. Chủ nhà sách là anh Linh, người thấp và đầy đặn. Anh Linh yêu văn học, cho nên những tờ báo văn học khi phát hành tới Ban Mê, anh cẩn thận bọc thêm một lớp giấy bóng mờ, và anh thuộc mặt thuộc tên những người ghé lại mua các tờ báo này mỗi tháng. Tôi là người may mắn khi quen với anh nhờ tới thường xuyên. Mỗi khi tạp chí Văn, Khởi Hành, Bách Khoa phát hành, tôi ghé vào, là anh vui vẻ đưa ra và ân cần, tiện thì trả, không thì chừng nào lãnh lương ra trả cũng được.

Có lần ghé vào, anh đưa cuốn Văn mới phát hành và nói với tôi: - Trần Hoài Thư cũng mới ở đây ra. - Sao anh biết? Ông ta mua sách và tự giới thiệu tên. - Khoảng bao lâu rồi? - Chừng 10 phút, đi về phía chợ kia kìa. - Làm sao nhận dạng ra THT? - Cao lêu khêu, đeo kính cận, mặc đồ lính, cấp bậc Trung úy.

Tôi gặp Trần Hoài Thư dễ dàng ngay ngã tư gần đó. Anh đang bị Quân Cảnh giữ lại vì mặc quân phục xốc xếch và đeo cấp bậc không đúng quy định. Bộ đồ lính Trần Hoài Thư thực sự nhăn nhúm, và hơi bẩn, nhưng cái mà Quân Cảnh bắt lỗi là hai bông hoa mai anh đeo trên cổ áo. Trần Hoài Thư gằn giọng: Tôi hỏi anh Trung úy là mấy hoa mai? - Hai. - Vậy tôi đeo hai hoa mai là đúng chứ sao? - Sai, Trung úy phải đeo hai hoa mai ở bâu cổ trái, và hai hoa mai ở bâu cổ phải, nay Trung úy chỉ đeo ở một bên là sai quân phong. - Đeo hoa mai hai bên thành 4 hoa mai thì cấp bậc gì? Viên Quân Cảnh tức giận mời Trung úy về đồn. Tôi quen với viên Quân Cảnh này, và quen luôn cả Trưởng Đồn Quân Cảnh lúc đó là Đại úy Nguyễn Vinh Hiển tức nhà thơ Hoàng Khởi Phong, nên bước tới dàn xếp, khi nói đây là một nhà văn nổi tiếng vừa đổi từ đơn vị xa tới đây, và có lẽ sơ ý bị rớt mất hai hoa mai ở một bâu áo, tôi sẽ đưa ông ta đi mua ngay.
Buổi sơ ngộ với Trần Hoài Thư diễn ra như thế, vừa buồn cười vừa thương cảm. Anh vừa từ một đơn vị Thám Kích ở Sư Đoàn 22, trải qua rất nhiều những trận chiến gian khổ. Cầm bút viết văn làm thơ dưới chiến hào, giữa khi khói súng còn mịt mờ. Tập truyện đầu tay "Những Vì Sao Vĩnh Biệt" do Ý Thức xuất bản bằng kỹ thuật ronéo vừa xuất bản và tạo một tiếng vang đáng kể trên văn đàn. Cùng lúc truyện của Trần Hoài Thư xuất hiện dày đặc trên Bách Khoa, Văn, Văn Học, Nghệ Thuật tạo nên một tư thế nhà văn trẻ được nhiều người yêu thích.

Thời gian ở Ban Mê Thuột của Trần Hoài Thư không nhiều, Thư bị chuyển qua một đơn vị tác chiến (hình như Đại Đội Thám Kích Sư Đoàn). Chuyện bị đổi tới một đơn vị tác chiến với một sĩ quan mắt cận thị nặng, và là một nhà văn trẻ đang khởi nghiệp là chuyện không bình thường, anh bị cấp trên ghét, và tại sao bị ghét có lẽ do tính cách kiêu bạc, ương bướng và cảm giác bị bạc đãi khiến anh ăn nói bất chấp người khác. Thật đáng tiếc.

Sau đó, được tin anh được chuyển về làm Phóng Viên Chiến Trường ở vùng 4 do lệnh của chính Tổng Cục Trưởng CTCT, tôi vẫn đọc văn và thơ của anh, dù không còn gặp lại từ năm 1972.

Cách biệt nhau suốt hai mươi năm. Bất ngờ gặp lại anh ở khu thương xá Eden tại vùng Hoa Thịnh Đốn, bên cạnh anh là chị Nguyễn Ngọc Yến, một phụ nữ rất dễ mến, thân thiện và chuyện trò cởi mở. Khi gặp vợ chồng tôi, anh nhìn vợ tôi, rất vui vẻ và thân tình thăm hỏi: - Lâu quá mới gặp, nhìn vẫn trẻ như xưa hén. Hai vợ chồng chưng hửng nhìn nhau, rồi chợt nhớ ra, tôi nhắc anh: - Lầm rồi anh Thư ơi, anh nhớ về một cô gái nào khác ở Ban Mê Thuột hả? Chị Yến và Kim Mai đều bật cười. Lúc đó, Trần Hoài Thư xuống Washington DC để trả lời một cuộc phỏng vấn của đài Á Châu Tự Do về văn học, đồng thời anh liên lạc để tổ chức tiệc cưới cho con trai, mà sau này là Bác sĩ Trần Quí Thoại.

Những năm đó, tôi đang làm một tuần báo thương mại nên thời gian dành cho văn học viết lách không nhiều, tuy biết anh đang thực hiện tạp chí Thư Quán Bản Thảo nhưng cũng không có thời gian viết bài tham gia. Trần Hoài Thư có thân tình với nhiều người cầm bút trong vùng, đặc biệt là đối với Đinh Cường, Phạm Cao Hoàng, Giang Hữu Tuyên và còn nhiều nữa. Khi tôi quen với Phạm Cao Hoàng, có lần Hoàng muốn làm cầu nối giới thiệu tôi với Trần Hoài Thư. Tôi nói tôi và anh Thư quen biết đã lâu. Hoàng lại hỏi vậy sao không có bài nào trên Thư Quán Bản Thảo. Tôi nghĩ mình viết ít mà lại lười, nên đã gọi điện thoại xin lỗi và gửi tới anh một vài bài thơ gì đó...

Khi Giang Hữu Tuyên đột ngột từ trần, Trần Hoài Thư gọi cho tôi và đề nghị tôi làm chủ biên số đặc biệt Nói về Nhà Thơ này. Tôi sốt sắng nhận lời và số Thư Quán Bản Thảo về Giang Hữu Tuyên đã được thực hiện phong phú gồm rất nhiều thơ của Tuyên, và các bài khác của nhiều người viết về Giang Hữu Tuyên.

Nhà văn Ngô Thế Vinh là một bằng hữu lâu năm của Trần Hoài Thư, mới đây có bài viết "Trần Hoài Thư và Ngọc Yến, với con chim chẳng nghịch và nỗi nhớ quê" là một bài viết dài và rất đầy đủ về Trần Hoài Thư, trong lời mở, tôi rất tâm đắc: "Cũng nhân đây, có một gợi ý với các bạn trẻ trong và ngoài nước đang chuẩn bị luận án tiến sĩ văn học, thì chân dung văn hóa của Trần Hoài Thư cùng với nỗ lực phục hồi Di Sản Văn Học Miền Nam 1954 - 1975 là một đề tài vô cùng phong phú và hấp dẫn, rất xứng đáng để các bạn khám phá và dấn thân vào. Các bạn cũng không còn nhiều thời gian - nói theo cách ví von của nhà văn trẻ Trần Vũ, chiếc kim đồng hồ trên tay anh Trần Hoài Thư đã chỉ 12 giờ kém 5 phút sắp qua nửa đêm và chỉ sau năm phút phù du đó, khi Trần Hoài Thư trở thành "người của trăm năm cũ ", tất cả sẽ bị lớp bụi thời gian mau chóng phủ mờ"

12 năm cùng với Nguyễn Ngọc Yến, Trần Hoài Thư đã lục lọi khắp các thư viện của các đại học danh tiếng để sưu tầm, tập họp và xuất bản:
- Bộ Văn Miền Nam (gồm 4 cuốn)
- Thơ Miền Nam Thời Chiến (2 cuốn)
- Thơ Tình Miền Nam
- Thơ Tự Do Miền Nam

Tập nào cũng dày cộm năm bảy trăm trang, riêng bộ Văn Miền Nam có lẽ gần 2000 trang. Ngoài ra, trong các số đặc biệt, Thư Quán Bản Thảo đã in lại toàn bộ các tạp chí Sáng Tạo, Khởi Hành, Vấn Đề... Tâm huyết của Trần Hoài Thư dành cho Di Sản Văn Học Miền Nam là lớn lao và quan trọng. Tên của anh gắn liền với dòng chữ "Di Sản Văn Học Miền Nam 1954-1975".
Nhắc lại kỷ niệm đi thăm Trần Hoài Thư lần đầu, do Đinh Cường đề xướng khi chị Yến vừa tạm hồi phục về nhà, bài thơ Đinh Cường viết là:

Trên đường về tôi cứ nghĩ
thiếu bó bông tặng chị Yến
nhân Mother's Day
nhưng có hề chi
chúng tôi với tấm lòng chân thật
từ Virginia lên thăm chị và Trần Hoài Thư với những khay xôi đậu
phộng, bánh nậm, bánh ít, bánh giò, bánh bèo tôm chấy
tự tay chị Cúc Hoa và cháu Thiên Kim làm thật ngon...
anh Phạm Cao Hoàng chỉ có bưng vào
bày ra bàn buổi ăn trưa thật vui đầm ấm tình bè bạn
Chị Yến ngồi trên xe lăn mặc dù từ khi bị stroke đến nay đã năm tháng
đã khá hơn nhiều chị nói Trần Hoài Thư
đem mấy tách trà nhỏ có hình vẽ con rồng xanh khi pha trà nóng vô
hình con rồng đổi màu ra đỏ trà thật ngon và tách sứ nhỏ có hình
rồng chị nói để mời bạn quý
cám ơn giọng nói thanh trong đôi mắt ngời sáng của chị
bây giờ chân trái đã cử động được chỉ còn tay trái với ý chí kiên trì
tập luyện sẽ bình phục theo thời gian

nhìn chị chống cây gậy bằng nhôm ba chấu anh mua ở eBay, anh đẩy
chị đi quanh phòng thấy mà thương.
nhìn những thanh gỗ anh đóng quanh các vách tường
anh dẫn ra khoe cái thanh nhôm anh chế
gắn trước cửa chính để chị có thể vịn
bước lên tầng cấp vào nhà
rất vui được lên thăm chị
đúng vào ngày lễ mẹ
(tôi vẫn nói ai yêu mẹ là anh hùng)
chị rưng rưng nước mắt
nước mắt của người con gái Cần Thơ một thời
lấy người lính trận...
cám ơn chị vẫn để dành cho mỗi người ba xấp bánh tráng bánh tráng
mè đen ít nơi nào có
cám ơn chuyến đi và về thật đẹp chị Mai và Nguyễn Minh Nữu lái
ghé rest area Delaware uống ly cà phê Starbucks quen thuộc
sẽ nhớ hoài cái giang sơn in ấn cắt xén vô bìa tráng bóng
Thư Quán Bản Thảo nay dời hết xuống basement
mới thấy nỗi đam mê mãnh liệt của Trần Hoài Thư
nay anh đang chuẩn bị làm số mới. niềm vui và tự hào hiếm có.
cám ơn chiếc sofa tôi đã nằm nghỉ lưng trưa nay
chiếc sofa anh đã nằm những đêm từ nhà thương với chị về
giã từ sân nhà có thân cây cao tuổi có vòm hoa tím
giã từ mặt hồ im ngôi nhà thờ cổ ở Plainfield - New Jersey
trên đường về tôi cứ nghĩ thiếu bó bông tặng chị nhưng có hề chi
bằng tình bạn thật lòng thương quý nhau.
Virginia, May 12, 2013

Khi đến thăm Trần Hoài Thư lần đầu, anh hướng dẫn xuống basement xem chỗ anh in ấn Thư Quán Bản Thảo và các bộ sách Di sản văn chương miền Nam, thấy anh sử dụng máy in HP8000, Tôi nói tôi không làm báo nữa, nên dư hai cái máy in HP8000, có điều máy nặng lắm, hai người khiêng cũng ì ạch, nếu anh muốn tôi sẵn lòng gửi tặng như một đóng góp với anh trong việc phổ biến Di Sản Văn Chương. Anh hào hứng nhận lời, và hẹn sẽ tới lấy máy vào tuần sau. - Nhưng phải có người phụ, máy lớn, nặng và cồng kềnh lắm. Anh mỉm cười bí mật, tôi có cách.

Và anh có cách thật, khi xuống lấy máy, chỉ với một cây tua-vít và khoảng 15 phút, cái máy cồng kềnh đồ sộ đã được tháo ra thành mấy chục mảnh, và gọn gàng xếp vào lòng xe chạy về New

Jersey. Bây giờ tôi đã hiểu thêm một nhân cách khác của Nhà văn Trần Hoài Thư, đó là một Kỹ Sư Điện Toán, đó là một bàn tay khéo léo và đó là một con người đầy chất Sáng tạo. Những cái đó phối hợp nhau nhịp nhàng để làm người In sách, sấy keo đóng sách, cắt vuông vức cuốn sách sau khi đã Viết ra cuốn sách. Thực lòng ngưỡng mộ và khâm phục.

Sau đó, một chuyến khác lái xe ba trăm dặm đưa nhóm anh em Quán Văn mà người chủ biên Nguyên Minh chính là người xuất bản tập truyện đầu tay của Trần Hoài Thư hồi xưa. Chuyến đi có Nguyên Minh, Đoàn Văn Khánh, Trương Văn Dân, Elena, Nguyễn Minh Nữu, Phạm Cao Hoàng; lúc này chị Yến đã nằm trong nursing home. Dù đã dặn trước, nhưng khi đến nhà thì hoàn toàn vắng lặng. Ngoài sân chiếc xe nằm đó, cửa kính kéo xuống. Gõ cửa nhiều lần không nghe đáp lại. Gọi điện THT không bắt máy. Cửa không đóng nên chúng tôi vào nhà, nhà vắng lặng. Chúng tôi bạo dạn đi thẳng xuống basement mà lòng hồi hộp âu lo, có chuyện gì xảy ra không? Có bao giờ đi xuống gặp... gì không? Nhưng cũng hoàn toàn vắng lặng, dàn máy Computer vẫn mở mà... trước sau không một bóng người. Chúng tôi hội ý là không nên tự ý ở trong căn nhà không có mặt chủ nhân này, nên lái xe ra một góc đường chờ liên lạc. Nửa tiếng sau, Trần Hoài Thư gọi lại cho biết vừa đem cơm cho chị Yến về. Sau đó đưa chúng tôi trở lại nursing home thăm chị Yến. Chị Yến yếu nhưng minh mẫn và rất vui gặp lại bạn bè xưa.

Kết luận bài này, xin nói về tấm lòng của Trần Hoài Thư mỗi khi gặp nhau, là cả một nồng nhiệt, chí tình cùng bằng hữu, là thiết tha chia sẻ tâm sự về việc đang làm, như một bài viết của Phạm Cao Hoàng (mà tôi rất đồng cảm) khi nhắc đến Trần Hoài Thư:

"Anh say sưa nói về những công trình anh và chị Yến đã thực hiện được trong tủ sách Di sản Văn chương miền Nam và tạp chí Thư Quán Bản Thảo. Rất nhiều người ở hải ngoại cũng như trong nước yêu mến Trần Hoài Thư và Nguyễn Ngọc Yến vì công lao của anh chị trong việc sưu tầm, in ấn và phổ biến các tác phẩm văn học miền Nam 1954-1975."

Cảm tạ Văn Chương là tác phẩm mới nhất của Trần Hoài Thư, những bài viết như những lời nhắn gửi. Tôi thật lòng mong được đọc tiếp Cảm Tạ Văn Chương, tập 2. Cứ như vậy nhé, anh Trần Hoài Thư.

Nguyễn Minh Nữu

TRẦN YÊN HÒA

THẦY SÁCH!

Trong niên khóa 1963 hay 1964, trường Trần Cao Vân, Tam Kỳ, tôi theo học có thêm một người thầy dạy môn Công Dân Giáo Dục, đó là thầy Trần Quí Sách.

Thầy khoảng 23, 24 tuổi, dáng người cao lêu nghêu, ăn mặc xuềnh xoàng, không nghiêm chỉnh như những giáo sư cùng dạy với thầy lúc đó, như thầy Quân, thầy Đàng dạy Pháp Văn. Thầy Sách mang kính cận, giảng bài có giọng Huế lai, thầy lại bị cà lăm nhẹ, mỗi câu thầy giảng thường ngập ngừng và lắp, nên không hấp dẫn cho lắm khi tụi tôi lắng nghe. Vì ăn bận xuềnh xoàng như vậy, nên có thằng học trò cùng lớp tôi tên Trần Kim Anh, thằng bạn nghịch ngợm nhất trong lớp, nói rỉ tai nhau nghe là, thầy Sách ở dơ. Nó nói nó quan sát thầy là cả một tuần hay mười ngày, thầy mới thay một bộ đồ và thầy chỉ có hai, ba cặp đồ thay đi thay lại.

Hồi đó, tôi biết thầy thích thơ văn, và có làm thơ, nên tôi thích thầy, dù chưa đọc một bài, thơ hay văn của thầy. Chúng tôi thường gọi thầy là thầy Sách công dân.

Trong lúc đó, trường cũng có một vị giáo sư khác đó là thầy Nguyễn Đông Ngạc, dạy Việt văn lớp đệ nhị (thời kỳ đó, các thầy giáo dạy trung học đệ nhất cấp trở lên đều được gọi là giáo sư). Thầy Nguyễn Đông Ngạc, dáng trông rất sang. Với mái tóc bồng bềnh, gương mặt tươi sáng, đôi mắt lớn, nên thầy trông rất đẹp trai, thầy viết trong tờ Văn Học do nhà văn Dương Kiền làm chủ bút. Thầy vào lớp thường hay đọc hai câu thơ:

Thích Quảng Đức tự thiêu
Lời hô to tháng sáu

Giữa hai thầy dạy chúng tôi đều yêu thích văn chương, sau này có tên trong những nhà văn đóng góp vào nền văn học nước nhà, nhưng thời đó tôi có biết gì đâu mà đánh giá. Tôi chỉ thấy thích thầy Sách hơn vì thầy gần gũi, thân tình với tôi hơn. Tôi đã dẫn thầy về quê tôi ở xã Kỳ Mỹ, chợ Quán Rường chơi, ở lại nhà tôi ăn trưa, do mẹ tôi nấu chiêu đãi. Đến chiều thầy mới đạp xe đạp về Tam Kỳ.

Chuyện tình nhỏ

Thầy Sách ở trọ trong một ngôi nhà gần trường Trần Cao Vân, trên con đường cùng tên là Trần Cao Vân. Gần nhà thầy ở trọ có Kim D., cô nữ sinh cùng học lớp với tôi. Cô học trò thường bận cặp đồ trắng nữ sinh, ngày hai buổi đến trường tha thướt, khiến chàng thầy giáo xúc động. Nhưng (có lẽ) người thầy giáo dạy giờ, dạy môn Công Dân Giáo Dục (sao hồi đó tôi thấy thầy Sách chỉ dạy giờ môn Công Dân Giáo Dục thôi, chứ không thấy thầy dạy môn khác) đến khi thầy rời trường cũng chẳng có một dấu ấn gì với cô nữ sinh Kim D. kia, vì thầy không có gì đặc sắc khiến cho cô để ý. Còn cô là con gái mới lớn, con nhà quan lại ở một quận ly, (cha là phó quận trưởng). Cô lại đẹp và học giỏi, nên có những ông thầy dạy đệ nhị cấp dạy những môn chính, để ý, kể cả những cậu học sinh non choẹt như chúng tôi, cùng học lớp với cô cũng sắp hàng trồng cây si cô. Nhưng cô cũng là người nữ sinh có lý trí, không để ý những chuyện chung quanh mình, chỉ lo học và học... và dự tính sẽ tìm một tấm chồng quan quyền theo nền nếp "cha ông". Nên khoảng một năm sau, thời gian cô D. còn đang học đệ nhất, thì cô nữ sinh con một vị Phó Quận Trưởng được cha mẹ quyết định gả cho một vị trung tá Tham Mưu Trưởng tiểu khu tỉnh Q... Thế là nàng đã rời xa cơn mộng của chúng tôi, những nam sinh mê cô say đắm... Và lúc đó chắc thầy Sách đã đi lính... chắc còn mang hình bóng nàng, chưa biết... là người tình trong mộng đã sang ngang.

Chuyện tình của thầy Sách, tôi không biết, đến khi thầy có gởi bài thơ đăng trên Đặc San Trần Cao Vân (1998), tôi mới biết. Cũng ba mươi năm sau khi thầy về thăm Cali, tôi gặp thầy mới hỏi đến tên nàng, khi thầy nói nhỏ với tôi.

Lần này có chị Yến, vợ thầy, đi theo, hai người quấn quít nhau, chứng tỏ thầy yêu vợ lắm. Còn chuyện tình với cô nữ sinh tên

D. kia cũng chỉ là mối tình hoa bướm, mộng mơ thuở thiếu thời, âm thầm vậy thôi.

Lúc tôi và nhà thơ Thành Tôn thực hiện Đặc San Trần Cao Vân (khoảng 1998), thầy Sách có gởi cho tôi một bài thơ để đăng. Bài thơ có nhắc đến ngày thầy về quê tôi, mẹ tôi đã nấu đãi thầy nồi canh bông lý, và nỗi nhớ Tam Kỳ của thầy. Bài thơ rất cảm động, tôi xin ghi lại theo đây:

Bài Cho Tam Kỳ

(Gởi cho các học trò cũ của tôi)

Mấy mươi năm chưa một lần về thăm
Thị trấn ấy biết còn đàn sáo ngụ
Ngôi nhà trọ có giàn hoa giấy đỏ
Gốc cây xưa còn đỏ một khoảng trời
Khi em một lần của tuổi rong chơi
Và tôi một lần, bạn cùng bảng phấn

Em nhắc Tam Kỳ làm tôi quay quắt
Bữa cơm tháng nào quán Huế hôm xưa
Những sáng hôm nào lất phất trời mưa
Những chiều xe thồ mập mờ bụi xám
Nơi tôi đến, không họ hàng lân láng
May mà Tam Kỳ còn những con tim.

Nhớ ngày nào tôi đến nhà em
Mẹ em đãi thầy nồi canh bông lý
Bông lý quê em ngập đầy gió núi
Như nắng vàng đầy ngập vườn sân
Như những ngày tôi có Trần Cao Vân
Những ô cửa và mây trời xanh ngắt
Tôi giấu các em, nỗi buồn trang sách
Khi pháo dội về đen ám chiến tranh
Khi tôi đợi ngày về cõi đao binh
Bài toán học buồn theo dòng sử lược
Khi tôi đến xe dừng bên chợ Được
Đất trắng Thăng Bình ngọt vùng khoai lang
Đố ai về trên mạn Quế Sơn
Nhắn giùm tôi mùa cá chuồn đã đến
Nậu nguồn ơi mít non tôi chưa nếm

Sao tôi lại đành bỏ nậu mà đi
Tôi bỏ nậu đi bỏ lớp trường xưa
Bỏ quán cô Thuyền, bỏ nhà Nam Ngãi
Bỏ chiếc xe hàng qua đêm đậu lại
Cùng tiếng máy đèn rền rĩ thâu đêm
Bỏ những người em đệ lục, đệ tam
Bỏ những người em chào thầy buổi sáng
Thầy giáo các em, giờ thành lính trận
Chỉ mong một đời đổi lấy niềm vui

Mấy mươi năm chưa một lần về thăm
Tam Kỳ của tôi và của các em
Cho tôi gởi một lời xin lỗi
Của một người thua trận lưu vong.

Trần Hoài Thư

Thuở thầy Sách dạy Trần Cao Vân thầy chưa có tác phẩm nào. Đến khi thầy đi lính, thầy viết nhiều, nhất là ở các Tập San Văn, Bách Khoa thì tên tuổi thầy đã được nhiều người biết đến. Sau cuộc thăng trầm đổi đời 30-4-1975, thầy lại bị tập trung cải tạo, sau khi được thả về thầy tìm cách vượt biên và đã đến Mỹ.

Qua Mỹ thầy viết nhiều hơn, xuất bản nhiều đầu sách hơn. Và thầy có công lao nhiều nhất là thành lập Nhà Xuất Bản Thư Ấn Quán xuất bản (lại) những tác phẩm của bạn bè, đã bị cấm in trong nước, cũng như thực hiện tạp chí Thư Quán Bản Thảo, ròng rã suốt trên hai mươi năm, đến nay đã hơn trăm số.

Tôi vẫn nghĩ, hãnh diện và ngưỡng mộ có một người thầy là nhà văn... Và tự suy nghĩ, dù cô D. ngày xưa đã lấy một vị trung tá (sau lên đại tá), nhưng nay tên tuổi cũng biệt mù, chẳng ai biết đến, trong lúc một nhà văn Trần Hoài Thư đã sáng chói, được nhiều người yêu thích. Chắc chắn trong dòng văn học hải ngoại và cả trong nước, sẽ ghi tên Trần Hoài Thư, làm sống lại một nền văn học VN trước bảy lăm và cả hiện tại, cũng như mai sau.

Dù xa xôi, em luôn luôn chúc thầy chân cứng đá mềm...

Trần Yên Hòa

M.H. HOÀI LINH PHƯƠNG
NGHE TIẾNG HƯ KHÔNG

* từ "Quán" – Gửi "Ông Thầy" Trần Hoài Thư

** bước dừng nghe vẫn phân vân*
đường xa, dấu cũ... mịt mùng em ơi!
thôi em ngoan ngủ hồn tôi
môi xanh đã khép nửa đời lãng du...
("Trong café Tùng, đợi Phương" – Trầm Kha)

Ta chia đời cho nhau
Anh vàng tay khói thuốc
Giọt café rơi mau...
Quán quen... buồn tỉnh, thức

Người vào nơi gió nổi
Cung kiếm nặng oằn vai
Tôi dáng gầy như lá
Con dốc dài mưa bay

Thương anh triền nắng đổ
Hàng thông xưa đứng chờ
Tôi đếm từng giọt đắng...
Bên ghế, bàn chơ vơ

Người mang mùa Xuân theo
Không còn ai đón, đợi
Tôi một đời... thương đau
Quán tình... xa mấy cõi?

Washington D.C. tháng 12/2022

M.H. HOÀI LINH PHƯƠNG
NHỮNG Ý NGHĨ RỜI VỀ TRẦN HOÀI THƯ...

Tôi gọi anh bằng "Ông Thầy" chỉ vì anh có học trò trên bục giảng, dưới bàn học, lớn hơn tôi vài tuổi…
Là một cách gọi dí dỏm của tôi. Nhưng "ông thầy" vui vẻ hứng thú đùa theo, và gọi tôi là "Đệ Tử" trong những emails qua lại thăm nhau trong tình văn nghệ.

Tôi biết ông thầy qua những bài thơ cùng thời với Cao Thoại Châu, Cung Tích Biền, Mường Mán… mà nhỏ Vy – bạn thân tôi hay nhắc đến khi hai đứa hãy còn mê ngậm ô mai, me ngào, xí muội…
Tuổi nhỏ chúng tôi lớn lên trong vận nước điêu linh…
Rồi thăng trầm, phiêu bạt.
Qua xứ người, biết ông thầy có lòng với chữ nghĩa, sưu tập những tác phẩm của miền Nam lưu dấu một thời và Thư Quán Bản Thảo ra đời, vươn vai đứng dậy để tồn tại trong nhiều năm ly xứ…
Tôi ngưỡng mộ tấm lòng ông thầy với văn học miền Nam bao nhiêu thì yêu quý tình yêu bền chặt tuổi 80 của ông thầy với người bạn đời bấy nhiêu…
Cầu mong sao ông thầy Trần Hoài Thư vẫn chân cứng, đá mềm trên đường dài văn chương lưu lạc, và tôi – như một cô học trò nhỏ - vẫn xin chung tay góp chút tài mọn để Thư Quán Bản Thảo mãi mãi sống còn…
Dù đã có lần nghịch ngợm chọc giận ông thầy, dù có đôi khi… cũng lý luận cùn thiên hạ sự…. Nhưng chân tình thì hoài mãi không vơi…
Ông Thầy đẹp lão như một ông tiên râu tóc, bạc phơ… biết mà… Phải không? Nỗi lòng của "Đệ Tử"…

M.H. Hoài Linh Phương
Washington D.C. tháng 02/2023.

VINH HỒ
Trần Hoài Thư, Một Tâm Hồn Nhân Hậu, Yêu Người, Yêu Văn Chương Sách Báo

Trần Hoài Thư, một cây bút có 20 tác phẩm văn và 8 tác phẩm thơ.

Khi còn ngồi ghế nhà trường Võ Tánh những năm 1966-1968, tôi có đọc truyện ngắn Trần Hoài Thư trên Bách Khoa, Văn.

Tác phẩm Trần Hoài Thư phong phú mang phong cách riêng. Có một nhà văn Tây phương nói rằng:
"Thơ không phải là đám mây bay lơ lửng trên dòng đời, mà chính là dòng đời đó. Thơ đâm rễ vào thực tại, nở hoa từ thực tại, và giải thoát từ thực tại."

Tôi tin câu nói trên dành cho tác phẩm Trần Hoài Thư rất đúng, đã "đâm rễ vào thực tại, nở hoa từ thực tại", đã "viết bằng chất liệu của đời sống mình."

Hãy nghe Trần Hoài Thư trả lời phỏng vấn:
"Tôi là nhà văn sống và viết. Tôi tìm chất liệu ở con người thật của tôi. Tôi sống và viết bằng con người thật của tôi.... Khi tôi ở trong quân đội, tôi viết về người lính; khi tôi đào ngũ, tôi viết về kẻ đào ngũ; khi tôi trở lại đơn vị bị giáng lon, thì viết về tâm trạng của người lao công chiến trường... Khi tôi bị thương nằm trong quân y viện, tôi viết về tâm trạng người thương binh; khi tôi ở trong trại khổ sai, tôi viết về sự thật cảnh tôi vỡ chụp lấy thau cơm nhão... Tôi viết bằng chất

liệu của đời sống mình. Từ chất liệu ấy, tôi xây dựng cốt chuyện, nhân vật..."
(Sống Để Viết, Trần Hoài Thư, phỏng vấn của Nguyễn Thị Hải Hà)

Tôi có đọc nhiều thơ văn viết về Trần Hoài Thư, xin trích những đoạn mà tôi tâm đắc:

-*"Thừa hưởng một cái tên đẹp do cha mẹ đặt cho, Trần Quí Sách chọn cho mình một bút danh thật thi vị: Trần Hoài Thư. Tên gọi như một sợi dây, trói buộc anh dính liền một đời với chữ nghĩa, sách báo."*
(Trần Hoài Thư một đời quí sách - Luân Hoán)

-*"yêu vợ*
thương con
cưng cháu
tốt với bạn bè
nhưng còn hơn thế nữa
anh viết văn làm thơ
anh có tấm lòng hơn cả nhà văn nhà thơ
anh móc trái tim để vào chữ nghĩa
anh moi bộ óc tặng cho văn chương
anh hiến cả cuộc đời cho văn học miền Nam.
(Bạn tôi, 2014 - Trần Phù Thế)

-*"Trần Hoài Thư là một trong những nhà văn điển hình nhất trong hai mươi năm nội chiến của nền Văn học Việt Nam."*
"... một nhà văn suốt đời hy sinh, tận tụy cho văn chương nước nhà."
(Trần Hoài Thư, người ngồi vá lại những linh hồn - Đỗ Trường)

"người ngồi khâu di sản văn chương
của miền nam oan nghiệt tử thương
tóc trắng cổ lai hy thất thập
tay run mắt cận tâm phi thường"
(người ngồi khâu di sản văn chương, 2016 - Nguyễn Lương Vỵ)

"Tóc xả dài, Tạ Tốn
Thân thẳng đứng, trượng phu"
(Tháng Bảy, Gặp Trần Hoài Thư - Cao Vị Khanh)

Tôi có thể mượn từ ngữ của các tác giả trên, để ráp lại thành bức chân dung Trần Hoài Thư:

-"một đời quí sách, có tấm lòng, có tâm phi thường, trượng phu."

Tôi xin kể ra đây để thấy tấm lòng nhiệt tình nhiệt tâm... của Ông.

Năm 1999, Trần Hoài Thư nhận được thi tập "Thơ Vinh Hồ" của tôi, không biết tôi là ai, nhưng sau khi đọc thơ tôi, dù đã nửa đêm, ông vẫn gọi tôi để chúc mừng và không tiếc lời khen ngợi, khích lệ, sau đó còn viết một bài dài giới thiệu, kèm những nhận định tinh tế về thơ tôi. Xin trích dẫn vài đoạn:

"Khi đọc xong bài thơ này, tôi rưng rưng. Nửa đêm tôi gọi anh. Tôi phải cám ơn anh vì anh đã trả lời thay giùm tôi."

"Dù Đường luật hay thơ mới, vẫn là những trăn trở, những đau thương, cay đắng, si dại cùng với nỗi đôn hậu rất thật thà của từng trang lòng của anh."

"Anh thuộc thế hệ chiến tranh như chúng tôi. Nhưng anh khác với hầu hết nhà thơ thuộc thế hệ, khi anh làm rất nhiều bài thơ Đường, một loại thơ mà chúng tôi chẳng mấy thích thú gì, bởi những vần luật quá khe khắt, trong khi cuộc sống của chúng ta bị hụt hẫng, cuống cuồng, hối hả, trong khi những bài thơ của chúng tôi là những trang chúc thư. Cái tài hoa kia càng bội phần khi anh thổi vào loại thơ này một bầu khí hậu mới, xanh mát hơn, sáng tạo hơn và đầy thi tính hơn. "

"Nhưng, có lẽ những bài thơ dài và tự do, viết về những năm tháng tù tội của anh, là những bài thơ xúc động nhất."
(Trích đoạn Đọc thơ Vinh Hồ, 1999 - Trần Hoài Thư)

Đã 24 năm qua rồi, nhưng trong lòng tôi vẫn còn hiện hữu một hình ảnh đẹp, một tấm lòng trong sáng, ngay thẳng, nhân hậu, vị tha, yêu người, yêu văn chương sách báo, - Trần Hoài Thư.

Tôi xin trích vài câu thơ của ông mà tôi cho là tuyệt bút:

Ta đã về ôm những nhánh tang thương
Cúi đầu bước đi giữa lòng phố cũ
Con phố của ta, ruột rà trăm ngõ
Sao bây giờ mỗi khúc mỗi đau
(Ta Bán Cà Rem, Hề! - Trần Hoài Thư)

Đêm nước mặn mà ngọt ngào nỗi chết
Đêm quá dài mà ngắn chớp tử sinh
(Đêm ra biển - Trần Hoài Thư)

Vẫn biết lần đi là bỏ hết
Là phủi tay. Cháy túi. Sạch trơn
Quay nhìn lại: Em còn bóng nhỏ
Ngọn đèn vàng lạnh một dòng sông
(Đêm từ biệt VN - Trần Hoài Thư)

Trần Hoài Thư, một nhà văn/nhà thơ gắn liền với quê hương đất nước, với chiến tranh tù đày, tác phẩm của ông là chứng nhân lịch sử, là nỗi cô đơn bi đát, bất hạnh phi lý, là tiếng thở dài não nuột của thân phận VN đau thương.

Vinh Hồ
Orlando, Feb. 12, 2023

PHẦN VĂN THƠ
NGÔN NGỮ 24

VŨ TRỌNG QUANG

TẬP SAN VĂN SỐ CUỐI CÙNG TRƯỚC THÁNG 4-1975

Tôi và nhà thơ Trần Hữu Dũng hiện lưu giữ khoảng 200 số tập san Văn, nói không phải "khoe", đó là một số lượng không phải nhỏ. Có người gạ mua với giá cao, nhưng tôi không bán, bạn tôi Tiến sĩ Khảo cổ Nguyễn Thị Hậu yêu đồ cổ nói bán làm gì; dĩ nhiên có thể copy lại để lưu giữ, tuy vậy đọc bản chính vẫn sướng hơn.

Với số lượng tập san nhiều như thế, sẽ không điểm hết, nên tôi chọn số phát hành 26/3/1975 (tập san này không có số thứ tự, vì thời điểm ấy chế độ miền Nam, chỉ cho xuất bản Giai Phẩm); trước để biết dấu ấn về tọa độ thời gian, sau tò mò xem các tác giả bày tỏ gì trong thời điểm ấy; đây là số cuối cùng mà Văn đã bị làm xong nhiệm vụ lịch sử. Bìa 1 trình bày toàn chữ rất đơn giản rõ ràng, màu thời gian tác động lên bìa sách chữ còn chữ mất, chữ đỏ phần đặc biệt Văn Học Nghệ Thuật Việt Nam Ở Hải Ngoại khiêm nhường, không biết cố ý phong cách hay dự báo vội vã.

Nơi bìa trang 2 ghi: Sáng lập: NGUYỄN ĐÌNH VƯỢNG; Chủ trương: MAI THẢO; Quản lý: NGUYỄN THỊ TUẤN (lúc này nhà văn Nguyễn Xuân Hoàng thôi làm thư ký tòa soạn). Ở phần mục lục: <u>Phần Đặc Biệt</u> về Văn Học Nghệ Thuật VN ở Hải Ngoại: Phỏng vấn giáo sư Nguyễn Khắc Hoạch, nữ ký giả Minh Đức Hoài Trinh, nữ sĩ Mộng Tuyết, họa sĩ Trần Đình Thụy; Phần Văn Xuôi có văn của Mai Thảo, Võ Phiến, Trùng Dương, K.T. Mohamed, Lê Huy Oanh, Mường Mán; <u>Phần Thơ</u> có thơ của Nh. Tay Ngàn, Bùi Đức Long, Trần Hồng Châu, Ngô Cang, Tạ Hiền (tôi chú ý tới tay viết mới này); và các phần Sinh hoạt văn nghệ, Hộp thư, Ấn phẩm mới. <u>Ở phần văn xuôi</u> là Nhật Ký của Mai Thảo ghi mềm mại những sự việc từ 15.2.75 đến 20.3.75, đọc lại bùi ngùi, bút pháp đằm thắm đầy lãng mạn, xin trích phần cuối của nhật ký *"... Đêm vẫn còn là nhiều so với thời kỳ giới nghiêm sau tết Mậu Thân. Hệ thống kẽm gai cấm đường ném chi chít trên những mặt nhựa Sài Gòn hồi đó từ 6 giờ chiều. Phố xá vắng ngắt lúc chưa tàn nắng..."*, còn Võ Phiến tiếp tục loạt bài Chúng Ta Qua Tiếng Nói với tiêu đề Tiếng Nói, Một Phương Tiện? Võ Phiến bao giờ cũng vậy, kỹ lưỡng, câu chữ chắc chắn chi tiết chắt lọc; nhà văn Trùng Dương có truyện ngắn Ngoài Bãi, bây giờ nữ văn sĩ đã ở *"ngoài bãi"* bên kia Thái Bình Dương; nhà văn Ấn Độ K.T. Mohamed với truyện ngắn Đôi Mắt Mùa Xuân do nhà thơ Hoàng Trúc Ly chuyển ngữ; nhà văn Lê Huy Oanh nhận định Bùi Giáng Nguồn Cảm Hứng trong Thơ Việt (sau khi đã nhận định hai cõi thơ Nguyên Sa và Nhã Ca): *"Bùi Giáng đập phá bằng cách đùa cợt những tư tưởng cổ truyền, bằng cách đùa cợt chính ông, bằng cách bôi lem thơ, làm xô lệch ngôn ngữ..."*; và truyện ngắn Mùa Sẽ Còn Dài của "nhà văn trẻ" Mường Mán, bây giờ nhà văn không còn trẻ nữa ấy vẫn tiếp tục cầm bút lại cầm thêm cọ vẽ kiêm chủ quán món Huế tại Phú Nhuận. <u>Ở Phần Thơ</u> thì khởi đầu là thơ của Nh. Tay Ngàn trải những bài thơ tự do dài viết ở Paris, vẫn ám ảnh hình bóng Liên *Mà thương quá em Liên*, năm 1988 Phạm Công Thiện viết cuốn Đi Cho Hết Một Đêm Hoang Vu Trên Mặt Đất nói bạn tôi (tức Nh. Tay Ngàn) mất tháng 1/1978 tại Paris, bây giờ sau 33 năm Thiện cũng ra đi khỏi trần ai , không biết có *"Đi cho hết một đêm hoang vu trên mặt đất"* tại thế để vào cõi khác không? Có thể rời Ngày Sanh Của Rắn tiến hóa ngự trên mình Rồng vu vi vào cõi vô thường thời gian không? Ngày 8/3/2011 Phạm Công Thiện đi, tôi có mấy dòng:

Tự nhận thiên tài độc nhất của Việt Nam
không ai cạnh tranh
dám giao cấu mặt trời thủ dâm thượng đế
đám đông mở toang cánh cửa háo hức đứng nhìn
đập vỡ đôi kính cận thầy mô phạm khoa bảng
đọc Heidegger bằng máu và nước mắt
ta bà qua sông tìm vô ngã
bảy mươi mốt tuổi trẻ không về
bởi đó Phạm Công Thiện

(Thi Vũ cũng cho biết Tay Ngàn mất vào tháng năm ấy, có làm bài thơ tiễn: *Tay Ngàn/Khua nhịp về đâu/Rừng thiêng vỡ một/ngấn/sầu/rụng/hai/Nay theo bước nhỏ còn ai/Ta hơ tro cũ/tay dài dìu em*, không biết nơi vô cùng Ngàn có ngàn trùng đi *tìm Nỗi Liên đen tối vô cùng* không?), kế đến là mười câu thơ lục bát của Bùi Đức Long, bài thơ này sau được tác giả chọn vào tập thơ in riêng; còn Trần Hồng Châu là một bài tự do dài đầy nhịp điệu liên kết với thơ vần, mang dáng dấp cổ phong *Em đi đến uyển chuyển mộng vân đài*; với Ngô Cang (nhà thơ gốc Huế) cũng mười câu lục bát; và sau hết là một giọng thơ mới TẠ HIỀN, giới thiệu sáu bài thơ tự do, tôi rất thích và đồng ý với nhận định lời mở rất trân trọng của nhà văn Mai Thảo dành cho người viết mới: *Những người trẻ tuổi bắt đầu làm thơ nên bắt đầu ngay bằng thơ tự do. Nghĩa là một bắt đầu mạnh bạo, đường hoàng, ở ngoài mọi kiến trúc tiền chế*, hay là do tôi làm thơ tự do nên đồng cảm, không biết Tạ Hiền ở đâu (bây giờ tôi biết Tạ Hiền chính là Đỗ Khiêm, người chủ trương Tạp chí Thơ); xin trích một bài trong số sáu bài thơ:

THỊ DÂM
(Ai nhìn phụ nữ mà ước ao phạm tội thì đã tà dâm trong lòng rồi –
Matthieu)

Buổi trưa chuông nhà thờ âm a
Ly la ve phù du sùi bọt hiện ngã
Người con gái co quắp một phần tư quần lót

Ta nhắm mắt cơn say lên đến óc
Ghế bàn chồm tới đòi làm quen
Người con gái vẫn hở hang một góc

Buổi lễ dâng lên cặp đùi hồng mơn trớn
Em kiêu căng biểu dương thịt da

Rồi
Các linh mục hiền hòa thiển cận
Những tín đồ đi nhà thờ ngoạn cảnh
Cũng như em đang đưa phía trên đùi ra
Tất cả sẽ không bao giờ hiểu
Tác dụng của hơi men trên ta
Hay nỗi tuyệt vọng của những tinh trùng
Chạy đua trong cõi tối
(Tạ Hiền)

Phần Sinh hoạt văn nghệ: Thông tin Trùng Dương viết truyện phim; triển lãm tranh Đinh Cường tại Viện Văn Hóa Pháp Sài Gòn; đề cập đến cuốn Quần Đảo Gulag của nhà văn Nga Solzhenitsyn bị trục xuất khỏi đất nước mình, và hồi ký của tướng độc nhãn Do Thái Moshe Dayan hồi ức chiến thắng cuộc chiến 6 ngày tại Trung Đông tháng 6-1967; tường thuật việc Duyên Anh, Hoài Bắc, Mai Thảo ra Đà Nẵng; giới thiệu đêm nhạc và thơ tại Cần Thơ. Phần Hộp thư, chú ý thấy dòng trả lời bạn mình "Trần Hữu Dũng: sẽ đăng một phần", nhưng cái gọi một phần ấy không bao giờ xuất hiện, vì sau cái ngày cuối tháng 4/75 tạp chí Văn không hiện hữu; mới đây hỏi Trần Hữu Dũng có giữ bài thơ làm kỷ niệm chăng? Dũng nói mất rồi; ngược lên trên thấy câu trả lời "Trần Hoài Thư: Nhận được báo và nhuận bút rồi chứ? Mùa Luân Lạc đã tới", nhưng luân lạc tới đâu rồi hở Trần Hoài Thư? Trong Phần giới thiệu Ấn Phẩm Mới thấy có giới thiệu Tập san văn nghệ Vỡ Đất do hai nhà thơ Nguyễn Thái Dương và Ban Bội Bổng (tức Bùi Bá Bổng, bạn cùng khóa Đại học Nông Lâm với tôi) chủ trương, số 2 và đương nhiên là số cuối cùng, với sự góp mặt của nhiều tên tuổi: Trần Hoài Thư, Lương Thái Sỹ, Mang Viên Long, Đặng Tấn Tới, Mịch La Phong... Giới thiệu Vỡ Đất chợt nhớ ở mục Ấn Phẩm Mới số tháng 3/1973 có giới thiệu: " THƠ VŨ TRỌNG, thơ của Vũ Trọng Quang, Văn Nghệ Động Đất xuất bản, sách dày 50 trang, không ghi giá "nghĩ hồi ấy mình hồn nhiên sáo ngữ và sáo rỗng, lấy tên xuất bản cho kêu, giờ bàng hoàng thảm họa động đất sóng thần vừa qua ở đất nước mặt trời, khủng khiếp quá. Và ủa lạ vậy? Tại sao chỉ có Thơ Vũ Trọng mà thiếu chữ Quang, không biết do người phụ trách sơ sót viết thiếu hay do thợ sắp chữ sắp đặt lơ đểnh lơ là: thấy cũng vui vui.

Từ giai phẩm Văn trước tháng 4/1975 tôi lại lan man chuyện nọ xọ chuyện kia suy nghĩ hội tụ về hiện tại, dòng sông thời gian đời sống có thể dài dòng thời gian mặc định toán học tích tắc, kéo theo dòng chảy chuyển biến lịch sử, nhớ câu thơ của Chinh Yên *"Cách nhau mỗi ngày là mỗi lạ"*; có những việc không tưởng tượng nổi trục trái đất chao đảo trong vũ trụ giật mình, thảm họa mọi nơi trên thế giới; văng vẳng câu nói của Jean-Paul Sartre *"Trước cái đói của trẻ em Phi Châu, cuốn Buồn Nôn của tôi vô nghĩa"*; trước sự việc địa chấn chấn động thế kỷ, những dòng này hạt cát nhỏ bé, rất vô cùng nhỏ bé.

Vũ Trọng Quang

NGUYỄN THỊ HẢI HÀ

CÁ BỐNG KHO TIÊU
(truyện phóng tác)

Người thanh niên

Tôi vừa băng qua đường thì thoáng thấy nó chạy phía trước. Đã khuya lắm rồi nên ngay cả Mott Street China Town rộn ràng như thế mà các nhà hàng cũng bắt đầu đóng cửa, bóng tối đen hơn. Nó ngừng lại, ngó tôi như thể chờ đợi. Con mèo tam thể có cái vằn trắng đầy vẻ bí hiểm trông giống hệt Nora. Tôi biết loài mèo thường giống nhau, nhưng Nora thì tôi không thể nào nhầm lẫn với bất cứ con mèo nào khác. Rồi nó đột nhiên biến mất.

Tôi đi nhanh lên đến chỗ con mèo đứng nhìn tôi. Trước mặt tôi là một quán ăn còn mở cửa nhưng không có khách. Có lẽ nó chạy vào trong quán này tại vì ngay trước cửa tiệm có một chén cháo còn ấm. Cháo chan nước cá kho.

Đèn neon chiếu sáng rực bảng hiệu Quán Nửa Khuya. Hình như đây trước là căn hộ riêng được dùng làm văn phòng hướng dẫn du lịch, hoặc mua bán nhà đất cho thuê chung cư gì đó. Giờ được biến thành quán ăn, chỉ có vài chỗ ngồi. Có vẻ người chủ mở quán ăn vì thích chứ không phải để sinh sống. Vùng này nhà đất đắt hơn vàng.

Bà chủ quán ăn

Xin về hưu sớm, rồi tôi mở quán ăn. Không bán nhiều món cầu kỳ. Trà, cà phê, bánh ngọt, và một vài món mặn ăn với cơm hay bánh mì.

Dù chẳng có nhiều khách, tôi vẫn mở cửa đến quá nửa đêm. Ngày xưa chồng tôi thích bài hát qua giọng ca Thanh Thúy. "Quán nửa khuya đèn mờ theo hơi khói. Trút tâm tư vào đêm vắng canh dài..." Thật đúng với tâm trạng của tôi vào những đêm mùa đông như đêm nay. Trời lạnh, tôi nhớ con tôi. Nó thích ăn cháo trắng với cá bống kho tiêu. Nồi cháo đã xong. Ở Mỹ tôi không gặp cá bống nên thay bằng cá smelt. Tôi kho cá không có gì cầu kỳ. Cá bống rửa sạch bằng giấm và muối cho bớt mùi cá đông lạnh. Tôi phi tỏi, cá bống ướp muối đường bột ngọt với hành phi có cho chút nghệ. Tôi không kho cá bằng nước mắm vì mùi của nó đậm đặc lắm. Tôi không cho nước, chỉ để nước từ củ hành và gừng và từ cá tươm ra. Tôi kho rất chậm để lửa riu riu nên khi cạn nước là cá cũng thấm. Nước cá kho đặc quánh lại như một chất keo màu nâu nhạt và tôi cho vào một chút tóp mỡ. Nhà ở xứ này đóng cửa quanh năm. Mùa đông sợ lạnh, mùa hè sợ nóng, và giữa những mùa khác, sợ trộm. Dù kho bằng muối, mùi cá vẫn rất đậm đặc. Người không quen thấy hôi. Riêng tôi lại thấy mùi thơm của cá kho.

Chàng trai bước vào ngập ngừng hỏi.

- Cô ơi, con mèo có chạy vào đây không ạ?
- Không. Cửa hai lớp nên phải có người mở cửa thì mới có thể vào, nhưng từ nãy giờ tôi không mở cửa. Nhưng tại sao cháu hỏi tôi như thế?
- Dạ cháu thấy có con mèo tam thể giống như con mèo cháu nuôi nhưng khi nó đến đây thì bỗng dưng biến mất.
- Bữa nay, trước giờ tôi mở cửa, có con mèo ngồi nép vào trước cửa như tìm hơi ấm. Trông nó có vẻ đói và lạnh muốn vào tiệm nhưng khi tôi mở cửa thì nó chạy mất. Cháu bị mất con mèo?

Chàng trai ngần ngừ không trả lời. Trông cậu ta có vẻ bơ phờ.

- Cháu có muốn ngồi chờ một chút xem con mèo có trở lại không? Tôi mời cháu một ly trà nóng nhé?
- Dạ, xin phép cô.

Chàng trai đứng dậy ngó ra cửa sổ như để tìm con mèo.

- Cháu nghĩ là cháu trông gà hóa cuốc chứ làm gì con mèo của cháu lại có thể ở chỗ này. Nó phải đang ở nhà của cháu.

Cậu thanh niên chừng hơn ba mươi, trạc tuổi con tôi. Cậu mặc cái áo jean dày, quần jeans. Đầu đội mũ len kéo xuống phủ tai gần sụp xuống mi mắt. Cậu có vẻ sạch sẽ, không phải người vô gia cư, cách nói chuyện đằm thắm, nhẹ nhàng, lễ độ. Mặt vuông đầy nam tính, mắt hơi xếch, tuy vậy miệng có vẻ như luôn mỉm cười với một vẻ dịu dàng của một người nhạy cảm, dễ bị tổn thương.

- Cháu đi đâu mà về trễ vậy?
- Cháu đi làm về. Cháu rửa chén cho một nhà hàng Tàu gần đây.
- Thế à? Cháu có đói không?
- Hình như cô đang kho cá? Lúc nãy cháu thấy chén cháo trắng ngoài cửa còn ấm, nhưng bây giờ có lẽ nó đã đông đá rồi. Trời lạnh này làm cháu muốn ăn cháo trắng và cá bống kho tiêu. Lúc ở ngoài cháu ngửi mùi cá kho thơm quá nên nhớ bà nội.

Tôi muốn nói với chàng trai là tôi không bán cháo trắng và cá bống kho tiêu. Tuy nhiên, tôi vẫn dọn món ăn ra cho cậu vì cậu gợi tôi nhớ đến con tôi.

- Thế nội cháu ở giờ ở đâu?
- Dạ nội cháu ở New Jersey với bố cháu.
- New Jersey thì chỉ cách một con sông. Thế bao lâu rồi cháu chưa về thăm nội?

Chàng thanh niên
Ngày ra đi tôi thề sẽ không về nếu chưa thành công. Tôi muốn theo đuổi nghề viết. Tôi muốn làm tất cả những việc cần dùng khả năng viết, truyện ngắn, truyện dài, kịch, nhất là nghề kịch bản cho phim. Bố tôi không tán thành. Bố tôi bảo có những nghề ông không muốn tôi theo đuổi, thí dụ như nghề trình diễn độc thoại kịch hài, viết và vẽ manga, kịch sân khấu. Và những nghề hào nhoáng như diễn viên đóng phim, ca sĩ, và đặc biệt nhất là nghề múa thoát y, cho dù nó có tính nghệ thuật đến cỡ nào. Ông bảo rằng những nghề đó sẽ đưa tôi

đến con đường chết đói và rất có thể sẽ đưa đến chỗ nghiện ngập chích choác và chết vì dùng thuốc quá liều. Tuy nhiên, với sự can gián và bảo bọc của bà nội tôi có lẽ vẫn giữ được hòa thuận với bố nếu không bị bố khám phá ra tôi là người đồng tính luyến ái. Bố đuổi tôi ra khỏi nhà. Tôi để Nora, con mèo tôi nuôi từ lúc mới sinh, cho bà tôi nuôi vì không thể mang Nora theo. Con mèo cũng là một nguyên nhân làm bố tôi không vừa lòng. Bố bảo rằng đàn ông thích mèo thiếu nam tính. Ông không cho phép con mèo ngủ chung giường với tôi, vì nó thường bị ho ra lông mèo. Ông muốn tôi đi học võ, học bắn cung bắn súng, chơi thể thao, mà tôi chỉ thích ở ru rú trong nhà, đọc sách, viết văn và làm thơ.

"Sao mày không thể học hành, đi làm, và sống như một người bình thường chứ. Mày đi ra khỏi nhà tao và đừng trở về nếu chưa nên người."

-   Dạ cũng dễ mười năm rồi. Cháu mới nhận được tin từ người quen là bà nội bệnh nặng muốn cháu về để gặp lần cuối. Nhưng cuộc sống của cháu lận đận quá, cháu không muốn về nếu chưa thành công. Cháu làm nghề viết tự do, bất cứ những gì cần viết thì cháu viết, thậm chí viết luận văn thuê cho các cô cậu sinh viên nhà giàu. Thỉnh thoảng cháu mới có một truyện ngắn được xuất bản trên báo. Cháu phải làm nghề rửa chén cho nhà hàng để phụ thêm vào tiền thuê nhà và trang trải cuộc sống. Cháu còn không chắc có thể trả tiền nhà cho tháng sau mà bố cháu thì nghiêm khắc lắm.

Bà chủ quán

Tôi cũng từng đối xử tệ với con tôi. Tôi rất sợ con tôi có con mà không nuôi nổi rồi tôi phải nuôi cả mẹ lẫn con của nó như nuôi bầy mèo hoang trong phố; do đó, tôi kiểm soát chặt chẽ mối quan hệ bạn bè của nó, không cho đi chơi về trễ, không cho ăn mặc hở hang, không được có bạn trai. Tôi không cho cả hằng trăm thứ nếu viết ra đó sẽ là một danh sách rất dài. Dù tôi chưa bao giờ đuổi nhưng những cuộc cãi vã giữa mẹ con làm nó nghĩ tôi ghét nó nên nó bỏ đi. Dù tôi biết chỗ con tôi ở tôi chưa bao giờ đến thăm con, vì tôi sợ con tôi không tiếp tôi. Giữa bao nhiêu khác biệt cả hai chúng tôi có một điểm tương đồng là thích ăn cháo trắng với cá kho tiêu nhất là những đêm trời lạnh. Khi ở xa con, tôi nhìn thấy sự nghiêm khắc quá đáng của mình. Cuộc sống của nó rất vất vả nhưng nó không hề kêu gọi sự giúp đỡ của tôi. Điều này càng làm tôi tự trách mình. Làm sao con tôi có thể thành công trong cuộc sống của nó nếu ngay từ đầu nó không được sống trong sự thương yêu hỗ trợ của gia đình? Người vì lo toan những chi phí cho cuộc sống ngay trước mắt sẽ không có đủ thì giờ để đầu tư vào tương lai cho cuộc sống tốt đẹp hơn. Mặc cảm tội lỗi khiến tôi thao thức suốt đêm. Mở quán này, tôi hy vọng có những đêm khuya, chưa ngủ được hoặc không ngủ được, nó thèm nhớ món ăn tôi nấu, đi ngang nhà thấy đèn còn sáng, cửa còn mở nó sẽ vào.

- Cháu nên về thăm nội kẻo không còn có dịp. Thỉnh thoảng cũng có một người làm biên tập của nhà xuất bản lớn đến đây uống trà. Ông ấy là một trong những người mất ngủ kinh niên. Nếu cháu muốn tôi có thể chuyển tác phẩm của cháu đến ông ấy. Cháu đừng để những xây xát trong việc va chạm với người trong gia đình làm đứt đoạn tình thân. Nhiều khi chúng ta phải làm người xuống nước để giữ tình gia đình.

Bẵng đi một thời gian, rồi một hôm tôi nhận được e-mail của chàng thanh niên. Cậu cho biết về nhà gặp bà nội vừa kịp gặp bà trước khi bà qua đời. Bố cậu có vẻ ấm áp hơn và bảo cậu có thể ở nhà viết bất cứ cái gì cậu thích viết. Con mèo Nora đã chết trước khi cậu về nhà. Cậu cám ơn tôi vì biên tập viên nhà xuất bản đã liên lạc với cậu và cho biết tuyển tập truyện ngắn Mèo Hoang của cậu sẽ được ra đời trong năm tới.

Sáng nay, tôi nghe tiếng mèo cào trước cửa. Mở cửa ra tôi thấy con mèo tam thể rất xinh đang ngồi như chờ được cho ăn. Tôi lấy chút cháo chan nước cá kho cho nó. Tôi gọi khẽ, "Nora." Nó ngừng ăn, nhìn tôi và như hiểu tiếng người, khẽ trả lời. "Meo!"
Hôm nay, tôi sẽ đi thăm con tôi.

Nguyễn Thị Hải Hà

SONG THAO
VIỆT KIỀU MỸ ĐẦU TIÊN

Học giả Nguyễn Hiến Lê là học... thiệt. Sách của ông toàn cỡ nhức đầu. Từ cổ chí kim, từ đông sang tây. Đại Cương Triết Học Trung Quốc, Nho Giáo, Khổng Tử, Lão Tử, Hàn Phi Tử, Tuân Tử, Lão Tử bên đông, bên tây có Lịch Sử Thế Giới, Lịch sử Văn Minh Ấn Độ, Nguồn Gốc Văn Minh, toàn thứ dữ. Ông viết nhiều, viết đủ loại. Theo Wikipedia, tác phẩm của ông được phân chia làm nhiều mục: Triết học (15 cuốn), Lịch sử (10 cuốn), Giáo dục, Giáo khoa (17 cuốn), Chính Trị, Kinh tế (2 cuốn), Gương Danh Nhân (15 cuốn), Khảo luận, Tùy Bút, Du Ký (18 cuốn), Tự luyện, Học Làm Người (21 cuốn), Văn học, Tiểu thuyết (19 cuốn). Bạn muốn biết di sản đồ sộ của ông gồm bao nhiêu cuốn, xin chịu khó làm một con tính cộng. Tôi ngợp quá nên chẳng tính toán chi được. Trong 19 cuốn được xếp vào danh mục "Văn học, Tiểu thuyết" phần lớn là truyện dịch. Chỉ có cuốn "Con Đường Thiên Lý" được ghi là "tiểu thuyết". Cuốn tiểu thuyết lạc lõng này ít người chú ý tới. Tôi không phải là ngoại lệ. Phần "học giả" của ông đã lấn lướt phần "nhà văn". Cho tới mới đây tôi mới biết tới cuốn "Con Đường Thiên Lý" này do một sự tình cờ. Bèn tìm đọc.

"Con Đường Thiên Lý" được nhà xuất bản Văn Nghệ ở California phát hành vào năm 1987, ba năm sau khi ông qua đời. Đây là một cuốn tiểu thuyết của một nhà nghiên cứu nên phần "thực" lấn át phần "hư cấu". Đọc xong, tôi ngỡ đây cũng chỉ là một cuốn nghiên cứu được viết một cách khác. Nghiên cứu về chuyện người Việt đầu tiên đặt chân tới nước Mỹ.

Truyện bắt đầu vào năm tác giả học năm thứ ba trường Bưởi, chơi thân với một anh bạn tên Trần văn Bảng, con một ông đồ, quê ở Phú Thọ. Anh này rất thông minh, đọc nhiều sách tiếng Pháp ngoài các sách giáo khoa của nhà trường. Một bữa, khi Nguyễn Hiến Lê về quê bạn chơi, anh Bảng tiết lộ một chuyện. *"Anh ngưng lại, mắt long lanh, môi hé một nụ cười. Tôi làm thinh, đợi anh kể. "Lúc nãy anh bảo người Việt đầu tiên qua Hoa Kì là Bùi Viện. Sai. Người đầu tiên là cụ Trần Trọng Khiêm". "Trần Trọng Khiêm là ai? Ở thời nào vậy? Tôi không nghe tên đó". "Cũng sống ở triều Tự Đức như Bùi Viện, nhưng sanh ở đầu đời Minh Mạng, hơn Bùi Viện khoảng hai chục tuổi. Chúng ta không biết rõ Bùi Viện qua Hoa Kì năm nào, nhưng tôi biết chắc cụ Trần Trọng Khiêm đặt chân lên đất Hoa Kì năm 1849 và đã sống ở Hoa Kì bốn năm năm". "Lạ nhỉ. Một điều quan trọng như vậy mà sử không chép". Tôi ngồi dậy, tu một hớp nước trà tươi mang từ nhà. Anh cũng ngồi dậy và bắt đầu kể. "Cụ Trần Trọng Khiêm là em một ông cụ sáu đời của tôi, cụ Trần Mạnh Trí. Nhà chỉ có hai anh em trai, gái còn mấy người nữa nhưng gia phả chúng tôi không ghi. Cụ Khiêm sanh năm Tân Tị (1821), năm thứ nhì triều Minh Mạng, mắt sáng, da ngăm ngăm, thân hình vạm vỡ, mười tám tuổi đã học đủ các lề lối khoa cử, nổi tiếng văn hay chữ tốt trong miền, được thầy học quí lắm, hy vọng sẽ làm vẻ vang cho trường. Nhưng tính tình cương cường, hào hiệp, coi thường khoa cử, không thích công danh".*
Sở học từ nhà trường khiến tôi vẫn đinh ninh người Việt đầu tiên đặt chân tới Mỹ là cụ Bùi Viện.

Không phải một lần mà tới hai lần. Năm 1873, cụ Bùi Viện xuống thuyền từ cửa biển Thuận An ở kinh đô Huế, ngược đường ra Bắc, đáp tàu đi Hương Cảng. Khi đó Hương Cảng là đầu mối giao thông nối châu Á với thế giới phương Tây. Tại đây, cụ Bùi Viện đã kết thân được với viên Lãnh Sự Hoa Kỳ. Cụ ngỏ ý muốn sang cầu viện Hoa Kỳ. Viên Lãnh Sự đã viết một thư giới thiệu với một người ở Mỹ có thể giúp cụ tiếp cận được với Tổng thống Mỹ. Cụ Bùi Viện lập tức quay trở về Huế để trình sự việc với vua Tự Đức. Sau đó cụ tiếp tục qua Nhật và đáp tàu đi San Francisco. Cụ lưu lại đây khoảng một năm để vận động và được Tổng thống thứ 18 của Hoa kỳ là Ulysses Grant tiếp kiến. Lúc này Mỹ và Pháp có chiến tranh với nhau tại Mexico nên Tổng thống Grant cũng muốn giúp một nước đang bị Pháp uy hiếp. Nhưng Bùi Viện không có quốc thư nên hai bên không thể chính thức giao ước.

Cụ Bùi Viện phải quay về nước để tâu tình hình và trình những điều mắt thấy tai nghe tại Mỹ cho nhà vua. Vua Tự Đức bằng lòng trao quốc thư cho cụ Bùi Viện theo lề lối ngoại giao chính thức. Cụ Bùi Viện lại lên đường qua Mỹ. Năm 1875, sứ thần Bùi Viện trình quốc thư lên Tổng Thống Grant nhưng xui xẻo gặp lúc Mỹ và Pháp hết thù địch nên Tổng thống Mỹ đã khước từ không giúp Việt Nam chống Pháp.

Năm 1873 cụ Bùi Viện mới xuống tàu đi Hương Cảng. Không biết chính xác năm nào cụ đặt chân tới Mỹ. Trong khi đó, cụ Trần Trọng Khiêm được biết chính xác đặt chân tới Mỹ vào năm 1849. Vậy chuyện cụ Bùi Viện mất một kỷ lục là chuyện chính xác. Nhưng tại sao cụ Khiêm lại lưu lạc tới Mỹ? Năm 20 tuổi, cụ Khiêm lập gia đình với một phụ nữ họ Lê, người cùng tổng. Ba năm chung sống mà vợ chồng không có mụn con nào. Bà họ Lê này trước đây bị tên chánh tổng muốn ép về làm vợ lẽ nhưng không thành. Tên quan này đem lòng căm thù. Năm 1843, tên chánh tổng này đã giết bà cùng với người lão bộc rồi đốt nhà phi tang. Một năm sau, đúng vào ngày giỗ đầu của vợ, cụ Khiêm giết tên chánh tổng để trả thù cho vợ. Sau đó, cụ bỏ xứ, trốn xuống phố Hiến thuộc tỉnh Hưng Yên, đổi tên là Lê Kim, xuống làm việc cho một tàu buôn ngoại quốc. Đời cụ bắt đầu lưu lạc qua nhiều nước. Vốn thông minh nên chỉ trong 5 năm cụ học và nói được 4 thứ tiếng: Anh, Pháp, Hoa, Hòa Lan. Năm 1849, cụ Lê Kim đặt chân tới miền Saint Louis, bên bờ sông Mississippi. Qua New Orleans, tiểu bang Louisiana, Lê Kim theo đoàn người qua miền Tây tìm vàng. Học giả Nguyễn Hiến Lê viết: *"Ở Nouvelle Orléans chắc cụ đã xuống một chiếc tàu đồ sộ sơn trắng chở được cả ngàn tấn, có chân vịt ở ngang hông, nhiều bánh xe mà sau này Mark Twain tả trong các tác phẩm của ông. Cụ đã lênh đênh nửa tháng trên con sông Mississippi dài vào hàng nhì hàng ba trên thế giới, ở gần vàm rộng mênh mông như biển cả, đứng bờ bên này không thấy bờ bên kia. Nhìn những khu rừng sên (chêne), những bãi cỏ bát ngát trên bờ, những con cá lớn bằng cả một chiếc thuyền thúng nhảy vọt lên khỏi mặt nước, vẩy bạc, lấp lánh dưới ánh trăng, nghe những tiếng hát lạ tai của biết bao giống người trên chiếc tàu, tuy khác giọng nhưng cùng một niềm nhớ quê, cảm xúc trong lòng cụ ra sao nhỉ?"*

Cụ Lê Kim biết nhiều thứ tiếng nên được làm thông ngôn cho đoàn tìm vàng gồm nhiều quốc tịch, nói nhiều thứ tiếng. Trước đó thủ lãnh của nhóm gồm chừng 60 người đã hỏi về khả năng nói nhiều thứ tiếng của Lê Kim. Cụ bùi ngùi trả lời: "Tôi nói được tiếng Pháp, Anh, Hòa Lan, Trung Hoa và một thứ tiếng khác nữa!". Thứ "tiếng khác" đó khi ấy chắc chẳng ai biết nên cụ không hài ra. Nhờ có thể tiếp xúc với mọi người trong đoàn bằng ngôn ngữ của họ, Lê Kim được mọi người thán phục. Cụ lại luôn luôn đề cao đạo đức mà cụ đã được dạy dỗ từ thời còn ở trong nước nên tiếng nói của cụ có sức mạnh. Khi đoàn gặp một làng người da đỏ ngăn cản không cho đi qua, trưởng đoàn phải nộp cho họ một số vật dụng, mọi người phản đối vì cho như vậy là nhục. Cụ ôn tồn giải thích: "Họ là những người chất phác, giữ tín mà không sợ chết. Chúng ta phải giữ tín với họ. Sau chúng ta còn nhiều đoàn tìm vàng khác đi qua đây nữa, chúng ta không nên vì cái lợi nhỏ gây nỗi khó khăn cho người sau. Ấy là chưa kể gây với họ thì thế nào cũng có người chết. Thử hỏi bấy nhiêu món có đáng đổi một mạng người không?". Mọi người cho là phải!

Chuyến đi thiệt cực. Nhiều người bỏ mạng vì đói khát, tật bệnh hoặc thú dữ. Cụ Lê Kim không ham vàng nên khi về tới San Francisco, cụ làm báo. Học giả Nguyễn Hiến Lê viết về chuyện này: *"Một hôm cụ Lê Kim vừa về tới chòi, khoe với Hans: "Nhân đi qua tòa soạn Daily Evening, thấy họ dán giấy cần một người làm việc vặt trong tòa soạn biết tiếng Anh, tiếng Pháp, tôi xin vào đại, khoe còn biết cả tiếng Hòa Lan, tiếng Trung Hoa nữa, họ nhận liền: 100 Mĩ kim mỗi tuần, hứa sẽ tăng thêm nếu đắc lực. Công việc tựa như tùy phái, ngồi tiếp khách lại mua báo hay đăng quảng cáo".* Sau đó Lê Kim được làm phóng viên, viết tin tức cho báo. Theo một bài báo của Tiến Sĩ Chu Huy Sơn, Lê Kim đã làm cho hai báo Alta California và Morning Post trước khi làm cho Daily Evening với bút danh Lee Kim.

Chuyện của ông Lê Kim đã được ghi lại trong cuốn sách tiếng Pháp "La Ruée vers L'or" của René Lefèvre, do nhà xuất bản Dumas ở Lyon in vào năm 1937.

Tháng 11 năm 1853, người ta còn thấy Lee Kim, người Việt Nam đầu tiên đặt chân tới Hoa Kỳ đồng thời là nhà báo Việt Nam đầu tiên, tại Berkeley, Hoa Kỳ. Sau đó Lê Kim về nước, Tiến Sĩ Chu Huy Sơn viết: *"Quá mệt mỏi với cuộc sống hỗn loạn nơi đất khách, nỗi nhớ quê nhà luôn canh cánh trong lòng, cụ Trần Trọng Khiêm quyết định hồi hương. Đến Hồng Kông, cụ nhập tịch Trung Quốc, rồi về Việt Nam trong thân phận người Minh Hương (người Hoa di cư) với họ tên là Lê Kim. Năm 1854, Lê Kim về tới Nam bộ, liền bắt tay ngay cùng bạn bè khai khẩn đất hoang lập nên ấp Hòa An thuộc phủ Tân Thành, tỉnh Định Tường (nay là Sa Đéc, tỉnh Đồng Tháp). Cụ Khiêm lập gia đình với một người phụ nữ Nam bộ họ Phan, sinh hạ được 2 người con trai đặt tên là Lê Xuân Lãm và Lê Xuân Lương. Lấy chữ Xuân để nhớ về làng Xuân Lũng".*

Trong gia phả của dòng họ được viết vào năm 1928 cũng đã ghi: *"Cụ khai phá miền Hòa An chưa được mười năm, làng xóm vừa mới phong túc, thì nước nhà bị nạn ngoại xâm. Năm Giáp Tí, cụ khẳng* khái bỏ hết nhà cửa ruộng đất, dùng hết tài sản cùng với cụ Ngũ Linh Thiên Hộ mộ được mấy ngàn nghĩa quân, phất cờ khởi nghĩa trong Đồng Tháp Mười. Cụ có tài bắn súng, bách phát bách trúng, xây cất đồn lũy, cầm đầu một nhóm lính đào ngũ Pháp, tấn công Cái Bè, Mỹ Quới, quân Pháp trăm phần điêu linh. Cụ bà cũng dắt con theo, thật đáng mặt cân quắc anh hùng. Năm Bính Dần, Pháp đem quân bao vây ba mặt, tấn công đồn Tiền, cụ tổ chúng ta chống cự không nổi, tuẫn tiết. Các đồn khác lần lần thất thủ, nghĩa quân phải rút lui, khí thế suy mòn, sau cùng tan rã. Hỡi ơi! Lòng trời không tựa, tấm gương tiết nghĩa vì nước quyên sinh mà: chính khí nêu cao, tinh thần Hùng Nhị còn truyền hậu thế. Trước khi mất, cụ dặn cụ bà lánh qua Rạch Giá, rán nuôi con, dạy cho con cháu giữ đạo trung hiếu, làm ruộng mưu sinh, đừng trục lợi cầu vinh, đừng ham vàng bỏ nghĩa. Nghĩa quân chôn cụ ở dưới chân giồng Tháp. Năm đó cụ chưa tới ngũ tuần. Cụ bà theo lời dặn, về làng Mỹ Quới cất chòi, làm ruộng, nuôi heo. Họ chúng ta mấy đời nay không ai làm giàu, chỉ mong đủ ăn, giữ được thanh bạch, chính là giữ được cái nếp của các cụ vậy".

Năm cụ Trần Trọng Khiêm tuẫn tiết là 1866. Cụ hưởng dương đúng 45 tuổi. Trên mộ bia của cụ có ghi đôi câu đối: "Lòng trời không tựa, tấm gương tiết nghĩa vì nước quyên sinh / Chính khí nêu cao, tinh thần hùng nhị còn truyền hậu thế". Hậu thế ghi công người con yêu của đất nước đã sống một đời hào hùng bằng hai con phố mang tên Trần Trọng Khiêm. Đó là đường Trần Trọng Khiêm tại phường Long Bình, thành phố Thủ Đức. Và tại phường Khuê Mỹ, quận Ngũ Hành Sơn, Đà

Nẵng, con đường Trần Trọng Khiêm nối đường Lê văn Hiến với đường Chương Dương.

Cuốn tiểu thuyết "Con Đường Thiên Lý" của Nguyễn Hiến Lê ngả về tài liệu hơn là văn chương. Dù sao, đây cũng là một tài liệu quý về một người Việt chọc trời khuấy nước không chỉ ở trong nước mà còn ở ngoài nước. Khởi đầu cuốn truyện, tác giả đã nhắc tới anh bạn học trường Bưởi tên Trần văn Bảng, người đã hé lộ về cuộc đời của Trần Trọng Khiêm. Anh cũng chính là người đã giữ bức thư bằng chữ Nôm mà Trần Trọng Khiêm gửi về quê nhà ngoài Bắc sau khi trở về miền Nam Việt Nam. Bức thư đã được một Hoa kiều chuyển về Phú Thọ cho người anh ruột tên Trần Mạnh Trí, cụ tổ bảy đời của anh Trần văn Bảng. Thư không dám để tên thật, chỉ ghi là Lê Kim. Ông Trí nhìn qua nét chữ và những ý ngầm gửi trong thư nhận ra đúng là ông em đã gây án mạng và trốn biệt tích từ nhiều năm trước. Ông Trí đã dè dặt, không tin ông Tàu đưa thư nên không viết thư hồi đáp, chỉ nhắn miệng: gia đình ở quê nhà bình an, người đi xa chưa nên trở về lúc này. Nhận được lời nhắn, ông Trần Trọng Khiêm hiểu nên ở lại miền Nam tham gia kháng chiến chống lại thực dân Pháp. Anh Trần văn Bảng là người đã giữ bức thư này. Anh cho Nguyễn Hiến Lê coi: *"Tối đó tôi nhắc anh Bảng kể tiếp chuyện cụ Khiêm. Anh gật đầu, lên nhà trên một lát, rồi trở xuống, vặn to ngọn đèn dầu, đưa tôi coi một tờ giấy bản vàng khè, lủng một vài lỗ, có nhiều nếp gấp gần muốn rách, nét chữ đã mờ nhưng còn đọc được"*. Bức thư đã được lưu giữ tới anh Bảng là bảy đời.

Ngày nay người Việt tỵ nạn cộng sản đã định cư tứ tung khắp thế giới. Cộng đồng người Việt tại Mỹ đã đông đảo tới hàng triệu người. Việt kiều đi về Việt Nam như đi chợ. Mấy ai đã có lúc dư thời giờ đặt câu hỏi ai là Việt kiều đầu tiên. Cụ Trần Trọng Khiêm đã một mình ra đi, một mình sống trên đất Mỹ trong nhiều năm trời, một mình quy hồi cố hương. Tôi nghĩ tới sự cô đơn của cụ. Rời cuốn sách điện tử "Con Đường Thiên Lý", tôi bâng khuâng như rời xa một người thân. Rất xa nhưng cũng rất gần!

Song Thao
02-2023

TIỂU NGUYỆT

ĐÔI BỜ

Nhẫn bước lại chiếc xe Phương Trang đang đậu trước phòng vé, chìa chiếc vé của mình cho người phụ xe đứng ở cửa, đang hướng dẫn hành khách lên xe, hỏi khẽ:

- Có phải xe này không cháu?

- Dạ đúng rồi. Chú ngồi vào ghế số năm, ghế giữa, hàng thứ hai nhe chú.

- Cảm ơn cháu! Chú biết rồi.

Anh bước lên xe, lấy đôi dép bỏ vào bì nylon, rồi lại ghế của mình ngồi xuống. Một phụ nữ ngồi ở ghế sát thành xe, nhìn anh cười, giọng ngập ngừng:

- Anh có thể đổi chỗ giùm tui được không, mỗi lần đi đâu, tui cứ thích ngồi ở ghế hàng giữa, kể cũng lạ!

Anh ngước nhìn về phía nàng - một người phụ nữ có khuôn mặt xinh xắn, dễ mến, phảng phất nét buồn, dù nàng đang mỉm cười với anh. Anh gật đầu, mau mắn:

- Được thôi. Nếu như cô thích thì tôi đổi cho, chỗ nào cũng nằm ngủ một giấc là tới nơi thôi, có gì đâu.

Nói rồi, Nhẫn cầm cái túi xách đứng lên, đổi chỗ cho nàng, nhận lời cảm ơn của nàng, anh cảm thấy vui vui; bởi anh nghĩ, ngồi ở ghế sát thành xe, có chỗ dựa, ngủ một giấc chắc là ngon lắm.

Xe xuất bến ở Quảng Ngãi lúc năm giờ chiều, anh nghĩ, chắc khoảng sáu hoặc bảy giờ sáng là tới Sài Gòn thôi, còn sớm chán. Sau một chuyến về thăm quê, biết bao nhiêu niềm vui, được gặp lại những thân quen; từ lũy tre, con đường làng, dòng sông xưa; và nhất là được sống lại tuổi hồn nhiên áo trắng, cùng những bạn học cũ thuở nào xa lơ. Vui nhiều và buồn cũng nhiều, bởi đứa còn, đứa mất, đứa lưu lạc tận nửa vòng trái đất. Và những hoài niệm, những cơ cực, của một thời xa xưa, làm trái tim anh như mềm ra, tan chảy theo dòng ký ức rộn ràng, cũ kỹ.

Nhẫn ngả người nằm trên ghế, nhắm mắt, nhớ nghĩ, về cuộc đời mình, với bao thăng trầm, dâu bể. Từ một nhà giáo đang giảng dạy, bị tổng động viên vào lính; dù anh chỉ học chín tháng ở quân trường, rồi trở về tiếp tục dạy, không ra mặt trận ngày nào; đến năm bảy mươi lăm, vẫn bị tập trung cải tạo và thôi dạy. Bao nhiêu thăng trầm anh đã trải qua, nếu như gom góp lại, chất chồng những nhọc nhằn thành đống, chắc là to lớn lắm. Những niềm vui, nỗi buồn, những cơ cực cứ nhập nhòe trong anh, theo tiếng động cơ của chiếc xe đang chạy nhanh trên đường dài. Những ký ức buồn vui cứ trôi qua, trôi qua thật nhẹ nhàng, êm ái; để anh nhớ lại những đôi mắt thơ ngây của đám học trò, lắng nghe lời anh giảng về một bài thơ nào đó; trông hồn nhiên, dễ thương đến nao lòng. Những đôi mắt thơ ngây, biết lắng nghe ấy, đã truyền cho anh cảm hứng, để anh giảng bài một cách say mê, lôi cuốn. Đôi khi cũng bài thơ đó, giảng ở lớp này không hay bằng ở lớp kia, là vậy.

Nhẫn chợt mỉm cười theo dòng suy nghĩ miên man, hạnh phúc. Hạnh phúc vì được đám học trò thơ trẻ ngày nào (nay đã thành ông bà nội ngoại) kính trọng, thương quý. Có người giờ đây là một giáo sư, tiến sĩ, nhà thơ, nhà văn, nhưng trước mặt anh, các em vẫn nghiêng cẩn, kính trọng. Không gì vui bằng được đón nhận niềm vui ấy, niềm tự hào ấy. Anh nghĩ, có lẽ mình đã sống thật chân thành, thiện lành, hết lòng hiến dâng, nên mới được cái quả tốt như vậy.

Nhẫn nhớ rất rõ những tháng năm còn giảng dạy, anh rất thích văn nghệ và bóng đá; cho nên anh hay chủ trương thành lập đội bóng và đội văn nghệ cho trường, để thi đấu cùng các đội bạn trong khu vực huyện, hoặc tỉnh. Anh nhớ từng bước chạy của từng em, thuộc lòng tên từng em của đội bóng. Anh nhớ từng bài hát tốp ca, đơn ca của học trò mỗi khi đi thi huyện, thi tỉnh; nhớ tên từng em trong đội múa; cho nên, có lần họp mặt thầy trò cựu học sinh, anh gọi từng tên các em trong đội văn nghệ, đội bóng, làm các em vui đến chảy nước mắt, không nghĩ mấy mươi năm rồi mà thầy vẫn còn nhớ rõ tên từng học trò như vậy.

Xe dừng ở Sông Cầu để hành khách đi vệ sinh và ăn tối. Nhẫn chọn ngồi ở bàn gần cửa sổ, gọi tô phở ăn cho nhẹ bụng. Người phụ nữ mà anh đã đổi ghế khi chiều, lại bàn anh, giọng thật nhẹ nhàng:

- Xin phép anh, tui ngồi chung bàn nhe!

Anh mỉm cười:

- Mời cô! Cùng ngồi cho vui.

- Cảm ơn anh!

Anh ngước nhìn nàng cười lớn:

- Cảm ơn gì chớ. Có người cùng ngồi, ăn thấy ngon hơn, vui hơn.

Nàng cười đồng cảm:

- Tui cũng nghĩ vậy - bỗng thân mật, tui tên Mỹ. Xin lỗi, anh tên gì, cho tiện việc xưng hô?

Anh có phần hơi ngạc nhiên, trông nàng trang nghiêm như vậy, mà cũng dạn dĩ nhỉ! Anh nghĩ, có sao đâu, giới thiệu tên cũng tốt cơ mà. Nghĩ vậy, nên anh giới thiệu mình:

- Tôi tên Nhẫn - rồi giải thích thêm, nhẫn là nhẫn nhục, nhẫn nhịn, dù ai có nói với mình lời khó nghe, cũng phải nhẫn nhịn. Vậy đấy!

Mỹ cười:

- Sao lại phải giải thích? Anh sợ tui không hiểu sao? Ví dụ tui tên Mỹ, hổng lẽ tui nói mỹ là đẹp, là tui đẹp à? Kỳ lắm.

Anh cười theo nàng:

- Ơ! Mỹ là đẹp. Tên cô đẹp thiệt mà, hổng tin, cô thử hỏi mọi người chung quanh coi.

- Cái anh này. Tui không giỡn à nhe!

Cả hai cùng cười. Anh cũng như nàng, tự nhiên cảm thấy thân thiện, gần gũi như quen nhau tự bao giờ. Mỹ mạnh dạn kể về đời mình cho anh nghe, rằng nàng đã từng có một gia đình hạnh phúc; nhưng niềm hạnh phúc ấy thật mong manh, bởi nàng không thể nắm giữ được. Chồng của nàng, đem lòng yêu người đàn bà khác, nàng đành buông tay, nhận lấy đắng cay về mình; miễn sao anh ta để hai đứa con cho nàng nuôi, nàng chấp nhận hết. Nàng phải bươn chải vất vả, mới có thể nuôi hai con ăn học, trưởng thành. Giờ đây, nàng thấy mình thư thả, tự thưởng cho mình được trở về thăm quê, vui cùng bạn bè, dòng họ.

Thăm hỏi nhau trong phút chốc, một cuộc tình cờ; vậy mà cả hai cảm thấy lòng mình thật ấm áp, rộn ràng; dù cả hai đã đi gần hết một đời người, trong cuộc hành trình dài dằng dặc đầy sóng gió. Nhẫn tự hỏi lòng mình, và không thể tin được, sao mình lại xôn xao như vậy (dường như từ ngày vợ anh đi xa), anh chưa bao giờ có cái cảm giác này? Anh nhìn thật chậm rãi vào đôi mắt nàng, thấy ở đó một sự nhẫn nại, lặng thầm - một nỗi buồn sâu thẳm đến nao lòng. Ở đó, anh còn thấy sự bao dung, ấm áp, chân thành, đã cuốn hút anh; anh bỗng cảm thấy ngượng nghịu, luống cuống, tay chân mình như dài ra, thừa thãi, không biết bỏ đâu, đánh rơi chiếc muỗng xuống đất. Anh ngại ngùng, như nói với chính mình:

- Mình thiệt là đã già, luộm thuộm gì đâu há, để muỗng rơi. Già thiệt rồi.

Mỹ cười nhìn anh:

- Em thấy anh có già gì đâu, tóc bạc chút thôi mà.

- Bảy mươi mấy rồi, còn gì mà không già!

- Thiệt mà! Em nói thiệt đó anh.

- Thì tôi cũng nói thiệt mà.

Cả hai cùng cười, nụ cười như reo vui, lung linh theo ánh điện đang tỏa sáng. Nhẫn và Mỹ lên xe cùng mọi người, sau khi nghe tiếng người tài xế thông báo. Xe tiếp tục cuộc hành trình.

Tiếng nhạc, lời ca từ màn ảnh nhỏ trên xe về những ca khúc boléro một thời xa xưa réo rắc, trầm bổng, như ru tất cả vào giấc ngủ; riêng Nhẫn và Mỹ không tài nào chợp mắt được. Mỹ cho anh biết, nàng đã từng đứng trên sân khấu đơn ca mỗi lần trường tổ chức cắm trại, hay thi huyện của một thời ngồi ghế nhà trường xa lơ ấy. Và bây giờ, mỗi lần về thăm quê, nàng thường đến những quán cà phê hát cho nhau nghe, hát vui cùng bạn bè; nàng mời anh, khi nào có dịp về quê, sẽ hát cho anh nghe những ca khúc mà anh yêu thích. Vốn ưa thích văn nghệ, Nhẫn như bắt được tần sóng, anh nói về nhạc Phạm Duy, Ngô Thụy Miên, Từ Công Phụng... dòng nhạc mà anh yêu thích. Cả hai cố nói thật nhỏ, vì sợ phiền mọi người đang ngủ, thầm thì, như rót vào tai nhau sự đồng cảm, yêu thích. Dường như tất cả đã ngủ say, chỉ có hai tâm hồn đồng điệu, là khẽ khàng, xôn xao, kể lể.

Mỹ bỗng làm rơi cái túi xách xuống bên lề đường đi của hành khách, anh vội nhặt giúp đưa lại cho nàng; nàng chồm lên nhận lấy cái túi xách, gởi lời cảm ơn anh; chiếc ghế nàng bị kẹt, không ngả ra sau được, nàng loay hoay mãi, thấy vậy anh mới bảo nàng để anh giúp giùm cho. Anh bước qua chỗ nàng, sửa giúp chiếc ghế, nàng chợt nói nhỏ:

- Hay anh ngồi đây, em hát anh nghe. Em hát không tệ đâu nhe!

Anh nhìn chung quanh, hơi ái ngại:

- Có được không? Ngại quá!

- Có gì đâu mà ngại. Tự nhiên em muốn hát anh nghe.

Nhẫn ngại ngùng, nhưng rồi cũng ngồi lại cạnh nàng. Nàng hát thật khẽ, cố nén tiếng hát, sợ nó vỡ òa theo giòng cảm xúc, làm mọi người thức giấc. Tiếng hát lên cao, xuống thấp trầm bổng, từ bài này đến bài khác. Giọng nàng ấm áp, truyền cảm, như rót vào anh những cung bậc thánh thót, trong veo. Xúc động lắm, với Áo Anh Sứt Chỉ Đường Tà (nhạc Phạm Duy - thơ Hữu Loan), khiến anh mân mê tà áo đang mặc, rưng rưng nhớ về người vợ tào khương của mình. Ngày xưa, vợ anh cũng vá áo, vá quần cho anh, cái thuở làm thuê, làm mướn, khi đã *"mất dạy"* ấy, làm anh ngậm ngùi, thương vợ, xót cho chính mình nhiều, nhiều lắm. Anh nhớ có lần, vợ vá miếng vải bông trên chiếc áo đen rách vai anh mặc đi làm hằng ngày, trông nó "chói" làm sao. Anh ngại ngần nói với vợ rằng: *"Em vá như vậy, giống như anh là bang chủ của "Cái Bang" ấy"*. Vợ cười: *"Anh thông cảm, em tìm hoài chẳng có miếng vải đen nào, thôi thì vá miếng vải bông, cho cuộc đời này tươi tắn vậy. Em thấy nó cũng đẹp mà, biết đâu có người thấy vậy lại để ý thương anh, cho anh đỡ khổ thì sao"*. Anh phì cười: *"Ai dám để ý một người nghèo khổ, làm thuê, làm mướn như anh chứ, có ma nó để ý"*. Vợ anh cười rõ to: *"Có con ma xấu xí là em nè!"*. Anh ôm chầm lấy vợ: *"Sẽ không ai có thể thay thế được con ma xấu xí này trong lòng anh, em yêu à!"*. Và vợ anh ra đi đã mười năm rồi, anh luôn dặn lòng mình sẽ không bao giờ yêu ai nữa.

Tiếng hát nàng bỗng vút cao, rộn ràng: *"... Chiều hành quân qua những đồi sim. Những đồi sim, những đồi sim, đồi tím hoa sim, tím cả chiều hoang biền biệt... Rồi mùa thu trên những dòng sông. Những dòng sông, những dòng sông, làn gió thu đưa... Áo anh sứt chỉ đường tà, vợ anh chết sớm, mẹ già chưa khâu..."*. Trong anh như rõ ràng một rừng sim tím biếc, tím cả chiều hoang dẳng dặc; anh như thấy mình hành quân cùng Hữu Loan (dù anh chưa một ngày ra chiến trường), thật lạ! Mùa thu, trên những dòng sông, có làn gió thu đưa rờn rợn, khẽ khàng chiếc lá nhẹ bay; để ai đó chao nghiêng theo chiếc lá thu rơi vào vời vợi, xa thẳm. Anh nhớ, ngày xưa anh đã từng giảng cho học trò những bài thơ về mùa thu. Tiếng thu xào xạc *"con nai vàng ngơ ngác/ đạp trên lá vàng khô"* của Lưu Trọng Lư; *"Ao thu lạnh lẽo nước trong veo. Một chiếc thuyền câu bé tẻo teo..."* của Nguyễn

Khuyến; hay *"Ô hay! Buồn vương cây ngô đồng. Vàng rơi! Vàng rơi thu mênh mông!"* của Bích Khê. Thu mênh mông. Thu xa vắng. Thu đìu hiu. Mùa thu đọng lại trong tâm hồn anh những khắc khoải, ước mơ, xa vắng, mênh mang. Và anh bỗng thấy chiếc lá thu bay thật khẽ khàng trong góc khuất tâm hồn mình, chơi vơi, lắng đọng; đưa anh vào nỗi nhớ, nỗi buồn thương, niềm cảm nhận sâu sắc về mùa thu - mùa của nắng vàng, của heo may, của những tâm hồn thi ca, khắc khoải. Tiếng hát nàng chậm dần, chậm dần, rồi dứt với *"đồi tím hoa sim... đồi tím hoa sim... đồi tím hoa... sim"*; đồi tím hoa sim bỗng nhòe nhoẹt trong anh, cùng những giọt nước mắt long lanh, đọng trên khóe, mằn mặn trên môi. Hơi thở của nàng nóng hổi phả vào mặt anh gờn gợn, mềm mại. Đôi môi của nàng kề sát má anh, chỉ cần anh hơi nhích về phía trước là chạm phải. Anh nín thở, không dám động đậy, sợ mình không kềm nổi những cảm xúc đang trào dâng. Anh cố nén những tình cảm ấy, cuộn chặt lại, giấu thật kỹ vào tim, sợ nó vỡ òa, tuôn tràn ra ngoài.

Nàng lại bắt đầu một ca khúc, giọng thì thầm như nói với anh: *"Đừng bỏ em một mình. Đừng bỏ em một mình. Trời lạnh quá! Trời lạnh quá! Sao đành bỏ em một mình..."*. Bỗng nhiên, anh cảm thấy sợ. Anh thấy mình lạnh vô cùng; có lẽ bởi sự đồng cảm cùng nỗi cô độc của cô gái xưng "em" trong bài hát, thật thống thiết. Những điệp ngữ: "đừng bỏ em một mình" lặp đi, lặp lại nhiều lần, như lời van xin tha thiết. Nhà thơ Minh Đức Hoài Trinh đã cảm xúc trong tận cùng niềm cô đơn, hiu quạnh, trong tận cùng nỗi cô độc thống thiết, bật ra những rung cảm dạt dào; và Phạm Duy như một phù thủy, phả vào hồn thơ những cung bậc trầm bổng, thiết tha, day dứt; để hôm nay, anh lại được nghe nàng hát, khơi lại những cảm xúc tưởng đã ngủ yên từ lâu. *"... Đừng bỏ em một mình. Chiều lộng gió, chiều lộng gió, sao anh đành bỏ em? Lời nào đó, lời nào đó, tiếng ân tình hay tiếng cầu kinh? Nhạc nào đó, nhạc nào đó, nhạc gọi người, hay nhạc gọi hồn? Đừng lặng thinh, đừng lặng thinh, với tiếng chày, tiếng búa nện đinh. Đừng tỏa hương, đừng tỏa hương, khói hương vàng che khuất người thương. Đừng bỏ em một mình. Đừng bỏ em một mình. Đường về nghĩa trang mênh mông..."*. Anh chợt hoảng hốt, lòng chênh chao, run rẩy; lời nàng hát, như nhắc nhở anh nhớ về lời anh từng hứa với vợ mình. Anh vội đứng dậy, nói với nàng rằng, anh cần phải nằm nghỉ, trời sắp sáng rồi, rồi bước lại ghế mình nằm xuống. Anh nhắm mắt cố gạt những cảm xúc bất chợt ấy ra ngoài, hít thở thật đều, đếm thầm từ một đến trăm, cố ngủ một chút, để quên đi tất cả; nhưng sao trong anh cứ bâng khuâng, rộn rã, xuyến xao. Anh biết, thế hệ anh, những bạn bè anh, đã từng ngơ ngác, không phương hướng vì sự đổi thay bất ngờ của thời cuộc; mọi thứ cứ xoay nghiêng một trăm tám mươi độ. Các anh phải khép mình, thu mình như con ốc bể; sợ người, sợ mình, sợ tất cả. Các anh sống mà không biết tương lai sẽ như thế nào, về đâu? Cho nên, anh không dám nghĩ, không dám có những rung động dạt dào như vậy, nhất là với cái tuổi đã về chiều.

Lòng anh cứ chông chênh, chao đảo, nghĩ ngợi theo tiếng động cơ xe rì rì chạy nhanh.

Xe đã về tới bến Miền Đông Sài Gòn, anh xuống xe, tạm biệt nàng và không quên trao số điện thoại của nhau. Anh nghĩ, chỉ là cuộc tình cờ - Một cuộc tình cờ đầy cảm xúc, thi vị.

Một buổi chiều, mây đen bỗng che kín cả vòm trời, một lát sau, cơn mưa trút xuống dữ dội, như gột rửa bao nhiêu bụi bặm của thế gian, xoa dịu cái nắng nóng oi nồng của mùa hạ. Nhẫn bỗng thấy mình thật buồn, thật cô đơn trong căn nhà hiu quạnh, trong tiếng mưa rơi; và hình bóng nàng bỗng chơi vơi, tràn ngập chung quanh anh. Anh nghĩ thầm, chỉ là một cuộc tình cờ thôi mà! Anh không dám nhớ, không dám nghĩ, vậy mà sao nàng vẫn cứ lởn quởn trong tâm trí, trong căn phòng nhỏ nơi anh ngồi đọc sách, thư giãn. Nỗi nhớ mỗi lúc một dâng tràn, dù anh cố gạt đi, vậy mà mỗi lúc một nhiều hơn; và anh đã cảm xúc ghi lại bài thơ, như lời cảm ơn nàng, đã hát cho anh nghe, trong cuộc tình cờ ấy.

"Tình cờ chung một chuyến xe,
Tình cờ chiếc vé anh kề bên em.
Dịu dàng chiều xuống thật êm
Trôi từng mảng tối in viền trăng lên.
Mênh mông trăng trải mông mênh,
Gió tuôn xào xạc, gập ghềnh đường xa.
Người, người trong giấc la đà
Chợt nghe em hát mượt mà trong veo.
Tiếng ca trầm bổng núi đèo
Tiếng ca từ mái tranh nghèo nên thơ.
Tiếng ca xao xuyến bến bờ,
Tiếng ca sống lại tuổi thơ năm nào.
Miền Trung nắng lửa gió Lào,
Thềm xưa em hát ngọt ngào ru êm".

Anh thầm cảm ơn nàng đã cho anh cảm xúc ngọt ngào này, và anh nghĩ rằng, đó chỉ là những rung cảm bất chợt, của hai tâm hồn, như hai làn sóng giao thoa nhau, trong một khoảnh khắc, vậy thôi; nhưng sao nỗi nhớ trong anh cứ dạt dào tuôn chảy, anh thấy mình thật lạ lẫm. Anh cố bình tâm, tự điều chỉnh mình, giấu nỗi nhớ vào trong tận cùng; dù bên ngoài như mặt nước phẳng lặng, mà làn sóng trong anh thật dữ dội, khó nguôi. Rồi lời nàng tâm sự hôm nào cùng anh như thì thầm bên tai: *"Nhiều lúc em thấy lòng thật trống trải, nỗi buồn không biết từ đâu mà tràn ngập khắp nơi - trong căn phòng nhỏ, ngoài sân, ở đâu cũng có, mọi ngõ ngách, thiệt lạ! Em biết, mình chỉ là một người đàn bà quê mùa, chân chất, nói kiểu khác, là "gốc rơm, gốc rạ" đấy anh; không xinh đẹp, không kiêu sa, như những người đàn bà giàu có, quyền cao, chức trọng, nên em không giữ được chồng cho mình. Đôi lúc em cũng ao ước, có một ai đó để em yêu thương, để em khóc người, lắm chứ; nhưng rồi em sợ lắm, lời đầu môi, giả dối, sợ lắm những hứa hẹn, lọc lừa. Thôi thì cứ sống thật chân thật, đừng dối mình, dối người; mọi tình cảm yêu thương nên khép lại, cố gắng buông bỏ mọi vướng bận để đi thật vững vàng trên con đường trở về, anh nhỉ!. Nói vậy, anh đừng cười nhe!"*. Anh đã nói với nàng rằng: *"Em yên tâm, em là người chân thật, sống tốt, sẽ có cái quả tốt; ông trời không phụ ai bao giờ, em à!"*. Nàng cười theo anh: *"Không biết mai mốt có ai là người khóc tiễn mình không nữa?"*. Anh chợt thấy nghẹn ngào một chút: *"Nếu không ai, thì có anh đây nè. Anh sẽ khóc tiễn em. Nhưng mà không biết ai đi trước đâu nhé!"*. Nàng cười lớn: *"Em không dám, không dám!"*. Tiếng cười như tan vào hư không, vang xa, giữa trời chiều ảm đạm.

Anh biết, anh với nàng là hai mảnh đời chông chênh giữa dòng đời đầy sóng dữ. Anh bờ bên này, nàng ở bờ bên kia, nhìn thấy nhau, mà vời vợi, thăm thẳm. Khoảng cách không xa lắm, mà không thể gần nhau, bởi nhiều thứ. Anh thương nàng và anh biết nàng cũng thương anh; bởi cả anh và nàng, là những sắc màu hòa hợp, đồng điệu. Chỉ cách một dòng sông, mà vô vàn xa thẳm. Dòng sông ấy, không thực mà là thực, rất thực. Anh muốn hướng đến một tình yêu cao quý, trong sáng hơn, không tầm thường, dục vọng. Và anh như nhìn thấy nàng đang trầm tư bên kia bờ xa cách, để anh nhớ những lời nàng nói hôm nào, như thì thầm trong anh. *"Em cũng như anh - những người bị cuốn vào làn sóng dữ của buổi giao thời, dù muốn hay không muốn cũng phải hứng chịu. Em phải lăn lông lốc vì cuộc mưu sinh đến trầy trụa đớn đau. Nhưng trong em luôn tâm niệm rằng, phải sống thật thiện lành, luôn hướng tâm trong sạch; vì chỉ có sự trong sạch, chân thật, mới làm cho mình thoải mái, khỏe khoắn, hạnh phúc. Em luôn giữ tâm hồn mình thật tươi trẻ, hồn nhiên; dù phải trải qua nhiều dâu bể, thác ghềnh, truân chuyên, anh à! Em thích thơ và nhạc, hát ca miết cũng là vậy, để tâm hồn trẻ trung, thánh thiện. Em nghĩ, anh cũng sẽ đồng cảm với em về vấn đề này, phải không?".* Đúng vậy em ạ! Năm, mười, hay nhiều nhiều năm nữa, có ai dám chắc rằng, anh thôi nghĩ về em, dù chúng ta chẳng gặp nhau, không hề cầm tay nhau một lần. Anh luôn yêu quý em vì tính chân thật, nhân hậu - một người luôn vì mọi người, luôn muốn mang yêu thương và niềm vui cho tất cả. Bóng nàng bỗng chập chờn, cùng giọng cười hồn nhiên từ xa vọng lại: *"Hãy như loài chim én bay khắp trời xanh, để thấy bầu trời là bao la, vô tận. "Hãy sống và ước vọng, để thấy đời mênh mông", như nhạc sĩ Phạm Minh Tuấn, anh nhé!".* Cảm ơn em! Cảm ơn em vô cùng! Người phụ nữ thánh thiện trong anh. Anh sẽ như loài chim én, bay khắp cùng trời cuối đất, như lời em nói.

Nhẫn thấy nàng cười thật tươi, thật hồn nhiên, lẫn trong màu nắng chiều hanh hao, vàng nhạt, chập chờn, xa xăm, gần gũi, nhòe nhoẹt trong anh, bên kia bờ xa thẳm, diệu vợi.

Tiểu Nguyệt
Bên dòng sông Tắc, 5/2022

số 24 bạn cầm tay
Ngôn Ngừ đi đứng lâu nay yêu đời
làm chơi nhưng thật hết hơi
thành ra làm thật từ hồi ra quân
chúng tôi vẫn bên nhau, cùng
dựng lên mái lá mời chung mọi người
chỉ mong nhận nhiều nụ cười   LH

NGUYỄN ĐỨC NAM
Em Có Biết Ta Chờ Mong?

Để tưởng - niệm một người bạn họa sĩ ở Đà-Lạt.

Chỗ này là ven đồi. Phía bên kia thung lũng là nghĩa-địa với những bia đá lố nhố và những bó hoa đã úa. Dưới thung lũng là vườn trồng rau và hoa, những luống rau xanh tươi và những cụm hoa nhiều màu quấn quít nhau, thật đẹp.

Miếng đất của Thục hình nửa mặt trăng, chạy quanh đồi và có thể đi tắt sang nghĩa-địa bằng một con đường nhỏ.

Nguyên đứng trong nắng mỏng, nhìn xuống thung lũng, thấy thèm cái màu xanh mát rượi của rau và hoa vô cùng. Lặng ngắm thiên-nhiên một lúc lâu rồi Nguyên mới cười, nói với bạn:

- Tôi thích miếng đất của bạn quá, nhưng gần bãi tha ma thành ra hơi sờ sợ.

Thục cởi trần. Thân thể Thục chắc nịch, đen bóng. Thục vung con dao dài, chém vạt cả một khoảng cỏ may, cười vang:

- Tao không sợ ma, chỉ sợ người thôi. Ở đây bao nhiêu năm rồi, không có con ma nào nó hại mình cả. Chỉ có mấy người ghen ghét mình, trước mặt mình thì cười cười nói nói thật tử-tế nhưng sau lưng mình thì nói xấu không biết mỏi miệng.

Nguyên với cái bồ cào, cào những cỏ úa khô, chất lại thành đống và tiếp lời:

- Đồng ý. Mình chỉ sợ người, nhưng theo tôi, người hại chẳng đáng quan-tâm; Chỉ có Trời hại mới đáng lo thôi. Bằng chứng là có nhiều thằng ghét bạn, nói xấu bạn, hại ngầm bạn mà bạn vẫn sống nhăn, có hề hấn gì đâu.

Thục ngừng tay, quệt mồ hôi trán, nhếch mép cười:

- Hì hì, nói đúng ra, tao chỉ sợ "ma... făm", sợ cái hiền, ngoan, giỏi chịu đựng của vợ thôi. Ngoài ra, tao đếch cần, mày đồng ý không?

Nguyên gật đầu, không trả lời bạn vì chợt nghĩ đến người vợ trẻ của Thục. Nguyên không biết tên thật của chị và không bao giờ Nguyên hỏi vì Nguyên thường nghĩ: "vợ của bạn là chị" nên luôn luôn Nguyên gọi người đàn-bà-trẻ-con đó là chị dù rằng nàng có dáng bé nhỏ, ngây thơ như một nữ sinh trung-học.

Trong giờ phút này, chắc chị Thục đang ở sở. Chị đi làm bảy ngày trong một tuần để nuôi con và người chồng họa sĩ, một người có rất nhiều khả-năng nhưng không thích bị giam lỏng trong những việc làm buồn chán thường ngày. Vì vậy,Thục chỉ thích ở nhà để vẽ, làm vườn và uống rượu. Dần dần, dường như Thục chán luôn cả vẽ, chỉ thích làm vườn và uống rượu. Biết đâu chừng một ngày nào đó Thục cũng sẽ chán luôn cả làm vườn?

Trong nhà, Thục có rất nhiều bức tranh vẽ chưa xong. Những khung vải, những ống màu, những cây cọ nằm im lìm trong tháng năm dài đã bắt đầu vướng bụi. Nguyên thường hỏi bạn:

"Bao giờ bạn tiếp tục vẽ? Vẽ lại đi chứ! Bao nhiêu người thích tranh của bạn, đừng làm họ thất vọng."

Thục thường trả lời Nguyên bằng một câu hỏi tương-tự:

"Thế còn mày? Bao giờ mày viết cho xong mấy cuốn tiểu-thuyết mà mày hứa nhăng hứa cuội sẽ xuất-bản một ngày gần đây? Đã một thời là thần-tượng của tuổi trẻ, đùng một cái gác bút là làm sao . . .?"

Cũng như Thục ngưng vẽ, Nguyên ngừng sáng tác đã lâu. Lý do chính là công việc sở thì nhiều, lo lắng đến nhức đầu, rảnh được phút nào thì chỉ muốn nằm nghe nhạc hoặc đi chơi golf để quên đi những lo âu, suy tính. Lý do thứ hai là số độc-giả ở hải-ngoại rất hiếm. *Tác-phẩm hay mà không có người biết đến để thưởng-thức thì cũng không khác gì đối-thoại với xác chết.*

Có một số bạn-hữu đã trách móc là Nguyên chỉ ham đi "săn đô-la", quên cả văn-chương, bè bạn.

- Bác Nguyên, bác Nguyên, bác có mang kẹo cho cháu không?

Tiếng trẻ con gọi làm Nguyên trở về thực-tại.

Nguyên vừa buông chiếc cào xuống thì một bé gái chừng năm tuổi, đã từ đỉnh đồi lon ton chạy tới, ôm chặt lấy chân chàng. Nguyên hôn lên má cô bé một cái thật kêu. Má trẻ con còn thơm thơm mùi sữa mẹ. Nguyên bế cô bé lên. Cả cái thân thể nhỏ bé ấy chỉ một thoáng đã ở trên vai chàng. Cô bé khoái chí cười khanh khách.

Đúng lúc ấy, Nguyên thấy vợ của bạn, đang thong thả bước xuống. Người đàn bà nhỏ bé như cô học trò, lại càng nhỏ bé hơn giữa thiên-nhiên, giữa đồi hoa, giữa những luống rau, giữa khung trời ngả về chiều. Tuy bé nhỏ là thế nhưng bóng dáng nàng đã làm cho cả một vùng trời tươi sáng lên và dù hai mẹ con chỉ là hai thực thể mỏng manh nhưng sự hiện-hữu ấy đã như mang lại cho vùng đất của Thục một sức sống chan hòa, làm cho thiên-nhiên sinh-động hẳn lên.

Đôi môi xinh tạo nên một nụ cười tươi:

- Anh đến lâu chưa ạ? Xin anh để mặc nhà em. Anh ấy làm vườn quen rồi, anh ngừng tay đi, kẻo lại dơ hết quần áo. . .

Trong lúc đó, Thục đang ở dưới cuối chân đồi, chỉ đưa tay vẫy vợ con rồi tiếp tục chăm sóc những luống rau xanh tươi, những khóm hoa hồng tươi đẹp. Nguyên chợt thấy thèm được ở trong vị thế của Thục và nếu được như vậy, Nguyên chắc chắn sẽ bỏ tất cả để ở cạnh vợ hiền, con ngoan.

- Anh có phải đi đâu chiều nay không ạ? Ở lại dùng cơm rau dưa với chúng em nhé?

Nguyên rất muốn ở lại nhưng không hiểu sao chàng lại từ-chối:

- Cám ơn chị. Tôi phải về sở, đi ăn với ông boss. Lỡ hẹn với ông ta rồi. Chị cho một cái "rain check" vậy nhé. Hôm nay tôi đến cho anh ấy biết là ngày mai tôi đi công-tác ở miền Nam, có lẽ một tháng mới về; nhân thể hỏi anh ấy có nhắn gì mấy tên bạn cũ ở dưới ấy hay không...

Rồi Nguyên gọi Thục và nói thật lớn:

- Này bạn, có nhắn gì tụi thằng Thông, thằng Dũng không?

Thục nói vọng lên. Tiếng nói ấy tưởng chừng như phá tan sự êm đềm của buổi chiều tà:

- Bảo tụi nó là tao nhớ tụi nó lắm nhưng không có tiền mua vé máy bay đi thăm tụi nó được. Đứa nào có giỏi thì lên đây, tao làm món "giả cầy" cho mà ăn. Ăn xong, nhớ Dalat điên người luôn. Còn đứa nào không khá thì lên đây làm vườn với tao, tao nghèo tiền nhưng rất giàu thời giờ, tụi nó lên đây chơi với tao bao nhiêu lâu cũng *"no star"*. Nguyên bật cười vì thứ tiếng Mỹ *"mắc dịch"* của Thục. *"không sao"* mà dịch là *"no star"* thì Mỹ chạy trốn khỏi Việt Nam cũng là điều dễ hiểu thôi.

Nguyên quay người, bước lên những bậc đất mịn - như những bậc thang lát thảm nhung trong sở của Nguyên - do chính bàn tay Thục đẽo, gọt, đi về hướng ngôi nhà gỗ, có giàn hoa tím nhạt leo trên hàng rào.

Hai bên đường vào nhà Thục, những cây đào mọc thành hàng lối ngay ngắn, trên cành chi chít quả. Những cây mận cũng nặng trĩu những trái màu tím đậm. Nguyên không còn nhớ đã bao nhiêu lần giúp Thục hái những quả đào tươi giòn ngọt và những trái mận mọng nước ấy để Thục mang ra chợ bán, lấy tiền mua rượu và món nhậu.

Vợ Thục và cô con gái có ý chờ Nguyên ở đỉnh đồi để cùng bước về phía ngôi nhà gỗ đã mờ mờ trong sương chiều. Người đàn bà còn rất trẻ ấy có một nét mặt đẹp nhưng phảng phất một nỗi buồn xa vắng. Nghe đâu nàng là con gái nhà giàu ở California, đã bỏ cuộc sống nhung lụa, đã bỏ chuỗi ngày ngà ngọc của tuổi sinh-viên, tự nguyện chọn người họa-sĩ nghèo làm chồng, không cần sự chấp-thuận của song thân, cũng như không cần tiệc cưới rườm rà, vừa tốn tiền, vừa tốn thời giờ quý báu của hai họ, của bạn bè.

Vì chưa có bằng đại-học nên lương của nàng thấp lắm. Nguyên giữ một chức-vụ quan-trọng trong sở và quen biết rất nhiều nhưng cũng chỉ tìm được cho nàng một chân sắp xếp hồ-sơ tại một ngân-hàng tư. "Không làm nhiều tiền một giờ thì đành phải làm nhiều giờ một tiền vậy". Nàng thường bảo Nguyên mỗi khi Nguyên tỏ ý ân-hận đã không xin được những việc làm có số lương cao hơn cho nàng.

Nguyên không hiểu người-đàn-bà-trẻ-thơ này làm thế nào để có thể sống được, có thể lo cho chồng, cho con được với số lương hàng tháng chỉ bằng tiền đi ăn tối của vài người trong ban quản-trị, chỉ bằng chi phí công-tác của một quản-trị viên. Tiền chợ, tiền rượu cho chồng, tiền quần áo, tiền trả cho trung-tâm giữ trẻ, biết bao nhiêu thứ linh-tinh, lỉnh-kỉnh khác. . . mà nàng vẫn sinh-hoạt bình-thường, ngày này qua ngày khác, thật thản-nhiên, thật bình-tĩnh.

Có mấy lần Nguyên ngỏ ý muốn giúp đỡ nhưng nàng từ-chối một cách rất cứng rắn. Quần áo Nguyên mua tặng cho con bé, nàng chỉ cho con nhận vào dịp sinh-nhật và Giáng-sinh. Kẹo bánh Nguyên mang đến thì nàng nhận nhưng luôn luôn nhắc Nguyên là lần sau đừng mua nữa vì trẻ con ăn kẹo nhiều rất dễ bị hư răng.

Ba người đã đứng trước hiên nhà. Nhìn đôi mắt buồn, tha thiết của nàng và khuôn mặt ngây thơ, tươi vui của con bé, Nguyên quyến luyến quá, không muốn rời bước.

Chàng hôn vội lên gò má thơm của đứa nhỏ rồi bước mau. Đi được một quãng ngắn, Nguyên quay lại, vẫn thấy hai mẹ con đưa tay vẫy…

Nguyễn Đức Nam

HOÀNG QUÂN
Truyện Trinh Thám Buồn

Nàng tỉ tê với nhỏ bạn về những cuộc "thảo luận" sôi nổi của vợ chồng nàng. Bằng mọi giá, nàng muốn giữ cho đứa con có tuổi thơ tươi đẹp, hạnh phúc. Bao năm qua, đã có lúc nàng buồn rầu nghĩ, mình như con gà đẻ trứng vàng. Chỉ được việc nhờ biết đẻ trứng vàng. Nàng không dám đề cập đến chuyện tiền bạc, sợ làm chồng buồn, cho rằng nàng cậy sức mạnh kim tiền lấn áp chồng. Nàng rất may mắn trong cuộc sống ngoài xã hội. Chưa ra trường, nàng đã nhận được hợp đồng làm việc với một trong những hãng hàng đầu của nước Đức. Ngược lại, chồng nàng quá lận đận. Cả năm trời, anh chạy đôn, chạy đáo tìm việc, mà vẫn phải nằm nhà. Nàng tự nhủ, tài lộc trời ban, gia đình sống thoải mái, chứ tính toán chi mà mất hòa khí vợ chồng. Tháng tháng, nàng thanh toán nợ to, nợ nhỏ, hàng hàng lớp lớp chi phí tất yếu của xã hội văn minh. Nàng thu xếp nhiều kỳ nghỉ ngắn, dài trong năm cho gia đình. Nàng mở sổ tiết kiệm cho con, đóng vài bảo hiểm nhân thọ. Nàng không ngại cực thân, mặc nhiên chấp nhận làm cột trụ tài chính gia đình. Miễn sao, chồng con vui lòng là nàng toại nguyện. Nghe những đoản khúc, trường khúc của nàng, nhỏ bạn chép miệng như thạch sùng:

- Tại ảnh là chồng mày. Chứ không, như vậy người ta gọi là "nuôi giai" đó.

Nàng cố cười thành tiếng để bạn yên lòng:

- Trời cho tao mát tay, hái ra tiền, dư dả nuôi con, thì tao được phép "nuôi giai" chứ lỵ.

Nàng thầm mong, "giai" cho nàng chút yên ổn tương đối trong hồn, đừng thỉnh thoảng làm nàng tối tăm mặt mũi với những bất ngờ oái oăm.

Nàng rủ chồng đi xem văn nghệ. Anh bảo: "Tốn kém lắm. Mình nên sống tiết kiệm." Thấy chồng không vui, nàng xếp xó dự định du hí cuối tuần. Không đi chơi, rảnh rỗi, nàng vào hộp thư, xem thư nào cũ, xóa bớt cho nhẹ máy. Có thư mới của anh Khắc bên Việt Nam, bạn chồng nàng. Nàng lơ đễnh đọc đôi lời thăm hỏi đầu thư. Chợt nàng chú ý câu: "Cảm ơn mày đã lo lắng chu đáo cho Hảo..." Tay kéo con chuột, nàng đọc tiếp những thư lui tới trước đó giữa hai người. "Tao đã bàn mọi chuyện với Hảo..." Nàng đọc đi, đọc lại mấy lần, gần thuộc những emails. Hy vọng mình hiểu sai tiếng Việt viết không dấu. Đổi dấu bao nhiêu nữa, sự thật vẫn rõ mồn một. Chồng nàng sẽ mua vé máy bay cho gia đình Hảo, cô em của bạn anh, từ Mỹ qua Đức chơi. Sao lại thế này nhỉ! Đầu óc nàng lan man nhớ chuyện năm ngoái. Nàng đề nghị gia đình nghỉ hè bên Mỹ. Anh gạt phăng:

- Mình đã đi Mỹ cách đây mấy năm. Vậy là đủ rồi.

Nàng xuống nước:

- Hồi đó cu Tí còn nhỏ quá, đi chơi không nhớ gì nhiều. Bây giờ Tí ao ước mãi, xin được đi Mỹ lần nữa.

Anh bực dọc:

- Dư tiền lắm sao mà đi hoài.

Nàng năn nỉ:

- Số cổ phiếu hãng em thưởng nhân viên lên giá vùn vụt. Em bán, dư sức trang trải chuyến đi anh à.

Chồng nàng lạnh lùng:

- Để từ từ rồi tính.

Nàng hiểu, "từ từ" có nghĩa là vài năm nữa nàng mới có thể "đệ đơn" lại. Dường như chồng nàng tránh né những chuyến đi chơi ra khỏi nước Đức. Mỗi khi lên chương trình du lịch, nàng chờ lúc chồng vui vẻ, mở lời đề nghị. Nhất nhất mọi chi phí nàng đều lo liệu gọn gàng, chỉ cần anh gật đầu ưng thuận. Nhưng anh luôn ngần ngại, không muốn đi, vì nhiều lý do. Mà tiền bạc vẫn luôn là lý do chính. Thương con, muốn cho con đi chơi đầy đủ cả cha lẫn mẹ, nàng nhanh nhẹn giải quyết vấn đề "đầu tiên". Thế mà, đã có những chuyến đi chơi, đứa con phải buồn buồn hỏi: "Sao ba không đi chung với mình hở mẹ?"

Nàng nhìn chằm chằm vào những dòng chữ Việt không dấu trên màn ảnh, đầu óc rối bời. Nàng níu áo nhỏ bạn kể lể. Bạn kiên nhẫn nghe nàng bù lu, bù loa, dịu giọng vỗ về:

- Thương mày quá. Mày ráng bình tĩnh, nói chuyện với ảnh để biết thực hư thế nào.

Buổi tối, chàng ngồi trước computer, nàng nhìn vào phòng con, đứa con đã ngủ. Nàng nhẹ nhàng đóng cửa. Đến bên cạnh chồng, nàng cố giữ giọng bình thản:

- Anh à, tình cờ, em biết anh sẽ mua vé máy bay cho gia đình Hảo qua Đức chơi. Bao lâu nay, anh bảo mình phải sống tiện tặn. Lo xa tất nhiên là tốt. Giúp họ hàng nghèo khó bên Việt Nam, em sẵn lòng. Nhưng em không muốn mẹ con em phải hy sinh cho người ngoài vui chơi...

Chồng nàng nóng nảy cắt ngang:

- Tại sao em đọc thư của anh. Anh rất ghét tính tò mò.

Nàng ngạc nhiên:

- Đây là hộp thư chung mình dùng để liên lạc bạn bè. Hồi giờ mình vẫn đọc thư của nhau mà.

- Đúng rồi. Nhưng Khắc là bạn của anh.

- Ủa, anh chẳng thường nói bạn anh là bạn em sao!

Nàng ngưng một chút rồi cho những ý nghĩ đặc kín trong đầu tuôn ra:

- Con mình ao ước du lịch xa. Anh không muốn, ngại tốn kém. Mà anh lại đài thọ người ngoài đi chơi. Gia đình Hảo ở Mỹ chẳng thiếu thốn gì. Biết đâu, họ còn khá giả hơn mình. Niềm vui cho con, anh không màng, mà lại...

Chồng nàng gầm gừ:

- Em đừng dạy đời anh. Lúc nào em cũng nghĩ là mình biết hết mọi chuyện.

Mắt vẫn nhìn vào màn hình, tay lăn lăn con chuột, anh tiếp lời:

- Đó không phải tiền của anh. Mà là tiền của chú Bảy. Chú đưa tiền, nhờ anh mua vé cho gia đình Hảo.

Nàng kinh ngạc. Chú Bảy, ông chú họ của chồng, mất việc vì hãng đóng cửa. Cả năm nay, ông chẳng xin được việc mới, đành chờ ngày về hưu. Tháng trước gặp chú, chú than, tiền thất nghiệp ít quá. Chú muốn đi Canada thăm người em ruột mà đành chịu. Để dành bao lâu nay vẫn chưa đủ tiền vé. Nàng nhìn chồng dò hỏi:

- Gia đình Hảo là bạn anh, chứ có phải bạn của chú Bảy đâu. Chú muốn đi thăm người nhà, nhưng không đủ tiền mua một vé cho mình. Thế mà, chú lại có tiền mua vé cho ba người ngoài. Em không thể hiểu được.

Anh gay gắt:

- Gia đình anh có lối chi tiêu khác gia đình em.

Nàng nhún vai:

- Không những khác gia đình em mà khác cả thế gian. Với suy nghĩ bình thường, không ai làm chuyện quá sức vô lý như vậy.

Anh gằn từng chữ:

- Tại em hẹp hòi, em không hiểu được.

Như muốn chấm dứt cuộc đối thoại, anh giáng đòn phủ đầu:

- OK, em không tin anh, thì từ nay anh chẳng bao giờ tin em. Anh chỉ yêu cầu một điều: Em đừng xía vô chuyện riêng của gia đình anh.

Cơn giận dữ xìu xuống, trong lòng nàng chỉ còn nỗi chán ngán ê chề. Nàng cười nhạt:

- Anh nghĩ em hẹp hòi. Em đành chịu. Nhưng em không tin.

Nàng nói chuyện với người anh chồng, thanh minh không khí ngột ngạt của hai vợ chồng nàng. Ông anh lắc đầu:

- Anh không đồng ý chuyện nó làm. Anh nói em đừng giận. Lỗi do ở em một phần. Em dại quá. Hai vợ chồng phải cùng nhau gánh vác chuyện tài chính chứ. Chuyện gì em cũng kham hết. Lâu ngày, nó thấy như vậy bình thường. Nó có tiền, không biết làm gì, thì tiêu bậy, đem cho bá tánh. Anh nghĩ, trong nhà nó chỉ nghe lời má thôi. Em nhờ má nói chuyện với nó đi.

Giải pháp ông anh chồng đề nghị không mới mẻ gì với nàng. Cách đây mấy năm, gặp chuyện lớn, nàng đã cầu cứu mẹ chồng. Lần đó, chị Nhị, người hàng xóm của mẹ chồng, gọi điện thoại cho nàng:

- Em ơi, nhờ em ứng trước 1000 Đức mã đưa anh Tư mang về Việt Nam cho mẹ chị. Gấp quá, chị chuyển tiền qua ngân hàng sợ không kịp.

Nàng ngạc nhiên:

- Dạ, chuyện tiền em sẵn sàng. Nhưng ông xã em không định đi Việt Nam.

Đến phiên chị bạn ngạc nhiên:

- Chị mới gặp bác sáng nay. Bác nói, anh Tư về Việt Nam xây cất nhà cửa cho bác. Ngày mốt ảnh bay rồi.

Nàng ngồi bệt xuống sàn nhà, áp ống điện thoại sát tai, đầu óc quay mòng mòng với thông tin, hai ngày nữa chồng nàng về Việt Nam, mà giờ này nàng vẫn chưa hay biết. Không nghe tiếng nàng, chị Nhị hỏi dồn:

- Em, có sao không em?

Nàng cố nuốt nghẹn, nói nhỏ:

- Không có vấn đề gì đâu chị. Tối nay em đưa tiền cho ảnh.

Bữa cơm chiều, nàng dằn lòng, giữ vẻ tự nhiên, cười nói, góp chuyện với con. Mãi đến khuya, đứa con đã ngủ say, chồng đang xem phim trước ti vi, nàng đến ngồi bên anh:

- Hồi trưa, chị Nhị gọi em, nhờ em đưa anh tiền, để anh mang về Việt Nam cho mẹ chị. Em đoán là chị nghe lầm.

Anh không quay qua nàng, ngập ngừng:

- Chị Nhị nghe đúng rồi. Anh cần về Việt Nam lo công chuyện cho má.

Nàng cố ghìm giọng mình run rẩy:

- Anh ráng chờ hai tháng nữa, con nghỉ hè. Em lấy ngày phép, cả nhà mình về chung.

Anh cầm remote control, bấm đổi đài liên tục:

- Anh phải về sớm trông coi chuyện xây nhà cho má. Không chờ được.

Nàng thắc mắc:

- Má đang ở đây, đầy đủ con cháu. Tại sao phải gấp gáp như vậy?

- Anh không thể thay đổi gì nữa. Anh đã quyết định bay vào thứ Hai.

Nàng thảng thốt:

- Trời ơi, sao đến bây giờ anh mới nói.

Anh cầm remote control tăng âm thanh. Có lẽ để che bớt lời qua, tiếng lại đang càng lúc càng dữ dội.

- Anh biết tính em. Nói sớm, chỉ mất công em lo, chứ đâu ích lợi gì.

Nàng òa khóc, nói trong những tiếng nấc:

- Tại sao? Tại sao anh đối xử với mẹ con em tàn tệ như vậy?

Nàng nghe anh nói loáng thoáng: "Em thông cảm cho anh. Anh rất thương em, thương con. Nhưng anh phải lo cho má..." Nàng lấy khăn giấy, lau mắt, xịt mũi, giọng lạnh tanh:

- Anh muốn đi lúc nào, về lúc nào, tùy ý. Chẳng có gì quan trọng.

Tối Chủ Nhật, cơm chiều xong, nàng giục con chuẩn bị sách vở và đi ngủ sớm.

- Ba phải đi gấp Việt Nam, lo công chuyện cho bà nội. Bắt đầu từ ngày mai, mẹ sẽ đưa đón con đi học.

Cu Tí hỏi ngay:

- Tại sao? Bao giờ ba về?

Nàng liếc nhìn chồng, trả lời con:

- Ba chưa biết. Lo xong việc cho bà nội là ba về liền với Tí.

Sáng thứ Hai, anh ôm cu Tí, dặn dò:

- Cu Tí ở nhà phải ngoan, nghe lời mẹ nha. Ba thương con lắm.

Nàng hối:

- Mau lên con, kẻo trễ xe.

Nàng nhìn chồng, ánh mắt đầy trách móc, giận hờn, rồi quày quả dắt con ra trạm xe buýt.

Cuối tuần, nàng dắt con về thăm bà nội. Nàng kể cho mẹ chồng nghe những nỗi nhọc nhằn của đứa con. Sáng nó phải dậy sớm hơn, theo nàng đi xe buýt đến trường. Chiều, nàng nhờ mẹ của bạn con đón, xin ở tạm nhà họ, chờ nàng tan sở. Nàng hy vọng, bà nội nghe vậy, xót thằng cháu cưng, bà sẽ bàn với con trai, mau mau về nhà, cho cháu bà đỡ vất vả. Nhưng nàng thất vọng não nề. Khi hai mẹ con lủi thủi ra ga xe lửa, tai nàng vẫn văng vẳng lời mẹ chồng: "Bây giờ thằng Tư chưa đi làm. Nó rảnh không, thì giờ làm gì cho hết. Để nó về bển, coi chuyện nhà cửa. Hồi nào má về Việt Nam, có chỗ đàng hoàng, khỏi phải ở nhờ người khác."

oOo

Nhỏ bạn chuyên làm quân sư cho nàng nghiêm giọng: "Mày làm như vầy, như kia... cho tao." Bạn gọi điện thoại "kiểm tra" kết quả. Nàng ấp úng trả bài. Bạn băn khoăn:

- Ủa, sao mày cứ giậm chân tại chỗ vậy. Có tiến bộ gì đâu!

Lâu lâu nghe nàng tường thuật một "sự kiện lịch sử" mới, bạn lại phải suy tính tìm cách giải quyết. Bạn xót xa:

- Ui, tao mệt cho mày ghê. Truyện trinh thám của mày căng thẳng, hồi hộp phát khiếp.

Nàng tỉnh rụi:

- Vậy là mày lời quá rồi. Được coi phim điệp viên 007 miễn phí.

- Xì, tao chẳng ham. Phim của mày làm khán giả đau tim hơn phim James Bond nhiều...

- Vậy thì tao là điệp viên 009. Nàng ngắt lời bạn, tưởng mình có tài ứng biến nhanh hơn 007.

Nhỏ bạn đáp ngay:

- Chín nút hay bù luôn đó. Phim James Bond chẳng có gì đặc biệt. Kết cục lúc nào cũng rõ ràng. Mấy cha điệp viên luôn luôn thắng. Còn mày, sao tao thấy...

Nhỏ bạn bỏ lửng câu nói, thở dài sườn sượt. Nàng hiểu những chữ bạn không nói ra. Nàng chẳng thiết thắng bại trong những dàn binh bố trận đang tiếp diễn. Truyện trinh thám buồn của nàng chẳng là một thất bại lớn trong đời nàng đó sao!

Hoàng Quân
Tháng Giêng 2022

NGUYỄN ĐÌNH PHƯỢNG UYỂN

TẠI ANH... TẠI Ả...

Hôm về Việt Nam, mấy đứa cháu gói tặng một bịch bự bánh tráng muối, trông chả có gì đặc biệt, bánh tráng trắng, loại cuốn chả giò, xé nhỏ rắc thêm mấy hạt muối ớt cam cam đỏ đỏ, vậy mà lai rai, nhẩn nha, ngon ra phết.

Bữa nay lang thang khu chợ An Nam tại Úc, ngang hàng nước mía bật máy xay ồ ồ, tủ kính phía trước bày la liệt bánh cam, bánh giò, cơm cháy chiên giòn... nhưng tôi đặc biệt chú ý mấy bịch bánh tráng muối. May quá, không cần phải bay về Việt Nam mới mua được cho con thứ lặt vặt này.

Hỏi, bà chủ quán nói 3.5$/bịch.

- 10 đồng 3 bịch nha chị - Tôi trả giá.

Bà chủ mặc chiếc áo đầm đen chấm bi dài ngang gối, làn da trắng lộ rõ trên hai cánh tay trần và trên chiếc cổ cao, tóc nhuộm vàng, mi phủ một lớp mascara dày, nàng cau mày, lắc vai:

- L..à..m gì như Việt Nam vậy?

Nàng đãi chữ "làm" ra dài ngoẵng.
Ủa, mình đang đi chợ Việt Nam, họ bán đồ Việt Nam, mình trả giá, đúng quá còn gì? Cho dù là chợ Tây, tôi cũng sẽ nói họ bớt 50 xu tiền lẻ này, huống hồ người mình với nhau.

- Được không, tui mua ba bịch?

- Mệt quá ! Bán đúng giá chị ơi.

Nàng ném cho một cái nhìn hình sự, ngồi phịch xuống ghế, cầm khăn di di mấy vệt nhơ trên bàn, ra điều không chịu thì đi cho khuất mắt.

Thế mà tôi cứ đinh ninh mình là Thượng Đế, nhất là ở cái xứ được cho là văn minh nhất nhì thế giới này. Quê thật nhưng chả lẽ cho bọn trẻ nhịn, bèn móc ví ra đưa tờ 10 đồng xanh dương và đồng 50 xu bằng kẽm hình bát giác cho bà chủ.
Nàng nhanh nhẹn đứng lên, ra quầy, đưa tay rứt mấy bọc bánh, miệng cười giả lả:

- Thử đi chị, em tự làm ngon lắm, lần sau ra mua nữa nha.

Không khí "dân sự" hẳn.

Đối qua đáp lại, chuyện đông chuyện tây, tôi kể mới xách từ bển về mấy bịch bánh tráng muối, tụi nhỏ thích, thấy bà bán tui xông vô liền. Nàng hỏi:

- Chị hay đi Việt Nam lắm hả?

- Thường ba năm về một lần. Còn người thân bên đó. Họ đâu thể đi thăm mình, ráng thu xếp thôi, còn chị?

- Em không muốn về tại vì… bạn bè… rắc rối lắm.

- Mình thăm người nhà, đi chơi ngắm cảnh, bạn bè không thích thì dẹp qua một bên, dễ ợt! – Tôi nheo mắt, cười khẩy.

Nàng lắc đầu nguầy nguậy, thở hắt.

- Chị không hiểu. Em mà về đó, vợ mấy thằng bạn cũ trong lớp em ghen tuông phiền lắm.

- Xa nhà bao nhiêu năm, già bằng này mà cũng có người ghen sao? Tôi há mồm, trố mắt hỏi.

- Tại mình đẹp quá mà. Tụi nó mà nghe Cành Vàng về một cái là mấy thằng con trai bu vô, vợ tụi nó… um lên. Còn gì vui đâu chị. Đẹp cũng khổ chị há?

Tôi giật mình nhìn lại gương mặt người đàn bà bán nước mía, hồi nãy mới làm mặt hình sự, nói gióng một gióng hai như đuổi mình đi, ừ thì cũng có nét xinh xinh, trắng thế này xưa ở Việt Nam hơi hiếm, dong dỏng cao nhưng mà…. dữ quá hà. Mấy ông oắt bu như ruồi là chuyện của nửa thế kỷ trước, lúc nàng còn mài đũng quần trên ghế nhà trường, giờ nàng cũng mấp mé ngũ tuần, chả lẽ…

- Tôi bảo đảm bà bằng tuổi này, chả thằng nào nó thèm đâu, vợ nó tru tréo thì bà cứ mắng tao muốn thì đã không đến phiên mày từ lâu. Mà tình học trò, giờ nói tên, sợ mấy ổng không nhớ bà là ai đó.

- Không đâu chị. Em về mấy lần em biết. Ngán luôn. Đẹp làm chi…

Nàng xóc mấy cây mía trong thúng cho ngay ngắn, lắc đầu nhè nhẹ, mặt thoáng buồn tiếc nuối.

Nghĩ cho cùng, mấy ông học chung lớp phổ thông với nàng sao mà dỏm đời, đến tuổi này còn kèn cựa nhau người đẹp thời hoa niên, một ông đã ớn, cả lớp mới ghê. Cứ tưởng các ngài chỉ có thể quẩn quại trong một cuộc tình không quá hai tuần ai dè bày đàn kéo luôn ba bốn chục năm. Bữa nghe ông anh trong Làng Báo Chí kể, người tình xưa từ xứ Mẽo về nước lần đầu, hẹn hò tái ngộ với chàng sau hai mươi mấy năm vượt biển, "Tao tắm hết một cục xà bông, chải tóc láng mướt, xịt nước hoa tung tóe, còn định mướn phòng nữa chứ, mẹ ơi, tao đâu ngờ nó dúm dó...." Anh lắc đầu, nhún vai, trề môi... Đấy, khôn ngoan thì phải tránh gặp người xưa cốt giữ lại hình ảnh đẹp, đực rựa trong lớp Cành Vàng thuộc hàng hiếm.

Ngộ nhất là phu nhân nam sinh lớp này. Sao không tin tưởng chồng mình thế? Ghen với người nào gần đó không ghen, em này ở xa tít tắp, lại là bạn từ thời ở trường với chồng. Chị ấy bảo vừa nghe đến tên Cành Vàng là mấy bà lồng lộn, dấm dẳng với chồng ngay hả? Giời ạ, ổng mê cả trăm thị mẹt mà tim chỉ có bốn ngăn, chỗ nào chứa em thời phổ thông? Nhìn kỹ đi, em ấy năm chịt, rằn ri, nhão nhoét, cháu nội cháu ngoại lủ khủ (đẹp thế nhất định lấy chồng sớm, giờ con đàn cháu đống, chắc luôn) chứ có hơ hớ phòng không đơn chiếc đâu. Sao lại thiếu tự tin, hạ thấp nhân phẩm mình vậy?

Nói gì thì nói, lỗi tại các ông cả, không có lửa, sao có khói? Chỉ vì cái thói trăng hoa mà quý vị không những làm khổ vợ con mà còn làm khổ cả cô hàng nước mặt hoa da phấn mắt mascara của tôi, làm cổ không dám về thăm quê cha đất tổ, bị mang tiếng mất gốc, thấy chưa? Cổ cũng muốn đóng góp chút tiền của cho quê hương ngày một khấm khá, muốn mắt thấy tai nghe một số địa danh cũ mới do bạn bè kể lại, muốn tắm gội trong dòng nước biển Việt Nam đặc biệt ấm áp, các anh làm hỏng bét bao ước mơ của Cành Vàng, mà khổ! Cành Vàng chỉ coi các anh như mọi giống đực trên quả đất này, dù anh và ả có một quá khứ lẫy lừng đến mức nào. Tưởng đàn ông các anh dày nắng dạn gió, kinh nghiệm cùng mình, chỉ cần phụ nữ đổi tư thế ngồi, nhúc nhích làn môi, mắt nhìn lên hay nhìn xuống là đủ để các anh biết nên đến gần hoặc tránh xa, thế mà cả lũ đua nhau nhốn nháo xun xoe lại còn không khuyên can được nương tử, bình thiên hạ nỗi gì?

Thất vọng!

Nguyễn Đình Phượng Uyển
14/02/23

PHAN HUYỀN THƯ
T.H.U.Y.Ề.N. G.I.Ấ.Y

Những chiếc thuyền giấy đầu tiên trong đời
cha dạy tôi gấp bằng mẩu báo gói chè mạn
bọc dăm điếu thuốc lá cuốn
vài chiếc kẹo bột
chè lam

Thuyền giấy mênh mang
trong vũng nước hiên nhà
sau cơn bão mùa thu
những chuyên chở đầu đời
là chiếc cặp tóc mai
vài chiếc chun vòng
viên tẩy vẹt mòn
bông ngọc lan trắng muốt

Thuyền giấy chở dậy thì
trong căn nhà dột
áo quần vá víu đường chỉ tự khâu
khung thêu tỉ mẩn chiếc khăn tay
chữ cái hoa viết tắt
tên một người chỉ mình tôi biết mặt

Tình đầu gấp lại
lưu bút sang trang
thuyền giấy cháy đỏ chùm hoa phượng
không ngờ ngân hà đã gãy cầu Ô Thước
nên thuyền giấy lạc dòng
chở chữ nghĩa long đong

Suốt hai mươi lăm năm theo chồng
thanh xuân câm nín, khóc thầm bất lực
từng chiếc thuyền giấy chở hoa xoan tím ngát
con chào mào mồ côi
loay hoay giữa dòng ký ức
tìm lại vũng buồn tuổi thơ

....
Trong mơ đêm qua
cha chở chị em tôi trên cánh hoa sen trắng
nước trong đến mức
có thể nhìn thấu đáy vực sâu tận cùng trái đất

Tĩnh lặng đến mức
có thể nghe thấy hợp âm bảy
kéo nốt ngân rung
tiếng lướt đuôi con cá chép vảy vàng
hòa theo nhịp bóng chim hồng hạc
vút tia ảo ảnh sáng rực không gian

Tôi cúi xuống thấp hơn
nhìn bóng mình trên dòng nước

cha và em trai tôi
các con trai yêu thương của tôi
tri kỷ đời tôi
bạn hiền của tôi
người tiền kiếp đợi tôi
hiện dần lên như tấm giấy ảnh ngâm trong dung dịch định sáng

nồng độ của yêu thương chân thật
nồng độ của bao dung và ước hẹn
bão hòa nhuộm tím biếc cánh hoa sen

Thuyền giấy đời tôi
chở một ngọn lửa
xuôi dòng bi ai đen nhánh mực huyền
lênh láng trần ai ướt mắt mùa xuân

Thuyền giấy bạch liên
khuất bóng cha tôi trên dòng sương khói

Thư pháp bừng dậy
    bung nụ
        tầm thi... ■

Khai bút, giờ Thìn, Hoàng Đạo.
Mùng 2 Tết Quý Mão. Bạch lạp kim. 23.01.2023

BEN OH
Ngày Mai Anh Đi

Ô hay gió nào thổi mây bay
từng giọt mưa rơi xuống đong đầy
tìm đâu những ngày xưa thầm lặng
anh đi rồi lệ ướt vai gầy

Nhìn sân ga tiếng còi hẹp lại
nỗi nhớ thương bao kỷ niệm đầu
giữa mùa thu lá vàng cuối phố
xa cách rồi nỗi nhớ về đâu

Cành lá me còn đọng sương về
con đường phía trước giờ vắng hoe
hai mái đầu e ấp từng sợi nắng
hương bồ kết thơm lên tóc thề

Anh đi rồi có nghĩ gì không
nỗi cô đơn lặng lẽ u lòng
anh đi rồi dạ thưa trăng cũ
mắt mỏi mòn năm tháng chờ mong. ∎

CAO NGUYÊN
Có Những

có những hồn nhiên không biết how

có những bình yên không nhớ when

có những trần ai không hiểu why ∎

NGUYỄN AN BÌNH

PHƯỢNG THÁNG BA

Phượng tháng ba – Nhỏ ơi có nhớ
Mây rất trong và lá rất xanh
Giọt nắng vàng reo trên phiến lá
Tiếng sẻ nâu ríu rít trên cành.

Tuổi mười tám – Nhỏ đâu còn bé
Sao đến trường mắt vẫn trong veo
Vang tiếng guốc trong từng bước khẽ
Sáng mù sương cỏ cũng dõi theo.

Phượng tháng ba – Nhỏ ơi có biết
Màu đỏ son sao quá kiêu kỳ
Trong ngăn cặp giấu gì hỡi Nhỏ
Bài thơ tình trước một mùa thi?

Có những lúc nhìn qua cửa lớp
Nhỏ rạng ngời như ánh nguyệt rằm
Cánh chim đêm – qua hồ tĩnh lặng
Xin đừng làm xao động ánh trăng.

Phượng tháng ba – Nhỏ tìm đâu thấy
Một vòng xe – đã khuyết chỗ ngồi
Bàn ghế cũ – bên cầu thang gỗ
Vắng một người trầm mặc buồn vui.

Tôi đứng trước sân trường đầy nắng
Thuở yêu người quên mất tháng năm
Tường vôi xám rêu xanh thầm lặng
Biết nói gì khi trở lại thăm.

Phượng tháng ba – Nhỏ về không nhỉ
Ngắm màu hoa để nhớ một người
Chuyện dâu bể Nhỏ ơi giữ kỹ
Như gấm hoa thuở mới vào đời.

Mấy mươi năm đời như hồ điệp
Cánh sen phai mộng cũ áo sờn
Có gặp lại Nhỏ ơi đừng khóc
Phượng bao mùa vẫn đỏ môi son. ∎

HÙNG NGUYỄN
Lục Bát Mười Năm Viễn Xứ

Mười năm rót lại chén này
Ngụm xưa ngụm mới say đầy nhược phu
Ơ hay, bọt rượu trần phù
Buồn đây vui đó uống mù mịt... thương.

Mười năm trơ đáy chén Người
Chắt đi cho cạn cơn Đời liêu xiêu
Ơ hay, ngược chuếnh choáng chiều
Nợ trăm năm ấy ráng điều đỏ ai?

Mười năm ngửa cổ chén thừa
Cũ người cổ tích chợt vừa mới ta
Ơ hay, mỹ tửu xế tà
Lá vàng xuống đất, mùa hoa lên ngàn.

Mười năm ngửa chén hứng đầy
Ai dâng nước mắt mà lầy dửng dưng
Ơ hay, giọt tủi giọt mừng
Chưa vào tử biệt vội dừng sinh ly.

Mười năm chén độc ẩm... sầu
Cơn say ngã ngựa dúi đầu hồ nương
Ơ hay, sắc sắc hương hương
Áo ai mỏng dính đoạn trường thế ư? ∎

PHƯƠNG TẤN
Yêu Mẹ, Chỉ Mẹ Thôi

Tuột xuống tuột xuống nữa
Rơi tõm giữa hố đời
Lọt thỏm thềm địa ngục
Ngộp ngụa những bụi tro.

Không ngủ cũng chẳng thức
Không bóng cũng chẳng hình
Sửng hồn và mê sảng
Mịt mùng nẻo vô minh.

Lọt thỏm thềm địa ngục
Mẹ đâu, ôi Mẹ đâu?
Vọng âm từ ánh chớp
Cửa tâm mở nghiệp lành!

Vọng âm từ ánh chớp
Nghiệp lành mở cửa tâm
Lấp lánh từ chánh nghiệp
Rợp bóng Mẹ trong tôi.

Yêu Mẹ. Chỉ Mẹ thôi! ∎

(2023)

NGUYỄN VĂN GIA

NHỚ THÁNG BA HOA GẠO

Rất điệu đàng
như làn môi con gái
Vô tình bay
giữa cây cỏ xanh non
Nhớ ơi cố lý
- bây chừ xa ngái
Nhớ tháng ba
hoa gạo rụng ven đường
Em mười tám
thơm lừng trang sách mới
Áo trắng bay
rộn rã buổi tan trường
Chiều xuống ven đê
dáng ai chân sáo
Có chút nắng vàng
lặng lẽ theo sau
(Nhớ là cái gì -
mà sao lại nhớ
Nhớ ai -
nhớ quay nhớ quắt hết một đời
Hoa gạo đỏ -
nụ hôn thầm bữa đó
Người đi rồi -
sao nhớ chẳng đi theo!)
Con sông quê
đã buồn bã đổi dòng
Cây gạo cũ chơ vơ
bên phố mới
Ở phương xa
chắc gì em còn nhớ
Tháng ba về
hoa gạo đỏ rưng rưng... ∎

CHU VƯƠNG MIỆN

QUÊ BẬU

chim cu cườm vẫn từng đôi từng cặp
vẫn ngày ngày đậu trên ngọn xoan tây
vẫn tiếng cù cu rụng xuống đất cày
ta ở lại còn bậu thì dông mất
44 năm nhớ nhau ngủ không nhắm mắt
nghĩ đi rồi nghĩ lại bốn bể năm châu
vẫn chỉ đất trời có khác chi đâu?
mà kẻ bỏ đi còn người mơ tới
dãy tháp Po Nagar xứ bậu trước sau vẫn vậy
những mái ngói chập chùng chồng úp lên nhau
nhìn xuống cầu đôi Xóm Bóng một màu
sau 75 kẻ qua người lại
người với người tình đã qua sông
đứng trên thành cầu nhìn nước chia dòng
nhánh ngược về nam nhánh xuôi về bắc
đủ thứ tình bèo dạt huê trôi
đủ thứ giang hồ tứ chiếng xứ người
thời không chiến và thời tàn chinh chiến
Trăm ngàn khổ cũng vì cái đầu cái miệng
vì thố cơm tô bún riêu cua
ôi tự do? nghiệp bút nghiệp thơ
buồn biết mấy vì chưa viết được?
ôi biết bao điều nửa đùa nửa thật
mà kẻ thì bám đất kẻ bỏ ngang đi
ta thương quê ta bát ngát tiếng chim về
bay rộn rã nơi cánh đồng mùa gặt
ta chưa được tin người dù còn hay mất
dù ngày ngày những cặp chim cu đất
vẫn về đây vẫn gáy bên nhau?
ta với bậu duyên phận cầu âu
cũng chỉ là những dòng thơ lãng đãng ■

DAN HOÀNG
TIỄN TÌNH

Chiều đi đưa tiễn tình ra cửa,
Tôi đứng nhìn tôi giữa phũ phàng.
Bao nhiêu năm mặn nồng chan chứa,
Bỗng hôm nay tình chít khăn tang.

Tình võ vàng từng đêm thức trắng,
Hạt mưa buồn gieo nặng ngoài hiên.
Nợ duyên chốc như làn sương trắng,
Khuất dần xa như bóng con thuyền.

Tôi chẳng biết lấy gì để níu,
Một tình yêu giờ đã phai tàn.
Ngày xưa thương nhau còn lôi kéo,
Giờ dửng dưng chẳng gọi không van.

Hai cái bóng nhìn về hai phía,
Phía nào đi cũng lắm gập ghềnh?
Những kỷ niệm giờ thành vô nghĩa,
Và... ngày mai đến chắc buồn tênh?

Vẫy tay chào em một lần cuối,
Chẳng biết nói gì lúc chia ly.
Chiều đi mà lòng đau xát muối
Đưa mình hay tiễn bước em đi?

Phố biển, 02/13/23

ĐẶNG HIỀN
Có Phải Bài Thơ Này

Lời chúc rộn ràng như hoa xuân
Mừng công việc kéo dài thêm ít tháng
Chúc sinh nhật tuổi mới nhưng người không cũ
Em chúc anh có nhiều niềm vui mới, cũ

Chúc bình an như tình yêu em
Buổi chiều có đôi mắt nhớ
Bằng ánh mắt dịu hiền đến thương
Im lặng cười bảo em chờ anh cùng dùng bữa

Hôm nghe bài hát về thời yêu xưa
Bầu trời đêm buồn theo đôi mắt em
Mơ màng hồn tan theo giòng nhạc
Mình đi về bỏ lại giấc mơ

Những câu thơ cứ hoài vương vấn
Những con đường nào ta đi qua
Em có nghe đêm sóng vỗ bên bờ đại dương
Đêm có sao trời lấp lánh và em

Con dốc cao cho tình thấp thật gần
Có mảnh trăng sầu ghé trọ bờ môi
Mùa vẫn lạnh cho dù tay em ấm
Đôi mắt nào buồn hơn mắt tình xa

Vẫn lời chúc ở mùa xuân cũ
Vẫn tình yêu theo ngày tháng vơi dần
Có lần em nhẹ hỏi
Có phải bài thơ này anh viết cho em... ■

TRẦN ĐÌNH SƠN CƯỚC
HÓA THÂN

(Kính dâng Thầy Cô: "Thương Yêu không bao giờ tan chảy!"
Mừng Ngày Valentine 2023)

Anh còn nhớ không
Cây Wisteria chúng ta trồng
Anh xới đất
Em tưới nước, bón phân
Chăm cây ngày nắng
Che cây ngày đông
Mỗi ngày
Chúng ta cùng ngắm
Mỗi mùa
Chúng ta chờ cây trổ bông

Anh còn nhớ không
Năm nào chúng ta thăm Paris
Em chọn tấm khăn quàng
Vẽ cành hoa tím trắng
Chùm Wisteria thầm lặng
Nói bao điều sâu lắng trong nhau

Nơi khu vườn nhỏ sắc màu
Cây Wisteria yêu dấu
Mỗi năm thay lá mới
Anh và em hy vọng
Cây mười năm tuổi
Cây hai mươi năm tuổi
Anh và em mong ngóng

Chiếc khăn xưa
em quàng mỗi khi trời trở lạnh
Anh nhìn cây hỏi nắng
Bao giờ...
Bao giờ cây nở hoa?!

Bất ngờ
Anh bỏ đợi bỏ chờ
Một mình em đứng ngắm
Cây nhớ người...
Em nhớ anh...

Hai mươi hai năm sau
Một sáng đầu Xuân
Wisteria nở hoa
Mắt em lệ nhòa

Có phải nỗi nhớ hóa thân
Làm chùm hoa tím trắng
Nở trên thân Wisteria
Cho em được ngắm
Màu tím trắng em yêu...

Anh còn nhớ không
Ngoài vườn
Bên em, chiếc ghế trống
Mưa bay bay
Những chùm bông tím trắng lung lay... ∎

(Chicago 11/2022)

TRẦN THANH QUANG
Xin Một Lần Ngoái Lại

Ta về áo bạc màu thương nhớ
một bóng mù khơi ngỡ tàn phai
người quay lưng bước lòng không thể
xin một lần thôi chậm gót hài

thôi kệ, chỉ mình ta ngoái lại
thấp thoáng em hiu hắt cung đường
vạt áo quấn tình ta oan trái
mặt trời nghiêng xô lệch người thương

ta về ru khúc ca tình cũ
nhuộm mấy mùa trăng bạc trắng đầu
em vẫn ơ hờ như sương khói
một cánh buồm trôi mãi về đâu

cứ ngỡ xa xăm giờ hạnh ngộ
ồ không Ô thước chẳng gieo cầu
em hát khúc tình ca năm ấy
điệu buồn như trát trấu vào đau

ta về nơi đó tìm hơi hướm
sông đã cuốn đi chẳng ngại ngần
ngay cả dòng sông còn bội bạc
hà cớ gì tiếc những ngày xanh

ta về nghe rõ lời em nói
vọng đến trăm năm đến cuối đời
mãi mãi yêu ta như ngày ấy
mà sao lòng bỗng thấy chơi vơi

ta về ru khúc ca tình tự
ủ ấm đời ta một cuộc tình
và gởi đến em lời thống hối
xin nhận giùm ta cái ngoái nhìn. ∎

Boston, November 6, 2022

VŨ ĐÌNH HUY
KHÔNG ĐỀ

1.

Lên chùa lễ Phật cầu tâm
Con tim vô chủ bần thần khói hương
Cúi đầu lắng giọt vô thường
Ngẩng lên vẫn một con đường mù sương

Bao giờ ta hết sắc hương
Em là ngọc nữ vô thường ghé qua
Ô hay cõi ngộ không xa
Lung linh Bồ Tát quanh tà áo em.

2.

Xưa ta bại tướng lỡ đường
Em tặng gươm báu, yên cương... thế rồi
Gian nhà nhỏ dưới mây trôi
Có người ngơ ngác ngắm đôi lông mày. ∎

THÁI TÚ HẠP
Ba Dòng Thơ Tiêu Biểu Phương Đông

Thời điểm chúng tôi viết bài này là thời gian bắt đầu và cũng là đánh dấu khởi đầu cho Thiên Niên Kỷ mới tràn đầy hy vọng với những tiến bộ kỳ diệu về y khoa và kỹ thuật. Mỗi ngày những bộ óc siêu việt của nhân loại, mỗi khám phá những kiến thức mới mẻ về khoa học không gian, đưa những phi thuyền tự động lên Hỏa Tinh sau khi hoàn tất những chuyến đưa người lên Nguyệt Tinh. Chúng ta cứ tưởng đời sống đang phóng tới tương lai nhằm mục đích phục vụ con người có một đời sống tuyệt hảo về vật chất, có thể kéo dài tuổi thọ vượt quá định mệnh trăm năm. Trong khi đó những vấn nạn về kỳ thị chủng tộc, những ý niệm hoài nghi sự hiện hữu con người trên quả địa cầu này từ bao giờ vẫn là đề tài được các nhà khảo cổ và nhân chủng học bỏ ra nhiều thời gian và công sức sưu tầm trong cổ sử.

Có nhiều giả thuyết của các nhà tiến sĩ lừng danh trên thế giới, như mới đây tiến sĩ Morwood thuộc trường Đại Học New England của Australia khẳng định: Một số thổ dân đã có mặt tại Timor và vùng Flores từ hơn 50.000 năm trước. Bằng chứng qua các dụng cụ bằng đá có khắc một loại ngôn ngữ đặc biệt, đó là thứ ngôn ngữ hình thành sớm nhất trên thế giới. Nhà nhân chủng học Colin Groves cho thấy sự có mặt con người đầu tiên tại Phi Châu từ 850.000 năm trước. Toán chuyên viên khảo cổ phối hợp giữa Trung Quốc và Nhật Bản vừa khai quật từ lòng đất tại Cổ Thành Cheng Tou Shan bên bờ sông Dương Tử thuộc khu vực Li Xian tỉnh Hồ Nam, một tượng thờ hình người cách đây hơn 6.000 năm, được đánh giá là cổ vật lâu đời nhất tìm thấy tại Trung Quốc. Hiện tượng sự có mặt của hành tinh chúng ta đang sống thì rõ thật quá già đã hơn 4,5 tỷ năm nhưng mỗi ngày mỗi phút giây tâm ta vẫn cảm thấy hoàn toàn mới lạ. Giòng nước chảy hôm qua không phải ngày hôm nay. "Không ai có thể tắm hai lần trên cùng một giòng sông" (Triết gia Heraclitus). Mới hôm qua trên những cành khô khẳng khiu, sáng hôm nay ra vườn ta đã khám phá hàng triệu mầm non lấp lánh những hạt sương trong ánh nắng mặt trời. Hàng triệu triệu mạch sống đã luân chuyển trong cỏ cây. Hoa nở để rồi tàn, cứ thế trong từng sát-na mà ta đâu có hay biết. Có những điều mà sự khám phá mới của khoa học, thiên văn, vật lý, y học, nhân chủng học... hiện đại, chúng ta cứ tưởng là mới mẻ, thực sự, Chư Phật, Chư Bồ Tát đã dạy cách đây trên 25 thế kỷ. Ngày nay, nhân loại mới lần hồi tìm đến để chứng minh sự thực.

Cũng chính từ những tư duy tìm về đó, sáng hôm nay, tôi đứng ngẩn ngơ trong vườn đào, nhìn những nụ mầm đã nẩy thoát ra cành khô. Trời cuối đông lành lạnh, lòng tôi bỗng dạt dào với thiên nhiên như một tri âm tri kỷ. Chỉ có ta với trời đất và mây đã chia sẻ với ta những nỗi niềm buồn vui thế sự. Lòng ta chợt yêu cùng hoa lá từ cái thủy chung trầm mặc của đá, đến cái thay đổi vô thường của hạt sương trên cánh hoa. Và cũng từ những dạt dào chữ nghĩa xưa, nay tôi đã khám phá ba giòng suối ngọt ngào của ba dòng thơ tiêu biểu Đông Phương qua Thơ Thiền, Đường Thi và Haiku.

THƠ THIỀN CỦA VIỆT NAM

Qua tài liệu của cuốn Việt Nam Phật Giáo Sử Lược của Thượng Tọa Mật Thể và cuốn Việt Nam Phật Giáo Sử Luận của Giáo Sư Nguyễn Lang, Le Bouddhisme en Annam des Origines au 13è siècle, Trần Văn Giáp, Đạo Phật được các Tăng Sĩ Ấn Độ truyền vào Việt Nam khoảng đầu kỷ nguyên Tây Lịch, hình thành Trung Tâm Nghiên Cứu Phật Giáo Luy Lâu thuộc phủ Thuận Thành, tỉnh Bắc Ninh, sớm hơn thời điểm hình thành hai trung tâm Bành Thành và Lạc Dương ở Trung Hoa. Hồi bấy giờ (đầu kỷ nguyên) Ấn Độ đã biết sử dụng phương tiện đường biển để liên hệ thương mãi trực tiếp với Trung Đông và gián tiếp với các quốc gia trong vùng Địa Trung Hải. Đế Quốc La Mã tiêu thụ rất nhiều vàng lụa, hương liệu, quế, trầm, tiêu, ngà voi và châu báu ngọc ngà... Các thương gia Ấn Độ phải nghĩ cách thu hoạch các mặt hàng theo yêu cầu để cung cấp cho thị trường ấy nên các nhà thương mãi không quản ngại tiến xa hơn về miền Viễn Đông. Và Giao Chỉ (Việt Nam) ta lúc đó là nơi chốn dừng chân lý tưởng để tránh các vụ gió mùa. Trong các chuyến thuyền đi xa ngàn dặm nhiều tháng lênh đênh giữa biển cả đầy giông tố hiểm nguy nên các thuyền trưởng thường hay cung thỉnh các vị sư theo để cầu nguyện chư Phật và chư Bồ Tát hộ trì cho họ tai qua nạn khỏi, đi tới nơi về tới chốn, an lành.

Cũng nhân cơ hội thuận lợi này các vị Lão Trượng Thiền Sư thuộc các trung tâm Amaravati và Nagarjuna-Konda thuộc khuynh hướng Đại Thừa đang phát triển mạnh mẽ tại miền duyên hải Đông Nam Ấn Độ nên có ý hướng đem Phật Giáo truyền bá vào các nước ở xa, chính vì lý do này đã thúc đẩy các vị Tăng có nhiều trình độ kiến thức cao về Phật Học đã tình nguyện đi theo các thương thuyền về miền Đông Nam Á. Trung Tâm Luy Lâu là một ý nguyện được hình thành trong mục đích cao quý này trong đầu kỷ nguyên tây lịch tại nước ta. Và cũng từ đó giòng suối mát từ ái của Đạo Phật đã thấm thấu đất lành, sinh cây nẩy lộc từ đời này đến đời khác qua nhiều thế hệ thăng trầm của lịch sử cho đến nay có hơn cả ngàn năm. Tác phẩm đầu tiên viết tại đất Giao Chỉ (Việt Nam) đó là cuốn Lý Hoặc Luận của Mâu Tử, chứa đựng nhiều tư tưởng sâu sắc của triết lý Đạo Phật. Sở dĩ chúng tôi đan cử một số dữ kiện để chứng minh Đạo Phật từ Ấn Độ truyền vào chứ không phải Đạo Phật từ Trung Hoa truyền sang. Tuy nhiên, Đạo Phật đòi hỏi càng ngày càng đào tạo thêm những tăng tài uyên bác, dĩ nhiên các tăng lữ Việt Nam phải học hỏi tôn sư các vị Thiền Sư đến từ Trung Hoa. Qua kinh nghiệm giác ngộ triết lý của Đạo Phật và được đãi lọc qua nhiều lớp phù sa siêu việt của ngôn ngữ thi ca Việt Nam, thơ Thiền đối với kho tàng văn hóa Dân Tộc đã biểu hiện một sắc thái độc đáo tuyệt hảo như những hạt châu lấp lánh trong bảo tàng viện của nhân loại. Từ những Thiền Sư Khuông Việt thế kỷ thứ 9 đến các Thiền Sư Vạn Hạnh, Viên Chiếu, Huệ Sinh, Ngộ Ấn, Mãn Giác... thế kỷ thứ 10 đến các Thiền Sư Đạo Hạnh, Không Lộ, Diệu Nhân, Huyền Quang... vào thế kỷ thứ 11, chưa kể hai vì Vua Lý Thái Tông (1001-1054) và Trần Thái Tông (1218-1277) cũng trước tác nhiều bài thơ Thiền xuất chúng để đời. Và các Thiền Sư Trúc Lâm, Nguyễn Trãi, Nguyễn Bỉnh Khiêm, Hương Hải và Chân Nguyên trong các thế kỷ 13, 14, 15 và 16 nối tiếp phát triển thơ Thiền lưu lại hậu thế.

Trong phạm vi bài viết cô đọng giản lược về diễn biến giòng thơ Thiền Việt Nam, chúng tôi chỉ xin mạo muội đan cử vài nét tượng trưng của một vài Thiền Sư theo sở thích chủ quan của chúng tôi, như trường hợp Bài Thị Đệ Tử của Thiền Sư Vạn Hạnh:

> Thân như điện ảnh hữu hoàn vô
> Vạn mộc xuân vinh, thu hựu khô

Nhậm vận thịnh suy, vô bố úy
Thịnh suy như lộ thảo đầu phô
(Dạy Học Trò)

Thân như chớp sáng, có rồi không
Xuân hoa cỏ mọc, chết khô đông
Mặc đời suy thịnh đừng lo sợ
Suy thịnh dường sương ngọn cỏ bồng
(Võ Đình)

Nhà vua Lý Thái Tông ngoài tài lãnh đạo quốc gia và an bang tế thế, còn là một thi tài lỗi lạc. Một hôm vua Lý Thái Tông mời các cao tăng đến thọ trai, nhân dịp hội ngộ tao nhân mặc khách, Ngài yêu cầu mỗi người sáng tác một bài kệ ngắn để tỏ bày sự kiến giải về đạo Phật. Khi mọi người còn đang lao lung suy nghĩ thì vua Lý Thái Tông đã khiêm cung trình bày bài kệ của mình:

Bát nhã vốn không tông
Nhân không, ngã cũng không
Ba đời các đức Phật
Pháp tính vốn chung đồng

Bát Nhã chân vô tông
Nhân không ngã diệc không
Quán hiện vị lai Phật
Pháp tính bản lai đồng

Nội dung bài kệ đề cập đến bản tính không (Śūnyatā) của nhân, ngã, tông bát nhã và của các chư Phật trong hiện tại và vị lai. Về phương diện sáng tác, các Thiền Sư chỉ còn lưu lại một số bài thơ được người đời ca ngợi và xem là xuất chúng trong hàng ngàn bài bị tiêu tán qua thời gian. Như trường hợp của Thiền Sư Không Lộ, thơ Thiền ẩn dụ những ý tưởng cao siêu được xem như những bài kệ độc đáo:

Trạch đắc long xà địa khả cư
Dã tình chung nhật lạc vô dư
Hữu thời trực thượng vô phong đỉnh
Trường khiếu nhất thanh hàn thái hư
(Ngôn Hoài)

Ở một bài thơ khác của Thiền Sư Tuệ Trung khẳng định quy luật khách quan của tạo hóa, tự nhiên - tất cả vạn vật đều vận động theo quy luật - ngay cả chuyện tử sinh cũng xảy ra một cách bình thường. Dĩ nhiên sự sống chết không còn là vấn đề phải ưu tư và quan tâm đối với những nhà tu hành học đạo. Vấn đề đáng quan tâm hơn tất cả là sự giác ngộ tìm đến cõi thanh tịnh Chân Như:

Sinh tử do lai bãi vấn trình
Nhân duyên thời tiết tự nhiên thành
Sơn vân dã hữu xuất sơn thế
Giản thủy chung vô đâu giả thanh
Tuế tuế hoa tùy tam nguyệt tiếu
Triêu triêu kê hướng ngũ canh minh
A thùy hội đắc nương sinh diện
Thủy tín nhân thiên tổng giả danh
(An Định Thời Tiết - Tuệ Trung)

Thiền Sư Mãn Giác cũng cảm nhận kiếp sống vô thường như huyễn của nhân thế. Tất cả lợi danh chỉ như giọt nước trên cành, như bóng mây qua cửa, có đó rồi mất đó, sắc sắc không không. Nhưng đời sống không phải là chuỗi ngày đầy bi lụy tối tăm, đầy đau thương khổ ải với nghiệp chướng oan khiên tràn đầy lệ thảm... Người đã thấm nhuần tư tưởng Phật Giáo, tự lý giải căn nguyên của khổ đau, luôn tỉnh thức, biến đau thương thành hy vọng hạnh phúc của cuộc sống. Hiên ngang chấp nhận mọi thử thách gian nguy của cuộc đời, bước tới đem đến nguồn sống đầy an vui hỷ lạc cho mọi người. Qua bài Dặn Dò Tăng Chúng của Thiền Sư Mãn Giác đã cho thấy một cách sâu sắc tinh tế bằng đức tin mãnh liệt vào sự tuần hoàn tự nhiên của tạo hóa, của kiếp nhân sinh để thắp lên niềm lạc quan, hy vọng ở ngày mai bằng những bông hoa trí tuệ nhân ái:

Xuân khứ bách hoa lạc
Xuân đáo bách hoa khai
Sự trục nhãn tiền khứ
Lão tòng đầu thượng lai
Mạc vị xuân tàn hoa lạc tận
Đình tiền tạc dạ nhất chi mai

Xuân đi trăm hoa rải
Xuân đến trăm hoa khai
Xem chuyện đời trước mắt
Tóc trên đầu đã phai
Chớ bảo xuân tàn hoa rụng hết
Tối qua vườn trước một cành mai
(Có Bệnh, Dặn Dò Tăng Chúng)

Trong một ý niệm giải thích về Thiền, Thiền Sư Vô Ngôn Thông đã phát biểu: *Thiền hay Thiền Sư không phải là một cái gì có thể định nghĩa được, như cây thoan lư kia, nhìn thẳng vào đó thì thấy ngay, khỏi cần qua trung gian ngôn ngữ và khái niệm. Thiền là sự tỉnh thức, sự sinh hoạt trong thế giới thực tại, chỉ có thể thể nghiệm mà không thể đàm luận và giảng giải.* (VNPG Sử Luận). Thi ca là sự trực nhận tình cảm giữa người sáng tạo và đối tượng thưởng ngoạn. Thế giới của Thiền đâu phải là thế giới của câm lặng trầm mặc như vách đá sừng sững trước mặt. Tâm đã phóng lên cao ra ngoài cùng vũ trụ hòa nhập với trăng sao để tạo thành những thiên hà tuyệt kỷ. Sự kết hợp hoàn hảo đó các Thiền Sư Việt Nam đã để lại hàng hàng châu báu trong kho tàng văn học Việt Nam khởi đi từ đầu thế kỷ thứ nhất.

ĐƯỜNG THI CỦA TRUNG HOA:

Cho đến nay mỗi khi đề cập đến thời đại hoàng kim của nền thi ca Trung Quốc, tất cả chúng ta đều đồng ý công nhận thời đại hưng thịnh của Đường Thi. Theo nhận định của Sử Cúc Nhân: *Chỉ cần đọc thuộc Đường Thi Tam Bách Thủ (Ba Trăm Bài Thơ Đường) đủ nói ra với kiến thức sâu sắc chẳng khác một nhà thơ trong khi giao tế với người đời.* Trong bộ Toàn Đường Thi ấn hành vào năm 1707 thì Thơ Đường lên đến 48.900 bài thơ của hơn 2.200 thi nhân gồm 900 quyển họp thành 30 tập. Trải qua hơn ngàn năm từ đời vua Đường Cao Tổ hiệu Vũ Đức (618) đến thời kỳ Thịnh Đường (713), Trung Đường (766), Vãn Đường (905) của Đường Chiêu Tuyên Đế, thời điểm kết thúc của Thơ Đường. Trải dài trong thời gian sử liệu Đường Thi đó, còn lại bao nhiêu thi tài lỗi lạc được đa số người đời nhắc nhở, ngưỡng phục và đánh giá như những nhà thơ vĩ đại. Những thi phẩm của họ đã thuộc về những gia tài quý báu tuyệt hảo của nhân loại. Lý Bạch được tôn vinh là Thi Tiên, Bạch Cư Dị là Thi Hào, Thôi Hiệu là Thi Bá, Đỗ Phủ là Thi Thánh, Vương Duy là Thi Phật...

Thơ của họ được dịch ra nhiều ngôn ngữ trên thế giới lưu truyền mãi cho tới ngày nay. Theo nhận định có tính cách chủ quan và thô thiển của chúng tôi thì trong số lượng 48.000 thi phẩm có thể vượt hơn 300 bài, nếu nhận xét một cách khách quan và vô tư, được giới yêu thích thơ Đường đánh giá cao là những tác phẩm thi ca tuyệt hảo nhất của loài người, cả ngàn năm sau, thật sự chưa có những thi tài thi ca nào sánh kịp, có chăng cũng chỉ là những mô phỏng, làm mới ngôn ngữ nhưng không thoát khỏi ý từ trùng điệp của Đường Thi. Tại sao địa vị thơ Đường có nhiều ảnh hưởng sâu sắc đến như thế? Cũng như các đời vua Lý Thái Tông và Trần Thái Tông của Việt Nam, luôn luôn khuyến khích các nhân tài văn học trong nước tạo nên những môi trường sáng tác trong quần chúng phát huy, khám phá những áng văn chương tuyệt tác. Ở Trung Hoa trong các thời đại nhà Đường, hầu hết các vua chúa đều yêu chuộng văn thơ một cách nồng nhiệt. Tông truyền lệnh thiết kế Hoàng Văn Quán, thu thập hơn 20 vạn. Khi lên ngôi, Tần Vương, Đường Thái cuốn sách quý, mở các buổi hội họp vào cuối tháng để cùng nghiên cứu trao đổi kiến thức, thảo luận với các quan học sĩ, cao sĩ uyên bác, xướng họa thi văn một cách tương đắc. Chính vì không khí trọng văn đó, trong các thời đại nhà Đường, thi ca trở nên những cơ hội thành danh của những bậc trí thức hiền tài, bậc thang bước lên đỉnh vinh hoa phú quý. Thơ trở thành giòng suối mát chảy khắp cùng trong nhân thế, tạo nên cảnh trí thanh bình an lạc. Khai phá khu rừng Thơ Đường trùng trùng hương sắc. Thực sự chúng tôi không có khả năng kiến thức sâu rộng, chúng tôi chỉ là hạt cát bên bờ mé sông Dương Tử hèn mọn ngu ngơ, chỉ mong từ tư duy hạt cát ấy, viện dẫn vài nét đẹp của Thế Giới Đường Thi tuyệt tác lưu truyền vượt qua thời gian gần cả ngàn năm nay. Đó là Lộc Trại của Vương Duy, Hoàng Hạc Lâu của Thôi Hiệu, Phong Kiều Dạ Bạc của Trương Kế, Đằng Vương Các của Vương Bột, Hồi Hương Ngẫu Thư của Hạ Tri Chương, Đề Tích Sở Kiến Xứ của Thôi Hộ, Bạc Tần Hoài của Đỗ Mục, Tùng Hạ Vấn Đồng Tử của Giả Đảo, Tương Tiến Tửu, Tĩnh Dạ Tứ của Lý Bạch... Trong khuôn khổ của bài viết này chúng tôi xin đan cử một vài thi phẩm tượng trưng của thế giới Đường Thi tuyệt tác đó:

* HOÀNG HẠC LÂU
Tích nhân dĩ thừa hoàng hạc khứ
Thử địa không dư Hoàng Hạc lâu
Hoàng hạc nhất khứ bất phục phản
Bạch vân thiên tải không du du
Tình xuyên lịch lịch Hán Dương thụ
Phương thảo thê thê Anh Vũ châu
Nhật mộ hương quan hà xứ thị
Yên ba giang thượng sử nhân sầu
(Thôi Hiệu)

* *GÁC HOÀNG HẠC*
Hạc vàng ai cỡi đi đâu
Mà nay Hoàng Hạc riêng lầu còn trơ
Hạc vàng đi mất từ xưa
Nghìn năm mây trắng bây giờ còn bay
Hán Dương sông tạnh cây bày
Bãi xa Anh Vũ xanh đầy cỏ non
Quê hương khuất bóng hoàng hôn
Trên sông khói sóng cho buồn lòng ai
(Tản Đà dịch)

* LỘC TRẠI
Không sơn bất kiến nhân
Đản văn nhân ngữ hưởng
Phản cảnh nhập thâm lâm
Phục chiếu thanh đài thượng
(Vương Duy)

* *TRẠI HƯƠU*

Trong non chẳng thấy một ai
Chỉ còn nghe vọng tiếng người nơi nao
Trời chiều bóng ngả rừng cao
Nhặt thưa bóng lại chiếu vào rêu xanh
(Đỗ Bằng Đoàn - Bùi Khánh Đản)

* TĨNH DẠ TƯ
Sàng tiền minh nguyệt quang
Nghi thị địa thượng sương
Cử đầu vọng minh nguyệt
Đê đầu tư cố hương
(Lý Bạch)

** NGHĨ TRONG ĐÊM VẮNG*
Trước giường lặng ngắm vầng trăng bạc
Ngỡ như mặt đất tỏa sương sa
Ngước lên dõi ánh trăng vằng vặc
Cúi đầu ray rứt nhớ quê nhà

Đầu giường lặng ngắm trăng soi
Tưởng như mặt đất sáng ngời ánh sương
Ngẩng nhìn trăng tỏ như gương
Cúi đầu chạnh nhớ cố hương nghìn trùng
(Ái Cầm)

* ĐỀ TÍCH SỞ KIẾN XỨ
Khứ niên kim nhật thử môn trung
Nhân diện đào hoa tương ánh hồng
Nhân diện bất tri hà xứ khứ?
Đào hoa y cựu tiếu đông phong
(Thôi Hộ)

** CHỐN NÀY NĂM TRƯỚC*
Hôm nay, năm ngoái, cửa cài
Hoa đào ánh với mặt người đỏ tươi
Mặt người chẳng biết đâu rồi?
Hoa đào còn đó vẫn cười gió đông
(Trần Trọng Kim)

THƠ HAIKU CỦA NHẬT

Đề cập đến thi ca Trung Quốc không ai phủ nhận giá trị thơ Đường, cũng như nói đến thi ca Nhật Bản, những nhà nghiên cứu văn học không thể không tôn vinh giòng thơ Haiku phát xuất từ thi hào Matsuo Bashō, thường gọi là Tùng Vĩ Ba Tiêu của thời điểm từ 1644 đến 1694, được dân chúng xứ Hoa Anh Đào đánh giá cao như những vì sao Bắc Đẩu, rực sáng trên bầu trời thi ca Nhật Bản. Tuyển tập thi phẩm Haiku mang tên Oku no Hosomichi (Lối Lên Miền Oku), ông hoàn tất vào năm 1690 và sau nhiều lần nhuận sắc kỹ lưỡng ông mới thực sự ấn hành vào năm 1694, nửa năm trước khi ông từ giã cõi trần. Tác phẩm Oku no Hosomichi được dân chúng Nhật yêu thích, xem như một tuyệt tác tiêu biểu của nền văn học Nhật Bản. Cũng giống như tuyệt phẩm Đoạn Trường Tân Thanh của cụ Tiên Điền Nguyễn Du của Việt Nam.

Ông sinh ra trong một gia đình võ sĩ đạo (Samurai) ở thành Ueno, thuộc Iga, nay thuộc huyện Mie. Bashō khi mới sinh ra đời có tên là Kinsaku (Kim Tác), lớn lên đổi thành Munefusa (Tông Phòng). Theo tài liệu của Abe Kimio, Matsu Basho (Matsuo Bashō) Tokyo: Yoshikawa Kobunkan 1967, Ando Tsugio, Oku no Hosomichi (Lối Lên Miền Oku) Tokyo: Iwanami Shoten 1989, và một số tài liệu do Vĩnh Sính, Giáo sư lịch sử và văn hóa Nhật Bản thuộc Đại Học Alberta, Canada, sưu tập và giới thiệu, thơ Haiku rất cô đọng nhưng diễn tả sâu sắc từ nội tâm đến con người, đến trời đất mênh mông. Ở thơ Haiku chỉ có 3 hàng chữ, 5 vần ở hàng thứ nhất, 7 vần ở hàng thứ hai, và 5 vần ở hàng thứ ba, tổng cộng bài thơ chỉ có 17 vần. Thơ Haiku mang tính cách đứng đắn trang trọng, khởi điểm từ thiên tài Bashō. Từ thế kỷ thứ 7 đã xuất hiện giòng thơ Waka (Hòa Ca) thường dùng để phân biệt thơ của Nhật hay cảm hứng trong thơ Nhật với thơ chữ Hán mà người Nhật gọi là Kanshi (Hán Thi), chính giòng thơ Waka, chia ra hai thể loại Choka (trường ca) và Tanka (đoản ca), đã gây được cảm tình quần chúng trong một thời gian và người dân cho là giòng thơ phổ thông nhất như ca dao, tục ngữ trong nền văn chương bác học của Việt Nam. Tanka cũng gây được tiếng vang một thời. Hai cuốn sách là The Records of Ancient Matters (năm 711) và cuốn The Chronicles of Japan (năm 720) đã tuyển chọn gần 100 bài thơ hay nhất viết bằng 31 vần. Đến thời điểm khoảng giữa thế kỷ thứ 8, Tanka đã hưng thịnh tuyệt đỉnh, được gọi là thời kỳ Sưu Tập Của Ngàn Chiếc Lá (The Collection Of Ten Thousand Leaves), Tanka đã thực sự phổ biến và lôi cuốn mọi thành phần giai cấp trong xã hội tham gia vào công tác sáng tạo một cách nồng nhiệt, đã quy tụ gần 5000 thi phẩm chọn lọc. Những trào lưu thi ca tiếp theo, tiêu biểu là thời kỳ Heian (năm 794-1185) và kế tiếp là nhóm Tân Sưu Tập Của Thi Ca Cổ Và Tân Thời (The New Collection Of Ancient and Modern Poems) (1205), với nhà thơ Minamoto Saneiomo đầu đàn (1192-1219), cũng như nhà thơ Tachibana Akemi, chưa thoát ra khỏi ảnh hưởng của hào quang Tanka. Dân chúng vẫn bị ru ngủ trong những vần điệu êm ái tinh xảo, đầy diễm lệ viễn mơ, hình thức.

Mãi cho đến khi Matsuo Bashō xuất hiện một cách lẫm liệt (1644-1694) như một đường gươm tuyệt đẹp, Bashō đã thực sự khai phá một lối đi từ hình thức đến nội dung hoàn toàn mới lạ. Ông đã đưa thi ca Nhật Bản lên đỉnh cao của trí tuệ, ông đã phối hợp một cách nghệ thuật tuyệt vời giữa Thiền và Đường Thi. Ông đã kết tinh phương cách sáng tạo súc tích tư tưởng trong thể thơ Haiku.

Trong cuốn tiểu luận Hài Cú Nhập Môn (An Introduction To Haiku) của Herold G. Henderson, Giáo sư dạy môn Nhật Văn và lịch sử nghệ thuật tại trường Đại Học Columbia, Hoa Kỳ, ông đã đan cử thêm một số thi sĩ Haiku như Shiki chẳng hạn. Nhưng rốt ráo, ông giáo sư này cũng phải quay về ca ngợi thiên tài lỗi lạc Bashō vẫn như ngôi Bắc Đẩu trên nền trời văn học Nhật Bản.

- Hạt giống của Haiku gieo rải đã nhiều trên bảy trăm năm trước và đúng vào thế kỷ XVII thì tới độ mãn khai, đồng thời đây cũng là nghệ thuật hiện đại, ngày nay được phổ biến còn nhiều hơn trước. Không một ai có thể biết chính xác có bao nhiêu người Nhật thực hành chúng, bởi hầu hết Haiku được sáng tác, chủ yếu vì niềm hoan hỉ của tác giả và bằng hữu, chứ không có mục đích để xuất bản. Tuy nhiên, đã có hơn hàng trăm ngàn bài Haiku mới vẫn được sáng tác đều đặn hàng năm (GS. Harold G. Genderson – Lê Thiện Dũng).

Giòng thơ Haiku càng được trân quý bảo tồn và phát huy thì tên tuổi Matsuo Bashō càng sáng chói vượt qua thời gian. Chúng tôi xin đan cử một số bài thơ Haiku tiêu biểu: Những ngày đầu xuân cảnh trí thiên nhiên ở Nhật với sương mù trắng xóa trên đỉnh núi Fuji (Phú Sỹ), những cành hoa đào khẳng khiu ở Ueno và Yanaka như một bức tranh thủy mạc tuyệt vời. Sự trầm mặc của thiên nhiên đã ngầm chứa những ý tưởng cao siêu và những nét đẹp lung linh như một tác phẩm thi ca trác tuyệt. Con người đã dùng ngôn ngữ Haiku để diễn đạt cảm xúc dạt dào và khai thác những ẩn dụ sâu xa đó. Chúng ta hãy bước vào cửa ngõ Haiku của Bashō, diễn tả những cảnh trí mùa xuân với hương thơm của hoa mận bạt ngàn trên con đường sơn đạo, như một vệt nắng chiếu tận chân trời xanh biếc lộc non.

Ume – ga ka ni
Notto hi no deru
Yamaji kana

(On sweet plum blossoms
The sun rises suddenly
Look, a mountain path!)

Hoa mận ngọt ngào nở rộ
Ánh nắng bỗng dưng dâng cao
Hãy nhìn, đường sơn đạo!

Một buổi sáng vào cuối mùa xuân, tuyết bắt đầu tan trên những ngọn núi, qua ánh trăng ban mai còn sót lại hiu hắt trên những tàn cây, vàng úa. Cuộc chia tay thật não nề. Nhà thơ Taniguchi Buso cảm thấy lòng dao động nỗi buồn man mác vì chạnh nghĩ cuộc chia tay sẽ không bao giờ tái ngộ. Và sẽ không còn nhìn thấy những cánh hoa đào bay trong gió tuyệt đẹp như sáng hôm nay. Mặc dù cố gắng nhưng vẫn không cầm giữ giọt lệ lấp lánh dưới ánh trăng. Những người bạn đã đến trên bến sông để tiễn đưa thi sĩ:

Sakura chiru
Nawashiro mizuya
Hoshi – zuki – yo
(Buso)

Anh đào nở rộ, rơi rụng
Trên mặt nước của ruộng lúa
Tinh tú dưới ánh trăng

Thiên nhiên quả thực là người bạn tri kỷ của thi ca. Tư duy của con người đã hòa nhập với trời đất trong những giây phút huyền nhiệm giao thoa giữa năm cũ và năm mới, tâm hồn thi nhân dao động mạnh hướng về thế giới của Thiền Môn, chim hót trên vòm lá, gió thổi rì rào trên hàng liễu buông tha thướt, tất cả đã hòa nhập

từ tiểu ngã vào với đại ngã để nhất trí bất phân, là một của uyên
nguyên trời đất:

Ganjitsu yo
Kane kiku kure ni
Oyobi keri
(Hakki)

New year's day also
Has come to its close
with the sounding bell

Cũng ngày tân niên
Đã đến rất gần
Với tiếng chuông ngân

Bashō ghi lại đoạn đường cuối Oku no Hosomichi (Lối Lên Miền
Oku) trên bãi chiều hiu quạnh chỉ còn dăm ba túp lều nhỏ của các
ngư phủ và chùa Hokke (Pháp Hoa) khoác kín sương mờ. Biển trời
hoàng hôn buồn da diết, chỉ một Bashō bước đi giữa con đường cát
vắng thê lương:

Sabishisaya
Suma ni kachitaru
Hama no aki

Nỗi buồn
Còn sâu sắc hơn ở Suma
Mùa thu trên bãi biển

      Ở nơi những nhà nghệ sĩ hình như có giác quan thứ sáu thật
bén nhạy vượt qua trước sự hiện hữu của thời tiết. Mỗi tâm hồn là
một vũ trụ vi diệu và mầu nhiệm, nhanh hơn ánh sáng và nhỏ hơn vi
trần. Đôi khi có những tư duy và tư tưởng đột khởi tương đối tương
đắc với nhau, như ở ba trạng thái tuyệt hảo của Thơ Thiền Việt Nam,
Đường Thi Trung Hoa và Haiku của Nhật Bản, mặc dù có khác biệt
về mốc đỉnh của thời gian và thể loại của sáng tạo, chẳng khác nào
ba giòng sông lớn đổ vào đại dương để tựu thành nhất quán. Trong
Đường Thi thấp thoáng ẩn dụ những ý tưởng cao siêu của Thiền như
trong thơ Vương Duy, Lý Bạch, Thôi Hiệu... Trong Haiku lãng đãng

những sương khói của Tô Đông Pha *(Lâu cát mông lung tế vũ trung)* và Đỗ Phủ *(Quốc phá sơn hà tại. Thành xuân thảo mộc thâm).* Những ý chính chúng ta thường bắt gặp trong ba giòng thơ tiêu biểu Phương Đông này là đề tài chính để con người hòa nhập với thiên nhiên, với vũ trụ nhất thể. Tâm trạng nhớ nhà của lữ khách ngàn dặm xa, ảnh hưởng sâu sắc triết lý Phật Giáo, thể hiện tinh thần tiểu ngã hòa nhập với đại ngã tạo nên tấm lòng rộng mở bao dung đại lượng, như mây trời. Khi tâm đã hòa nhập với thiên nhiên bao la, với vũ trụ bát ngát, đùa với trăng sao ngoài biển khơi trùng trùng duyên khởi, thì chuyện tình yêu giữa hai người chỉ còn là những cánh hoa thấp thoáng hư ảo trong Thơ Thiền, trong Đường Thi và trong thế giới Haiku.

Những ngày đầu xuân, càn khôn đang thay áo mới, cây lá đang đâm chồi nẩy lộc tinh khôi đã tạo cho tâm hồn con người những cảm giác trong sáng uyên nguyên, chứa chan hy vọng, thắp lên những khung trời mùa xuân thanh bình thực sự trên quê hương ngày trở về. Những cánh mai vàng lung linh trong nắng mới, thoang thoảng trầm hương của thế giới an lành của Phật, của Thiền, của đạo sĩ, trao nhau nụ cười tỏa mát như giòng suối ngọt ngào, có phải hình ảnh hiện thực của thiên đàng nơi hạ giới? Hãy quên đi những nhọc nhằn, những ray rứt u hoài nơi viễn xứ. Hãy quay về cõi tâm an nhiên, lắng đọng để tìm lại chính bóng ta đích thực, đó là giây phút thực sự an lành bước vào cõi Thơ thanh thoát của Chân Như.

Thái Tú Hạp

. Tài liệu tham khảo:
- Việt Nam Phật Giáo Sử Lược của Thượng Tọa Mật Thể.
- Việt Nam Phật Giáo Sử Luận của Nguyễn Lang.
- Introduction To Haiku của Herold G. Henderson.
- Đường Thi Tam Bách Thủ của Sư Cúc Nhân, Hongkong 1953.
- Đường Thi Khái Luận. Thương vụ ấn thư quán. Đài Bắc 1958.
  Tác giả là Tô Tuyết Lâm.
- Thơ Thiền Lý Trần. Đoàn Thị Thu Vân.

PHAN VIỆT THỦY
ĐI TÌM SỰ TUYỆT VỜI CỦA TIẾNG VIỆT

Nghệ thuật dùng chữ trong văn chương/thơ văn là điều căn bản trong sáng tác. Khi ấy nhà thơ hay nhà văn thường suy nghĩ đắn đo từng câu, từng chữ. Người có thiên tài khi sáng tác thì việc đắn đo suy nghĩ có phần nhẹ hơn do sinh bẩm trời cho. Trong bài viết này và chắc chắn không phải nghiên cứu, tôi muốn tìm một vài sự tuyệt vời, cái hay trong tiếng Việt.

Trước hết yếu tố cấu trúc, ngữ cảnh/contactual language: ví dụ như câu "sự đời bằng cái lá đa". Nếu tách hai từ sự đời và cái lá đa riêng thì ý nghĩa thông thường thôi, nhưng khi dùng từ bằng thì ý nghĩa hoàn toàn khác mà ai cũng biết. Hơn nữa đặc điểm cụ tượng/hình tượng-cụ thể cho thấy cái hay của tiếng Việt. Có lần khi tôi mời nhà văn Võ Phiến đến nói chuyện với sinh viên Đại học Victoria, ông dùng từ này và nêu lên ví dụ từ **chăn gối** thì nghĩa bình thường thôi chỉ đồ dùng trên giường nhưng khi nói hai anh chị chăn gối thì nghĩa là làm tình. Đây là một sự tuyệt vời của tiếng Việt: Dùng vật cụ thể để nêu lên một hình tượng, ý nghĩa khác với ý gốc. Một chuyện vui, khi dạy tiếng Việt cho người nước ngoài hiểu ý nghĩa này, thì một ông sinh viên qua Việt Nam, khi ở trong phòng ngủ, ông ta nói với cô dọn phòng: "Cô cho tôi chăn gối", quả thật cô ta mang đến cho ông ta cái chăn và cái gối.

Trong bài thơ Tương Tư của Nguyễn Bính mở đầu bằng câu "thôn Đoài ngồi nhớ thôn Đông", nhà thơ đã dùng "ngồi nhớ" thành ra thôn Đoài, thôn Đông không còn hai địa danh mà thành hai người thương nhớ nhau.

Có lần tôi có dẫn câu thơ của nhà thơ Luân Hoán đãi bạn "một chầu xào khô". Khi nấu nướng, ai cũng biết xào khô, xào nước nhưng khi kèm hai từ "một chầu xào khô" thì nghĩa chỉ có đàn ông mới hiểu, đoán là nhà thơ đãi bạn đi hát karaoke, hát karaoke không mỏi miệng mà mỏi tay. Trong bài thơ "trái mít" của Hồ Xuân Hương có hai câu:

"Quân tử có thương thì đóng cọc
Xin đừng mắn mó nhựa ra tay"

Hai câu thơ liên kết với nhau tạo thành hình tượng ý nghĩa "nhạy cảm". Nhưng đặt hai câu riêng biệt trong ngữ cảnh khác thì ý nghĩa lại "vô tư".

Trong thơ, nhạc yếu tố âm thanh, âm điệu rất cần thiết. Vì vậy tại sao các nhạc sĩ thường phổ thơ thành nhạc. Nhạc sĩ Phạm Duy đã thành công rất nhiều khi phổ nhạc thơ của Phạm Thiên Thư, Nguyễn Tất Nhiên . . .

Cấu trúc từ tiếng Việt cũng độc đáo không kém: Hai từ "sống" và "chết": nếu từ sống bỏ vần ng đi chỉ còn từ "số" cho thấy người Việt tin vào số mạng: giàu/nghèo, thành công/thất bại đều có số cả. Qua từ "chết", chúng ta bỏ vần C đi chỉ còn "hết", cho nên chết là hết, chẳng còn mang theo được gì.

Các vần trong tiếng Việt khi nằm trong từ thì âm của vần thể hiện ý nghĩa của nó: ví dụ vần eo thường lắc léo không tốt như từ nghèo, teo, quăn queo . . .
Một vần khác, vần út thường chỉ đưa từ ngoài vào trong như từ hút, đút, mút . . .

Đi vào cấu trúc từ, cấu tạo từ tiếng Việt thật độc đáo: tiếng trước giải nghĩa tiếng sau hay trái lại ví dụ: đau/khổ, nghèo/khổ: ai đau hay nghèo mà không khổ; già/yếu: ai già mà không yếu.

Những cái hay tuyệt vời này trong đời sống hàng ngày mọi người dùng mấy ai phân tích. Nhưng dùng đúng câu, đúng chữ và đúng lúc thì nhà văn nhà thơ cũng cần lựa chọn, đắn đo suy nghĩ. Cho nên món chơi thơ văn cũng lắm công phu là vậy.

Phan Việt Thủy

TIỂU LỤC THẦN PHONG

BÁN SÁCH

Đất trời vào xuân, Hoa Châu mở hội chợ phù hoa. Người trong thiên hạ dập dìu trẩy hội, thôi thì khỏi phải nói, nam thanh nữ tú vờn nhau liếc mắt đưa tình, áo quần phơi phới sắc xuân, những cụ ông cụ bà cũng móm mém cười hoan hỷ, đàn em thơ như những con sơn ca tíu tít vào đời... Thành Ất Lăng năm nào cũng thế, cứ mỗi độ xuân về là rực rỡ cờ giăng phướn thượng, đèn hoa khắp chốn. Năm nay hội chợ có cả trăm gian hàng rộn ràng tấp nập, nào là hô lô tô, bầu cua cá cọp, thảy vòng, ném banh... nhiều nhất vẫn là những gian hàng giới thiệu sản phẩm của giới doanh gia nghiệp chủ, mặc dù không nói ra nhưng ai ai cũng cảm nhận được quyền lực chi phối của bọn họ, thật tình mà nói, cũng nhờ sự tài trợ của họ mới có thể tổ chức được hội chợ xuân.

Giữa những gian hàng ấy, người ta thấy có một căn lều nhỏ, bên trong có một cái bàn con con trải khăn lụa trắng, trên bàn có một lọ hoa và chừng mươi đầu sách bày biện. Chủ nhân gian hàng này là văn sĩ Đoan Thanh Tử. Thiên hạ chẳng biết tên thật là gì, chỉ biết mỗi bút hiệu ấy mà thôi, mấy năm nay văn của chàng được nhiều người tìm đọc. Đoan Thanh Tử vốn bạch diện thư sinh, tuy không phải hạng mi thanh mục tú nhưng tinh thần và tâm ý thì cũng có thể xếp vào hạng thanh cao. Chàng ta vốn người đất Định Châu, không hiểu thời cuộc thế nào mà lưu lạc đến Hoa Châu này. Người thì bảo vì mê sắc nên lụy tình, kẻ khác lại khẳng định vì cao vọng mưu cầu phú quý nên ly hương, cũng có lác đác vài ý kiến tỏ vẻ rành việc, "... Nghe đâu gia cảnh chàng cũng khá, không hiểu vì sao lại tha phương cầu thực?". Lời đàm tiếu của thiên hạ cũng lọt đến tai nhưng chàng ta chẳng bao giờ phân bua phải trái, nếu có ai hỏi dồn lắm thì chàng cũng chỉ cười trừ mà thôi. Cả căn lều của chàng và chàng hiện hữu rõ ràng vậy nhưng lại dường như không tồn tại giữa hội chợ này. Mọi người tấp nập trẩy hội nhưng chẳng ai ngó ngàng gì đến gian hàng của chàng, lẽ nào giữa thiên thanh bạch nhật mà chẳng ai nhìn thấy? Thi thoảng cũng có một vài khách ghé vào, cầm sách lên lật xem một tí rồi bỏ xuống đi ra. Đoan Thanh Tử vẫn vui vẻ mỉm cười đón và tiễn khách mà không hề lấy làm khó chịu. Chàng thừa biết thời buổi này có còn mấy người đọc sách. Chàng bày sách giữa hội chợ như thể bắt chước người xưa phơi sách, biết đâu thiên hạ muôn người cũng có kẻ tri kỷ tri âm. Bản thân chàng cũng chẳng có tiền để thuê gian hàng, chàng có gian hàng này là vì ông trưởng ban có lòng liên đới văn tài nên không lấy tiền thuê chỗ.

Giữa buổi, có một vị khách phục sức sang trọng, quần áo toàn hàng hiệu đắt tiền, cổ đeo sợi dây chuyền vàng to như sợi lòi tói của dân hạ bạc, tay đeo lắc bự chảng như cùm sắt nhà quan, ngón tay lấp lánh nhẫn hột xoàn chà bá luôn. Y nắm tay một người thiếu phụ trẻ đẹp, dáng dấp vóc hạc xương mai, cốt cách rất phong lưu quý phái, dĩ nhiên cô ta cũng diện ngất trời, mùi phấn son thơm ngát. Người thiếu phụ kéo lão đại gia ghé vào lều của chàng, người đàn ông ấy cầm quyển sách săm soi, lật qua lật lại rồi hỏi:

- Quyển này giá bao nhiêu?

- Dạ, xin quý khách cứ trả theo giá bìa

- Trời, viết gì trong ấy mà mắc thế?

- Dạ, nếu quý khách biết trong ấy có gì thì giá này chẳng đáng là bao, bằng như không biết thì quả là mắc thật!

Người đàn ông bỏ quyển sách xuống, lục lọi lựa quyển khác mỏng hơn, y xem giá bìa xong lại kêu mắc nên bỏ sách xuống toan bỏ đi. Người thiếu phụ đi cùng với y không chịu, cô ta lấy cả ba quyển sách mà y vừa xem xong và đưa cho chàng một thỏi bạc. Đoan Thanh Tử giật mình bảo:

- Thỏi bạc này nhiều tiền lắm, tôi không có tiền để thối!

- Anh cứ giữ lấy, không cần phải thối lại.

- Cảm ơn tánh hào hiệp của cô, nhưng tôi thật sự không dám nhận thỏi bạc này, tôi chỉ muốn nhận đủ tiền sách thôi.

Cô ta bảo không có tiền và cũng không nhận lại thỏi bạc, cả hai còn đắn đo chưa biết tính sao thì chàng văn sĩ bảo:

- Cô cứ lấy sách và trẩy hội xuân, lúc quay về trả tiền cũng được.

Người thiếu phụ xinh đẹp cảm ơn và hứa sẽ quay lại, người đàn ông đi cùng nắm tay kéo cô ta đi, miệng lầu bầu:

- Hàn sĩ bày đặt làm phách, mà nàng mua sách làm gì? Chỉ tốn tiền vô ích, nếu rẻ thì mua về gói hàng cũng được, đằng này mắc quá, với tiền đó để mua đồ gia dụng còn dùng được.

Không nghe cô ấy trả lời người đàn ông, nhìn theo thì thấy cô ta bước đi nhưng vẫn ngoái đầu lại nhìn gian hàng sách.

Kế bên phải gian hàng sách là một gian hàng giới thiệu sản phẩm cường dương, nào là tam tinh hải cẩu bổ thận hườn, dương sơn diên trì giao, cường lực hổ pín... Ngoài ra còn bán những dụng cụ giúp tăng khoái cảm cho khách làng chơi, những món bảo bối không sợ nhiễm bệnh phong tình, trong ngoài quầy đầy những hình nam nữ lõa thể hoặc luyến ái làm tình... trông rất khêu gợi và quyến rũ, khách du xuân nhiều người ghé vào và ra đi với lỉnh kỉnh những túi xách. Đã thế chủ quầy hàng ấy còn in một tấm áp-phích in những dòng chữ quảng cáo nham nhở, mà không ít người gọi là thơ:

Dai dài giãn dọc tối đa
Co thun cực mỏng như da chính mình
Bình dân cho chí cung đình
Truy hoan chẳng sợ phong tình liễu hoa

Bên trái lều sách là gian hàng nước mắm hiệu "Cô gái hương quê", một thương hiệu có tiếng của đất Định Châu, sau này lan tỏa ra khắp Hoa Châu, Tuyết Châu, Tân Châu, Phong Châu... Trong gian hàng bày biện la liệt chai lọ và các vại sành chứa nước mắm, khách được mời chấm mút nếm thử ngay tại chỗ, mùi nước mắm bay sang hàng sách làm ngứa mũi chàng văn sĩ. Khách vào ra tấp nập hai gian hàng phải trái mà chẳng buồn ghé vào gian giữa của chàng. Chàng nhìn khách du mà dường như chẳng thấy, tâm ý vẫn mải miết theo đuổi câu chuyện ngôn tình dở dang. Chàng đang ấp ủ tiểu truyện, trong đầu chàng tràn ngập hình ảnh những nhân vật và những lời thoại sẽ xuất hiện trong truyện. Giữa biển người ồn ào như thế mà chàng dường như chẳng nghe. Hội chợ phù hoa đầy sắc màu mà như chẳng thấy, thân chàng tại đây nhưng tâm như đang ở một cõi ngoài nào đó xa xăm. Chàng đặt bàn bán sách cũng có hy vọng kiếm ít tiền để in sách mới, những bản thảo đã hoàn thành nằm rải rác trong thư phòng mà chưa có tiền in. Thời buổi hôm nay viết sách đã khó mà bán sách còn khó hơn gấp bội. Chàng mấy lần bẻ bút, đổ mực, đốt giấy nhưng rồi lần hồi lại chong đèn hí hoáy thâu đêm. Chàng biết chữ nghĩa không phải là nghề, nó là nghiệp, đã mang lấy nghiệp thì khó mà dứt bỏ được. Nhiều đêm đã ngủ, thật ra thì chỉ có thân xác ngủ chứ tâm ý không hề ngủ, bao nhiêu đề tài cứ nẩy sinh trong đầu, bao nhiêu câu chuyện sống động cứ như thể những nhân vật ấy đang diễn tuồng trong giấc ngủ của chàng. Bạn bè chàng đều ăn nên làm ra, danh phận rõ ràng, chỉ duy có chàng như người từ mấy thế kỷ trước còn sót lại, có đôi khi chàng tự nhận mình sinh lầm thế kỷ, ngày đêm cứ mập mờ hư ảo chuyện chữ nghĩa, lận đận nghiệp văn. Khổ nỗi chàng bị người trong giới xem thường xem khinh, cho rằng chàng chưa xứng đáng để ngồi chung chiếu; kẻ ngoại đạo thì cười khinh khỉnh vào mặt, thậm chí cho chàng là đồ dở hơi, chữ nghĩa không giúp gì cho đời, sao sánh được chuyện tiền bạc hay địa vị! Đã thế chàng còn lo bò trắng răng, vơ lấy chuyện quốc gia thế sự, nhân tình thế thái, chuyện xã hội nhiễu nhương, chuyện dân tình đạo lý... đến nỗi cường quyền nhắn lời cảnh cáo đe nẹt. Chàng biết mình gàn, biết mình hậu đậu nhưng không làm sao thay đổi được, có ai sanh ra muốn thế bao giờ? Con người ta sanh ra ai cũng thích giàu sang quyền quý, địa vị... chí ít cũng là trọc phú ăn chơi, chả có ai thích dính vào chuyện văn thơ ấm ớ hội tề. Nhưng đã sanh ra ở đời thì phận nào do nghiệp nấy, muốn cũng không được, không muốn cũng không xong. Chàng nhiều lần tự nhủ lòng, đời con tằm thì nó phải miệt mài nhả tơ, rút ruột nhả cho đến khi kiệt sức; phận cây nến thì phải cháy sáng, cháy hao mòn xác thân cho đến lúc sáp tàn bấc lụn. Vướng vào nghiệp chữ có mấy ai sống sung túc giàu sang? Cái sướng của kẻ mang nghiệp chữ đôi khi không phải ở tiền bạc mà là chính sự ra đời của những đứa con tinh thần, sướng khi trút được tâm tư vào chữ nghĩa. Chàng còn miên man trong dòng tâm tưởng bất tận thì có tiếng thánh thót dịu êm kéo chàng trở lại với thực tại:

- Xin chào chàng văn sĩ, em gởi tiền sách cho anh.

- Ồ, cảm ơn cô, cô xinh đẹp mà lại tử tế nữa, thật khó gặp ở đời.

- Anh quá lời rồi, em cảm ơn anh mới phải, tiền này có đáng là bao, những quyển sách chàng viết ra mới đáng quý.

- Em hỏi thật tình nhé! Anh có khi nào cảm thấy hối tiếc vì việc viết lách và bán sách?

Đoan Thanh Tử giật mình, điều cô ta hỏi chạm đến nỗi lòng chàng vẫn cố ém đi. Chàng lặng thinh vì biết nói ra đau lòng lắm, nhìn nhau thêm khó. Tuy nhiên người thiếu phụ thì lại khác, có lẽ cô ta đã vượt qua được chính mình nên không còn ngại ngùng gì:

- Thời buổi này mà còn mê viết với in sách là cả một sự ngớ ngẩn khó mà hiểu nổi, đành rằng văn chương chữ nghĩa vẫn được người đời ca tụng nhưng chẳng còn mấy ai rớ đến nữa. Con người với vạn vật muôn loài giống nhau ở cái xác thân tứ đại, cái khác nhau là ở chỗ con người có tâm ý, có tư tưởng, có ngôn ngữ văn tự. Chính ngôn ngữ văn tự đã nâng con người lên cao, làm con người thăng hoa, nếu con người không còn văn tự chữ nghĩa thì cũng có khác chi loài vật. Văn tự chữ nghĩa quan trọng đến như thế đấy! Những kẻ dùng văn tự để sáng tác ra văn chương chữ nghĩa cao quý như thế đấy! Vậy mà giờ đây bèo nhèo hơn mảnh giẻ rách, thiên hạ chẳng coi ra gì. Bọn mang nghiệp chữ vừa tự hào mình là người có chữ, biết sáng tác thơ văn dâng cho đời, lại vừa tự ti mình là kẻ vô tích sự, trang sách viết ra không bằng chai nước mắm, thậm chí không bằng cả món đồ chơi của khách huê tình. Bằng chứng khách du rộn ràng ghé gian hàng nước mắm và gian hàng đồ chơi tình dục chứ có ai ghé vào gian hàng sách đâu! Nhìn gian hàng sách của anh mà em xót trong lòng, tâm sanh nỗi niềm cảm khái tột độ. Đó cũng là lý do mà em quay lại gặp anh để tỏ chút tình hoài. Người Giao Châu chúng ta giờ đã phát triển theo một hướng khác rồi, không biết trình độ văn minh, khoa học kỹ thuật hơn được người Hoa Châu, Cửu Châu, Tân Châu bao nhiêu mà ngày nay chẳng ai còn đọc sách. Xứ Hoa Châu, Cửu Châu, Tân Châu tuy văn minh như vậy nhưng dân chúng vẫn đọc sách rất nhiều, sách báo nhiều hơn cả lá vàng mùa thu, những nhà sách đầy ắp sách và người đọc. Người Giao Châu mình dù là nơi cố quận hay hải ngoại cũng đều giống nhau, họ không còn đọc sách nữa. Nếu như cố quận mà có đầu sách nào bán chừng vài ngàn bản, thì đó là cả một sự kiện lạ lùng, còn cộng đồnng người Giao Châu hải ngoại, nếu có sách của tác giả nào đó mà bán được vài trăm bản thì kể như được mùa. Nhiều người còn cười cợt: "Sách, ngày nay có cho cũng không ai lấy thì nói gì đến bán với mua!". Người Giao Châu không còn đọc sách nhưng bọn mang nghiệp chữ vẫn ngày đêm rị mọ viết ra, đây quả là một vở bi hài kịch. Nhiều lúc em có cái ý tưởng là xã hội phát triển đến một lúc nào đó thì văn tự chữ nghĩa không còn cần thiết nữa, bấy giờ người ta chỉ dùng mã vạch để hiển thị nội dung hay điều cần biểu tỏ. Bấy giờ loài người lại giống như thời sơ sử xa xưa, những mã vạch ấy cũng như loại chữ tượng hình, chữ giáp cốt, một loại văn tự tối cổ sơ khai của loài người.

Chàng văn sĩ há hốc mồm lắng nghe, chưa bao giờ anh ta được nghe những điều này, đặc biệt hơn nữa là lời này thốt ra từ miệng một thiếu phụ trẻ trung. Đoan Thanh Tử bối rối cực độ, cứ lắp bắp cảm ơn mà chẳng biết nói gì hơn, chữ nghĩa của chàng vốn cuồn cuộn như nước lụt mùa đông tràn đồng vậy mà giờ bay biến đâu hết ráo rồi. Tánh chàng vốn ít nói, miệng lưỡi không có. Chàng có thể viết tràng giang đại hải ấy vậy mà khi cần nói thì một câu cũng không xong. Giờ gặp người thiếu phụ xinh đẹp, ăn nói ngọt ngào mà hay như khách hùng biện thì chàng càng đớ người chứ chẳng còn lời gì để nói. Người thiếu phụ đặt lên bàn một bó hoa tươi rất đẹp, đoạn cô ta tự giới thiệu:
- Em là Hoa Thanh Hương, vốn xưa cũng từng võ vẽ viết văn làm thơ, đã in được tập truyện ngắn đầu tay "Mấy Nẻo Mộng Hoa" và mấy tập thơ, vì quá ngây thơ những tưởng sách sẽ được người đời liên đới mà chiếu cố, nào ngờ vay tiền in xong rồi chất đống ở xó nhà. Nợ nần bức bách, lại thêm nỗi đời không thể ăn gió trăng để sống, cơm áo chẳng đùa với khách thơ, cuộc sống túng quẫn khó khăn, may trời cho chút nhan sắc. Người đàn ông lúc nãy là chồng em, ông ấy vốn là tài chủ lớn ở địa phương, tài sản bao la, của chìm của nổi không biết bao nhiêu mà kể. Tình cờ gặp nhau trong hội xuân Nhâm Tí. Ông ấy

mê say và đem lòng yêu em. Biết ông ấy thô tháo, ban đầu em cự tuyệt nhưng rồi hoàn cảnh quá ngặt nên xiêu lòng và chấp nhận.

Nghe Hoa Thanh Hương nói thế, Đoan Thanh Tử sửng sốt với câu chuyện đời vừa thực tiễn nhưng cũng không kém phần cổ thoại kỳ dư. Chàng cứ ngơ ngẩn mà nghe, chàng nhìn cô ta như thể bị thôi miên. Chàng nghe chuyện đời cô ta mà cứ như thể thiền sư sống chánh định, nhìn sự vật đúng với bản chất của nó mà không phán xét, không thêm hay bớt, không đưa ý kiến mình vào... Thiếu phụ xinh đẹp nhấp ngụm nước rồi nói tiếp:

- Chồng em đang chén tạc chén thù với mấy ông bạn đại gia ở phạn điếm Ngoại Phương Châu. Em tranh thủ đi xem hội để đến đây trả tiền sách cho anh. Vì gặp văn nhân tâm hồn đồng điệu nên mới giãi bày những tâm sự giấu kín trong lòng. Thành Ất Lăng vốn tươi mát xinh đẹp khi xuân sang, ấy vậy mà mùa xuân Nhâm Tí năm ấy lại bội phần rực rỡ quang minh xán lạn, chim muông ca hót véo von, muôn hoa khoe sắc, nào là: dã yên, anh thảo, dạ lý hương, uất kim hương, móng rồng... đẹp không bút mực nào tả xiết. Năm ấy em đến hội chợ để ra mắt tập thơ đầu tay, tâm tư của một người vừa tập tễnh vào đường văn chương rất háo hức và đầy nhiệt huyết, cứ ngây thơ ngỡ ai cũng như mình, nào ngờ sự thật vô cùng phũ phàng. Người ngoài giới thì không nói làm gì, cái đáng nói là những người trong giới đối xử với nhau thật tệ bạc, hễ cùng phe cánh thì bốc thơm áo thụng vái nhau, bằng không thì đạp xuống tận bùn đen. Người Cựu Châu nghi ngờ ngăn ngại thậm chí cấm chỉ đã đành, người Tân Châu cũng chẳng dung nhau, kẻ dưới bất phục người trên, người trên hẹp lòng hẹp dạ lại tự cao cho rằng chẳng ai bằng mình không dung kẻ dưới. Em vấp phải sự thật trần trụi thương đau này, bao nhiêu nhiệt huyết tắt ngúm, tâm hồn tổn thương nghiêm trọng và từ đó em thề đoạn tuyệt luôn. Gian hàng em suốt cả buổi sáng khách khứa cũng nhiều nhưng hầu hết ghé vào là để ngắm em và tán tỉnh vu vơ chứ không có một ai rớ đến sách, đến quá trưa thì có một đại gia ghé vào và cũng để ngắm em chứ chẳng phải xem sách. Người ấy tán tỉnh và tuôn ra toàn những lời dụ khị vừa ngon ngọt lại pha sự hợm hĩnh ỷ của, sau đấy thì hỏi em giá cuốn sách bao nhiêu, em bảo cứ theo giá bìa mà trả. Ông ấy cười và tuyên bố sẽ mua hết số sách ấy, tưởng nói chơi ai dè làm thiệt. Ông ấy lấy hết sách của em và đặt lên bàn một món tiền lớn đến độ em chưa từng mơ đến. Em bảo người ấy là em chỉ lấy tiền đúng với số sách thôi. Người ấy vẫn nhất quyết để số tiền đó lại cùng với cái danh thiếp. Thật tình em rất cần tiền, túi em một xu cũng không có, cha mẹ già đau ốm, bản thân chỉ biết chữ nghĩa chứ có biết làm gì ra tiền đâu... Người ấy và tiền của người ấy, những lời tán tỉnh của người ấy đã làm em xiêu lòng, vừa cảm ơn mà vừa thấy mình thấp kém quá, dễ dàng đánh mất giá trị kiêu hãnh văn chương chữ nghĩa bấy lâu nay chỉ vì đãy bạc. Thật tình mà nói có lúc em cũng nghi ngờ văn chương chữ nghĩa, không biết có giá trị gì không? Những kẻ mang nghiệp chữ phần nhiều đều là những kẻ hậu đậu, ngẩn ngơ chẳng làm chi nên đời. Trong lúc em khủng hoảng, người ấy đã xuất hiện và em chấp nhận về làm vợ. Ban đầu em chẳng yêu đương gì, chịu làm vợ anh ấy là một lối thoát, cuộc sống quá nghiệt ngã nên em phải tìm nơi nương tựa. Em đã thoát nghèo, chồng em cung phụng em như một bà hoàng. Đời khốn nạn thay! Từ ngày cuộc sống trở nên giàu sang, tiền bạc rủng rẻng thì bao nhiêu chữ nghĩa cũng bay biến sạch, cứ như thể hơi sương tan dưới ánh nắng hè. Từ ngày sống phong lưu không còn vất vả mưu sinh nữa, tháng ngày hoan lạc phong lưu nhưng tâm hồn em trở nên xơ cứng chai sạn một cách không ngờ, một chút cảm xúc cũng không có, viết nửa câu cũng không xong. Em giật mình, em đã biến thành một con người khác hoàn toàn, mặc dù vẫn cái tên ấy, thân xác ấy nhưng tâm hồn em chết mất rồi! Em từ một con tằm nhả tơ đã biến thành một loại trùng ký sinh vô tích sự, chỉ biết sống bằng thân xác, hưởng thụ dục lạc mà thôi.

Người thiếu phụ trẻ đẹp ngưng một lát, khóe mắt hơi ướt, cô ta vuốt ngược mái tóc mượt mà như suối mây. Đoan Thanh Tử ngơ ngẩn nhìn cô ta cứ ngỡ như người trong mộng của mình, với kinh nghiệm dày dạn ở đời, cô ta biết chàng văn sĩ đang mê đắm trong cơn tương tư bất chợt. Cô ta khẽ mỉm cười và tiếp tục câu chuyện:

- Năm ấy chồng em mua hết số sách ấy nhưng anh ta chẳng hề đọc lấy một trang nào, chẳng cần biết em viết gì trong ấy. Thật sự thì anh ấy mua em chứ chẳng phải mua sách!

Nghe Hoa Thanh Hương kể chuyện đời tư, Đoan Thanh Tử ngồi lặng lẽ lắng nghe như mật rót vào tai, như đề hồ tưới tẩm tâm hồn. Chàng không tin ở tai mình, chẳng thấy ở mắt mình. Chàng cứ tưởng như là một câu chuyện liêu trai tân thời, dĩ nhiên chàng cũng chẳng có lời nào để nói, âu đó cũng là sự may mắn, nếu chàng mà mở miệng nói gì đi nữa thì chỉ tổ làm vỡ cái khoảnh khắc ảo mộng này. Hoa Thanh Hương đẹp quá, vóc hạc xương mai, mắt môi tuyệt sắc, giọng nói trong trẻo thanh tao, mùi hương đàn bà tỏa ra đầy sức dụ hoặc. Trong khoảnh khắc tâm hồn rung cảm, ánh mắt chàng gặp ánh mắt nàng, một khoảnh khắc vô cùng ngắn ngủi mà ảo diệu, không cần ngôn từ mà cũng chẳng có ngôn từ nào có thể diễn tả được một trời tâm sự của hai tâm hồn đồng điệu giao nhau. Đã có biết bao người đàn ông nhìn nàng nhưng chưa có ánh mắt nào tha thiết, đắm đuối và có sức truyền cảm đến như thế. Cái khoảnh khắc vượt qua thời gian và không gian ấy qua đi, hai người trở lại với thực tại đầy âm thanh và màu sắc của hội chợ giữa thành Ất Lăng. Nàng lại tiếp tục nói chuyện đời mình, nàng nói như thể tự nói với chính bản thân chứ chẳng phải đang tâm sự với Đoan Thanh Tử:

- Chồng em mua hết số sách ấy nhưng không hề xem hay đọc qua. Ban đầu em thấy buồn nhưng về sau nghĩ lại thì mừng thầm, thế mà lại hay. Người như anh ấy thà rằng đừng đọc, như vậy đỡ đau sách, đỡ đau lòng người viết ra. Lúc sáng em mua sách của anh nhưng không bảo anh ký tên là vì giữ ý tứ, không muốn chồng em khởi lên ý nghĩ không hay, những cuốn ấy coi như phó bản chưng ở phòng khách, giờ anh có thể ký tặng em một quyển khác? Cuốn này là bảo vật của riêng mình em, không một ai có quyền đụng vào. Em sẽ giữ nó bên mình, sống trân quý, chết chôn theo.

Đoan Thanh Tử như người máy, lật trang đầu ký tặng cho Hoa Thanh Hương. Cô ta cầm quyển sách mà ngỡ như nâng niu chén sứ quý kiểu Cảnh Đức trấn. Đoan Thanh Tử vốn vụng về hậu đậu, trong giờ phút này lại càng hậu đậu hơn, chưa biết làm gì hay nói gì thì người thiếu phụ lại lên tiếng, cô ta cứ nói không cần biết chàng có nghe hay không nghe:

- Khi vào thành Ất Lăng trẩy hội, em với chồng tung tăng mặc cho thiên hạ trầm trồ nhan sắc của em, nể phục cái dáng vẻ đại gia của chồng em cùng với những trang phục đắt tiền. Tâm em có một sự hãnh diện lạ kỳ, cái tôi được ve vuốt nuông chiều nhưng đến khi gặp anh bán sách thì trong em dậy cả một trời luyến thương dĩ vãng. Nhìn thấy anh lòng em xao xuyến lạ lùng, em biết mình đã trễ. Tuy là cảm giác bộc phát nhưng có nguồn gốc đồng điệu sâu xa. Em cũng đã từng mang nghiệp chữ, kinh nghiệm ở đời cho em biết dù có rung động yêu nhau cách mấy thì hai kẻ cùng mang nghiệp chữ cũng khó mà đi chung đường. Hai con tằm nằm trong một tổ thì lấy gì mà ăn? Đời của nó sẽ thê thảm lắm! Cảm ơn anh đã cho em sống trong một khoảnh khắc ảo diệu giữa đời thường.

Hoa Thanh Hương nói xong cầm quyển sách ký tặng quay đi. Chàng văn sĩ bần thần như vừa ra khỏi cơn mơ. Nàng đi rồi mà cứ ngỡ như nữ liêu trai từ trong trang sách bước ra và tan biến vào hư không. Bấy giờ lại nghe ồn ào náo nhiệt của người trẩy hội vui xuân, mắt chàng lại thấy bao nhiêu sắc màu rực rỡ của Hoa Châu đang vào xuân. Tiếng loa rao quảng cáo thuốc cường dương văng vẳng, mùi nước mắm "Cô gái hương quê" từ gian hàng kế bên hăng hắc đưa sang. Người vào ra nhìn xem mua sắm tấp nập ở gian hàng hai bên. Bất giác chàng cầm bó hoa lên nâng niu ngửi và ngắm như thể hoa là người thiếu phụ ấy, vụng về thế nào đó lại làm cho cái túi vải bé con xinh xắn kẹp giữa hoa rơi ra thỏi bạc mà sáng nay chàng cố chối từ.

Tiểu Lục Thần Phong

Ất Lăng thành, 0123

tạp chí, thế giới đàng hoàng
tuy gọi là tạp nhưng toàn tinh hoa
với những thơ tình mượt mà
những đoạn văn giàu ngợi ca tình đời
có buồn và cũng có vui
những cái tạp, thật rất người thiện tâm
                        luân hoán 3-23

TRẦN C. TRÍ
LỐI VỀ CỦA NƯỚC

Chẳng biết tôi có tưởng tượng hay không, nhưng hôm nay rõ ràng là mặt biển nhìn cao hơn bờ, dù hãy còn thấp thoáng từ xa lắm. Trời trưa nắng gắt, lối đi dẫn xuống bãi biển dường như cứ tiếp tục trải dài thêm theo từng bước chân của tôi. Chưa thấy nhà của ông Morpheus ở đâu cả. Hai bên đường là những cụm xương rồng tua tủa trông dữ tợn, nhưng lại lác đác điểm những bông hoa màu sắc rực rỡ. Gió biển khô khốc, nồng nồng trong mũi tôi. Tiếng sóng vỗ nghe chập chờn từ tít ngoài xa. Tôi cố nhìn xem có những dấu hiệu gì đặc biệt hai bên đường để khi quay về có thể lần theo ra lại đường cái. Toàn là xương rồng và xương rồng, không có lấy một cái cây cao hay một mỏm đá. Dưới chân tôi là cát trắng lẫn vào sỏi đá, khiến đường đi thấy gập ghềnh, không mời gọi.

Cuối cùng, biển đã hiện nguyên hình trước mắt tôi. Đúng là mặt biển cao hơn bờ thật, trông như đang sẵn sàng cuồn cuộn đổ lên bờ, cuốn hết thảy những gì làn nước hung bạo sẽ đi qua. Nhìn sang phía trái, tôi thở phào, nhác thấy một ngôi nhà hai tầng nằm chênh vênh, gác lên một ghềnh đá, một phần nhô ra mặt biển. Từ xa xa, tôi đã thấy những đợt sóng bạc đầu tới tấp quyện vào phần dưới trống hoác của ngôi nhà, nhô ra hai cây cột lớn chìm mất một phần dưới làn nước xanh rờn. Tiếng sóng bây giờ to lắm rồi, ì ầm trên bãi biển hoang sơ. Tôi đi chậm lại một chút, như ngần ngại không dám tiến gần đến ngôi nhà đó nữa. Trong thoáng chốc, tôi còn có cả ý định muốn quay trở lại, không muốn đến gặp gia chủ như đã định từ trước.

Phải đi hết những bậc thang gỗ cũ kỹ, rung lên ken két theo nhịp bước chân, cuối cùng tôi mới lên tới tầng một của ngôi nhà nằm sát biển. Đây là một ngôi nhà xây theo kiểu cổ, bên ngoài xông lên nồng nặc mùi gỗ cũ, ẩm ướt và mặn chát vị đại dương. Hình như chủ nhà đặc biệt thích loài chim cú hay sao mà trên cánh cửa và hai bên vách gỗ có treo đủ thứ hình tượng cú, đủ kiểu, đủ cỡ, con nào con nấy giương to những cặp mắt tròn xoe đăm đăm vào khách. Cả đến cái nút chuông cũng nằm trong một con cú, khiến tôi vừa đưa tay nhấn, vừa run run, hồi hộp. Tiếng chuông kính coong vừa vang lên thì cánh cửa cũng xịch mở, tuồng như gia chủ đã đứng chờ khách từ trước. Tôi giật nảy mình, lúng búng chào chủ nhà, lúc ấy đang nhìn thẳng vào tôi, đôi mắt cú vọ chẳng khác gì đôi mắt của những hình tượng bên ngoài.

Ông Morpheus mở rộng cửa ra, đứng sang một bên, đưa tay ra dấu mời tôi vào bên trong. Nhìn quanh quất khắp phòng khách, tôi choáng váng thấy thêm cơ man nào cú là cú nữa, trên vách, trên bàn, bên cửa sổ, có vài con còn được treo lủng lẳng từ trên trần xuống. Đang còn ngơ ngác ngó quanh, tôi chợt giật mình vì tiếng của ông Morpheus mời tôi ngồi xuống chiếc ghế nơi bàn làm việc của ông. Yên vị rồi, tôi ngước lên thì thấy ông ta đã ngồi thật ngay ngắn, đối diện tôi từ bao giờ. Hai mắt ông nhìn chằm chằm vào tôi. Thật lâu rồi mà tôi không hề thấy ông chớp mắt lần nào. Tôi bỗng có ý nghĩ chắc ông không bao giờ ngủ với cặp mắt ráo hoảnh như thế. Định thần một chút nữa, tôi mới thấy trước mặt mình là một con cú nhồi bông, chắc là cú thật, to bằng một con mèo. Hai mắt nó cũng nhìn tôi, trừng trừng không thua gì gia chủ. Cả người tôi sởn gai ốc.

"Ông đến đây vì những giấc mơ hay lặp lại, phải không?" — Ông Morpheus trầm giọng hỏi. Giọng của ông như bị bốn vách tường ẩm ướt dội lại, nghe như trong chiêm bao.

Bấy giờ tôi mới hoàn toàn bị thu hút vào bầu không khí lạnh lẽo, ẩm thấp của ngôi nhà. Vị mặn của biển dường như thấm thấu vào từng ngõ ngách của gian phòng khách âm u, như thể tôi cũng nếm được trên đầu lưỡi của mình. Chỉ có một cái cửa sổ nhìn ra biển ngoài kia đang động vọng. Chốc chốc, có thể thấy bọt nước trắng xóa tung lên từ những đợt sóng mạnh bạo vỗ vào bên dưới của ngôi nhà. Tiếng ầm ì của sóng biển là âm thanh duy nhất của nơi này.

Tôi chưa kịp trả lời thì ông ta đã tiếp luôn:

"Ông đặt tay lên đầu con cú này. Nhắm mắt lại và nghĩ đến một hình ảnh nào thường lặp lại trong những giấc mơ của ông."

Tôi làm theo mệnh lệnh đó như một cái máy. Khi bàn tay tôi chạm vào cái đầu phủ lông mềm mại của con cú, tôi rùng mình lên mấy lượt. Tôi nín thở, cố tập trung ý nghĩ như lời ông Morpheus dặn. Vài phút nặng nề trôi qua, ông mới cất tiếng trở lại:

"Được rồi. Ông bỏ tay ra đi."

Tôi thở ra một cái, như được hoàn hồn. Đến lúc này thì tôi có thể quả quyết rằng ông Morpheus không bao giờ chớp mắt. Có thể đó là một tật bẩm sinh của ông, hay là di chứng của một cơn bạo bệnh, tôi không thể biết. Nhưng rõ ràng là ông không hề khép đôi mắt lại.

Đến lượt ông đặt tay lên đầu con cú, mắt vẫn mở lớn chứ không nhắm lại như tôi. Tôi đoán là ông đang ghi nhận hình ảnh mà con cú thu lại từ ý nghĩ của tôi, theo bàn tay tôi truyền qua đầu nó.

"Nước, nước, nước và nước," — giọng ông Morpheus cũng ướt át như lời tuyên bố của mình — "Ông bị ám ảnh vì nước nên thường nằm mơ thấy cảnh nước trùng trùng điệp điệp, lúc nào cũng chất chứa đầy hăm dọa. Trong giấc mơ của mình, ông ngập ngụa trong nỗi sợ hãi với một vùng nước bao quanh."

Ngừng một chốc, ông nói tiếp:

"Con cú của tôi cho biết rằng đó là ám ảnh từ một tiền kiếp của ông."

Tiền kiếp? Không hiểu sao bây giờ tôi thấy thật quen thuộc với không gian vốn kỳ lạ trong nhà ông Morpheus, đến nỗi cũng chẳng còn ngạc nhiên đối với những gì đang xảy ra hay đang được nói đến.

"Ngày trước," — giọng ông Morpheus đều đều như muốn ru ngủ tôi, và tôi cũng chợt thấy mình đang choáng váng, ngất ngây một cách thật dễ chịu — "trong một cuộc đời của ông, lúc ấy ông chỉ trạc chín, mười tuổi, có lần ông theo mẹ ông ra bờ sông để bà giặt áo quần."

Ông ta chợt ngưng nói, ý chừng để tôi có đủ thì giờ để bắt đầu mường tượng ra khung cảnh đó. Lát sau, ông kể tiếp, giọng vẫn êm như ru:

"Ngày ấy, ông là một cậu bé hồn nhiên, thương mẹ, thích vui đùa như bao đứa bé cùng tuổi. Dòng sông hôm ấy tĩnh lặng, vắng vẻ, ngoài hai mẹ con ra không còn ai khác. Bà mẹ để mặc con tung tăng bên cạnh, bắt đầu cặm cụi giặt mớ quần áo đầy ắp trong cái giỏ lớn mang theo. Chạy quanh chán một hồi, cậu bé trở lại bên mẹ, tò mò nhìn vào mặt bà:

'Mẹ ơi, sao mẹ khóc?' — cậu bé ôm lấy vai mẹ, ngây thơ hỏi.

'Mẹ có khóc đâu con,' — bà mẹ lấy bàn tay đẫm nước dụi lên mắt — *'Có con gì nó bay vào mắt mẹ đó, con ạ.'*

'Thế lúc bố đánh mẹ, có con gì bay vào mắt mẹ đâu mà mẹ cũng khóc?'

'Bố không có đánh mẹ, bố chỉ phủi bụi trên áo mẹ thôi!'

'Con thấy áo bố cũng bẩn lắm, mà mẹ có bao giờ phủi bụi cho bố đâu!'

'Thôi, con đừng hỏi vớ vẩn nữa,' — bà mẹ gượng cười — 'Con chạy chơi nữa đi, để mẹ giặt cho hết chỗ quần áo này rồi về kẻo tối.'

Khắp cả vùng sông nước chiều hôm ấy, chỉ nghe tiếng nước róc rách, tiếng gió thổi, tiếng chim gọi đàn, tiếng áo quần vò vào nhau kêu sột soạt từ bàn tay của bà mẹ và tiếng chân nhảy nhót của cậu bé. Bà miên man vò vò, vắt vắt, lòng nặng như mang một khối chì. Hốt nhiên, mọi tiếng động chung quanh dường như tắt hẳn, buổi chiều chìm vào một sự yên lặng khó hiểu, kể cả tiếng chân của cậu bé. Như có linh tính, bà mẹ đứng phắt dậy, gọi to:

'Con ơi, con đâu rồi?'

Mặt nước sông bỗng lặng lờ, bình thản một cách lạ lùng. Bà mẹ chạy lên, chạy xuống dọc theo bờ sông, hồn phách lên mây. Tiếng gọi khản gào của bà dần dần chìm tắt vào ánh nắng quái chiều hôm, giờ đây đã chuyển sang màu tím ngắt.”

“Như vậy tôi đã chết đuối trong kiếp đó à?” — Tôi thẫn thờ hỏi, không cần câu trả lời. Nghĩ ngợi hồi lâu, tôi nhìn ông Morpheus, hóm hỉnh hỏi:

“Ông có thể cho tôi một cái “nút chiêm bao” để gắn vào đầu không? Mỗi tối đi ngủ, tôi chỉ cần vặn cái nút qua bên *off* là khỏi phải mộng mơ, khỏi thấy nước nôi gì cả.”

Cặp mắt không bao giờ ngủ của ông ta nhìn xoáy vào tôi:

“Cái nút đó nó đã nằm sẵn trong đầu ông. Đó chính là quyết tâm của ông để hóa giải nỗi sợ từ tiền kiếp.”

“Ông nói vậy là sao? Tôi không hiểu.”

“Là ông hãy cố gần gụi nước thêm nữa trong cuộc sống hằng ngày của mình. Hãy tìm đến biển, thác, sông, hồ, bất cứ khi nào ông có cơ hội. Hãy sống gần nước, trên nước, trong nước, dưới nước... Hãy đối diện nỗi sợ, hãy hòa tan mình vào trong đó, hãy biến chính mình thành nỗi sợ, rồi ông sẽ không còn sợ nữa.

“Nhưng, thưa ông,” — tôi băn khoăn bày tỏ — "Lạ một điều là tôi không sợ nước lúc tỉnh thức. Tôi chỉ bị nước ám ảnh trong giấc mơ.”

“Đó chính là cốt lõi của vấn đề,” — lần đầu tiên tôi thấy ông Morpheus nhếch miệng cười trong suốt buổi đàm đạo — “Có khi ta kề cận nỗi sợ mà không biết. Con người sống không phải chỉ trong một thế giới mà đến hai thế giới, thế giới tỉnh thức và thế giới mộng mơ. Chẳng có thế giới nào thật, mà cũng chẳng có thế giới nào ảo cả. Thật hay ảo, nói cho cùng, cũng chỉ là một nhận thức khách quan.

Mai kia mốt nọ, khi rời chốn tồn sinh này, tất cả chúng ta sẽ nghiệm ra rõ điều đó."

"Như vậy là hai thế giới đó bổ sung cho nhau sao?" — tôi thấy mình đã lờ mờ hiểu những gì ông ta đang nói.

"Đúng thế," — ông Morpheus lại mỉm cười — "Nhờ có thế giới mộng mơ, con người mới được an ủi là thế giới thức tỉnh là thật. Cũng vậy, dựa vào lúc tỉnh thức, chúng ta mới cho rằng lúc chiêm bao là không có thật. Có điều là hai thế giới đó không phải là phản chiếu của nhau như hình ảnh bên ngoài và bên trong của một tấm gương, mà thật sự là hai cảnh giới được ghép lại để trở thành một tổng thể duy nhất của đời sống mỗi con người."

Ông ta ngưng giây lát, như để tôi có thì giờ ngẫm nghĩ, đoạn nói thêm:

"Chẳng qua là nỗi sợ của ông nằm trong chiêm bao chứ không trong đời thường, có vậy thôi. Thành thử, nếu ông có thể vô hiệu hóa nó lúc ban ngày thì dần dần nó sẽ tan biến lúc ban đêm."

"Còn điều này nữa," — tôi vội vàng nói, như sợ không bao giờ còn có thể gặp lại ông Morpheus — "Trong nhiều giấc chiêm bao, tôi hay bị lạc đường lắm, ông ạ. Tôi thường thấy tôi đi đến một nơi nào đó, rồi lúc ra về cứ đi loanh quanh từ ngõ này qua ngõ khác, không thể nào tìm ra lối cũ nữa. Vì sao vậy ông?"

Không trả lời ngay, ông Morpheus hỏi lại tôi:

"Ông đã xa quê hương bao lâu rồi?"

"Dễ cũng gần bốn mươi năm," — tôi nhẩm tính.

"Ông có bao giờ về lại nơi chốn đó chưa?"

"Thưa chưa. Nhưng trong chiêm bao, tôi đã về lại không biết bao nhiêu lần. Lần nào tôi cũng nhủ thầm, 'À, bây giờ mới đúng là mình đã về thật, không phải nằm mơ như bao lần trước nữa.' Vậy mà cuối cùng tôi lại tỉnh dậy, thấy đó chỉ là một giấc mơ."

Giọng nói của ông Morpheus bây giờ hoàn toàn nghe như một điệu hát ru ngủ, khiến tôi cảm thấy mình đang trôi vật vờ trong một không gian nửa thực nửa hư:

"Chừng nào ông còn ấp ủ lòng hoài hương mà chưa quay trở lại, chừng ấy ông sẽ vẫn còn những giấc mộng bị mất lối về như thế."

Một đợt sóng mạnh vỗ vào chân ngôi nhà, vang rền, đánh thức cả hai người. Ông Morpheus như cũng giật mình, nói nhanh:

"Ông cũng nên về đi thôi, trời sắp tối rồi đó."

Không đợi tôi ưng thuận, chủ nhà đứng bật dậy, làm tôi cũng vội vã đứng lên theo, lí nhí nói lời cám ơn ông. Lúc bấy giờ, ông Morpheus bỗng như trở thành một cái bóng, thân hình mờ ảo, không thấy nói năng gì nữa. Tôi đi nhanh về phía cửa, ông lướt nhẹ theo tôi như một làn gió lạnh lẽo. Tôi vừa bước ra đến bên ngoài, cánh cửa sau lưng đã đóng sập lại. Tất cả bây giờ đều im lìm. Các con cú nhìn tôi bằng ánh mắt xua đuổi.

Bên dưới bậc thang dẫn lên ngôi nhà không còn là bãi cát trắng cháy nắng trưa như lúc tôi đến nữa, mà chỉ toàn nước là nước. Biển đã tràn vào bờ tự lúc nào! Tôi thấy hồn phi phách tán trước vùng nước trắng xóa, mênh mông đó. Buổi chiều cũng đã ụp xuống trên làn nước, phản chiếu những đám mây cuối cùng trong ngày. Nước tràn đến tận thềm nhà, các bậc thang dẫn lên ngôi nhà đã hoàn toàn chìm mất. Tôi nhắm mắt đặt chân xuống làn nước, tự nhủ nếu không liều như thế thì sẽ không bao giờ ra lại được đường cái, nơi tôi đã đậu xe lúc mới đến.

Hai chân tôi như được một sức mạnh nào nâng lên, khiến tôi vẫn có thể đi trên mặt nước. Phải đi một lúc thật lâu, tôi mới dám mở mắt ra. Hai bên tôi, trước mặt tôi, sau lưng tôi, chỉ là nước và nước. Nước thầm lặng, tràn trề, bao la, nhưng vẫn với thái độ đe dọa cố hữu, y như trong những giấc mơ của tôi. Nỗi sợ hãi quen thuộc trong những lần chiêm bao dâng tràn trề trong tôi, chẳng kém gì khối nước khổng lồ đang vây quanh. Bây giờ tôi biết đi hướng nào? Bên phải dẫn về đâu? Bên trái dẫn về đâu? Những bụi cây xương rồng đã chìm sâu trong lòng biển. Không còn bờ bãi gì nữa. Mốc không gian duy nhất mà tôi có thể căn cứ vào là dãy núi cao sừng sững trước mắt. Tôi đã đậu xe trên con đường nằm giữa chân núi và vùng biển. Nhưng dãy núi dài hun hút, tôi làm sao nhớ được đã đậu xe ở khoảng nào. Hơn nữa, từ chỗ vùng nước tôi đang cố vượt qua đến chỗ dãy núi thấy vẫn còn xa thăm thẳm, đi biết bao giờ mới đến.

Tôi đi, đi mãi, như trong một giấc mơ, trên mặt nước bập bềnh, giữa làn nước chập chờn vây quanh. Thần trí tôi nửa tỉnh nửa mê. Nỗi sợ hãi giờ đây đã trở nên tê dại. Trời dần dần tối. Mưa bắt đầu rơi, lúc đầu còn nhẹ hạt, về sau càng lúc càng lớn. Lúc này thì nước đã thật sự nuốt chửng tôi vào lòng, trên, dưới, tả, hữu, tứ bề là nước. Trời đất tối sầm. Ngẩng nhìn lên, tôi giật mình thấy dãy núi đã biến mất dạng trong vùng biển trời đen thẳm.

Ngay giây phút đó, trong cơn tuyệt vọng, tôi chợt hiểu ra là mình sẽ không thể nào, không bao giờ, trở lại được chỗ chân núi đã đậu xe từ buổi sáng.

Trần C. Trí

LETAMANH
VALENTINE... GIÀ!

Mỗi năm, đến ngày 14 tháng 2, những hàng bán hoa, những tiệm bán hoa, những vườn trồng hoa, những cánh hoa rừng... đều được mọi người háo hức dùng màu sắc hương thơm hoa... trang trí thật đẹp để chúc nhau! Háo hức nhất có lẽ là những người tuổi trẻ, tương lai đang tập tành bước vào đời từ trường học, từ nơi sở làm, mang màu hồng hy vọng đang mở cánh thiên thần đón nhận!

Ta cũng nên nhắc sơ qua về từ ngữ Valentine do đâu mà ra. Lịch sử kể lại rằng, khoảng năm 1400, có một linh mục tên là Valentine, bị hoàng đế Claudius II chặt đầu, vì vị linh mục này đã giúp cho các cặp trai gái người Kito giáo kết hôn với nhau. Hoàng đế Claudius II đã ra lệnh cấm kết hôn, để trai tráng phải ra mặt trận. Valentine nhận thấy điều này hoàn toàn bất công và vô lý. Ông đã cử hành hôn lễ của mình trong bí mật. Không chỉ có vậy, ông còn bí mật giúp rất nhiều cặp yêu nhau, cử hành hôn lễ một cách lãng mạn. Vì thế, Valentine là vị thánh của những đôi uyên ương. Chính điều này, dần dần càng có nhiều đôi lứa tìm đến Thánh tình nhân Valentine, để mong được giúp đỡ trong chuyện tình cảm lứa đôi. Thánh Valentine ngày nay là tượng trưng cho một tình yêu đẹp, hạnh phúc và vĩnh hằng.

Còn hai truyền thuyết khác nữa, nhưng cũng na ná với câu chuyện trên liên quan đến cái ngày, mà giờ đây, mỗi năm đến ngày 14 tháng 2 là tốn không biết bao nhiêu cành hoa màu sắc cho những cuộc tình lãng mạn tuổi trẻ! Dù có khác nhau, song các truyền thuyết này đều thấm đậm chất trữ tình, lãng mạn, nhằm tôn vinh tình yêu lứa đôi.

Nhưng người ta thường nói: "Tình yêu không có tuổi", cho nên không chỉ tuổi trẻ mới náo nức đón nhận ngày TÌNH YÊU, mà hầu hết những người lớn, người già, thậm chí những người đang nằm trong các *Nursing home* cũng vui mừng đón chào ngày "Con tim rung động"...

Bản thân người viết cũng háo hức ra vườn tìm một cánh hoa hồng, giấu phía sau lưng, vào nhà tìm vợ; tủm tỉm cười dí vào tay nàng! Mặc dầu bây giờ mình đã ở tuổi tám bó, nhưng con tim nó vẫn đập như lúc còn tuổi đôi mươi. Bà Xã bất ngờ nhận đóa hoa hồng của chồng hái ngoài vườn, nhưng vẫn cười tươi đón nhận. Ai bảo già rồi không còn tình yêu thì chẳng đúng tí nào!

Nhớ lại ngày xưa, những năm còn theo bậc trung học rồi đại học; sau đó vào lính, có tình yêu... nhưng chẳng bao giờ biết ngày Valentine ra sao, từ đâu có. Thậm chí ngày sinh nhật của chính mình, của vợ, của con, của bạn bè... cũng chẳng bao giờ biết đến. Bây giờ nghĩ lại chúng ta đã đánh mất tuổi trẻ vì cuộc chiến, vì hoàn cảnh và văn hóa.

Tình yêu và hơi thở
Con tim và tuổi thơ
Sợi dây nào gọi giựt
Tim đập loạn từng giờ

Nhưng tình yêu con tim đôi lứa thời tuổi trẻ ở Việt Nam, cũng rất đậm nét "romantic". Hồi đó những lá thư tình nhờ vào đường bưu điện để viết cho nhau, tỏ tình và tâm sự... Bây giờ tuổi trẻ chỉ cần có iPhone là thấy mặt nhau hàng ngày, muốn hẹn hò chỉ cần một vài giây bấm máy!

Người viết có một lần, nhân ngày Valentine, đến một *Nursing home* thăm người Thầy trong Gia Đình Lại Giang. Vị thầy già cô đơn nhưng chấp nhận và vui sống trong "cộng đồng" toàn những nhân vật "một thời địa vị, một thời nổi tiếng" ngày xưa. Ở đó, bà A trước kia là giáo sư trường X, ông B vốn là Sĩ Quan QLVNCH, Bà C đã từng là ca sĩ... Họ bây giờ cô đơn, con cái không có, hoặc cố tình bị bỏ rơi... Đã tìm đến với nhau trong bầu không khí thân yêu ở *Nursing home*!

Người viết đến thăm thầy khoảng 10:30 sáng. Cô thư ký văn phòng, sau khi nhìn tên người đến thăm, nói Thầy K đang vui chơi với bạn trong phòng ăn phía sau. Quả thật, một không khí vui nhộn và ấm áp đang diễn ra trước mắt người viết. Trên những bàn trải khăn trắng là các bình hoa màu sắc, tuy không toàn hoa hồng đỏ, nhưng cũng làm cho "hội trường" mang không khí ngày "Tình Yêu"... rất đáng yêu!

Tuổi đời chồng chất trên vai
Con tim co bóp đếm hoài thời gian
Tuổi nào thoi thóp bàng hoàng
Níu thời gian lại yêu nàng xuân xanh!

Thầy tôi đang ngồi nhâm nhi tách trà với một bà tuổi trẻ hơn Thầy - Thầy đã ở tuổi 90 - tôi đoán, có thể Bà khoảng độ tuổi 70, đẹp và cũng môi son má phấn... Đứng xa quan sát, thấy hai người thân mật cầm tay nhau cười nói như đôi tình nhân! Chung quanh hai người, những cặp xinh "Lão Ngoan Đồng - Lão Bà Bà" cũng cười vui như thế... Nhưng ở phía bên trái phòng ăn, là các Cụ ngồi xe lăn cầm trên tay đĩa thức ăn "đặc biệt" cho ngày VALENTINE, có cụ đầu nghiêng hẳn một bên, tay run run với thức ăn trên kệ xe lăn chực rơi; có cụ bà nhắm mắt không hồn bất động... Phía sân khấu là một người già khoảng 75, đội chiếc mũ quân đội, đang chơi đàn piano. Tiếng đàn lảnh lót dìu dặt bài "Dòng Sông Xanh"...

Bỗng nhiên người viết đổi ý không vào gặp thầy nữa, hãy để thầy được sống trong thế giới "tình yêu" thầy đang hưởng! Đứng một lát ngắm quang cảnh và hương vị ngày "Tình Yêu" của một không gian vô cùng đặc biệt, ấm cúng giống như trong cổ tích, người viết bồi hồi xúc động! Trong không gian ấy, cũng không ít những đau thương quá khứ, những thể xác rã rời bệnh tật tuổi tác đang mòn mỏi đợi chờ những đứa con, những đứa cháu đang vui sống phương nào...!

Cuộc đời đã cho ta tất cả và cũng nhẫn tâm ruồng rẫy ta không thương tiếc cho mỗi hoàn cảnh, cho mỗi duyên phận, cho mỗi duyên nghiệp! Hay có thể nói một cách khác, chỉ tay của mỗi con người đều khác nhau, thì số phận sẽ khác nhau chăng!

Cuộc đời khác với chỉ tay
Tình yêu nào khác những ngày còn xuân
Bông hoa đua nở đã từng
Hương chiều sương lạnh rưng rưng nhạc sầu!

Ra khỏi *Nursing home*, người viết ngồi rất lâu trước tay lái, máy xe đã cho nổ chờ, nhưng đầu óc vẫn dật dờ chưa đạp chân ga... Quả thật, ngày VALENTINE, ngày của TÌNH YÊU, nay được đón chào trên toàn thế giới, cho mọi lứa tuổi, cho mọi hoàn cảnh. Các tiệm bán hoa, các nơi trồng hoa, các dịch vụ sống nhờ màu sắc hương hoa... nhờ ngày "tình yêu" mỗi năm phát đạt; nhưng tuổi tác con người vẫn giống như cánh hoa xinh tươi hương sắc buổi sớm mai và dù có gắng cưỡng chống thiên nhiên, hoa vẫn phải úa tàn...!

Tuổi trẻ ơi! Hãy ngợi ca sự sống, hãy ngợi ca tự do, hãy yêu đương cuồng nhiệt, hãy cho đời những bông hoa tình yêu và những bông hoa sáng tạo, hãy phục vụ và hãy xây dựng tương lai với đôi tay khối óc bản thân thành đạt, mưu cầu hạnh phúc cho mọi người! Hãy cùng hát lên những bài ca "Tình Yêu" cho đời thêm tươi đẹp!

letamanh
Ngày tình yêu 14/2 năm 2023

yêu người khác hẳn yêu ta
trong thuật chính trị nói ra ngon lành
nghe sướng lỗ tai đã đành
hạ hồi kết quả da xanh hay hồng
tùy cái lưng biết thẳng cong

luân hoán 3-23

TRIỀU HOA ĐẠI
NGỰ THUYẾT: TÓC TRẮNG MỘT MÀU

Triều Hoa Đại   *Ngự Thuyết*

(đối thoại văn học do Triều Hoa Đại thực hiện)

Cùng với nhà văn Ngự Thuyết, chúng tôi ngồi nhìn buổi chiều trôi đi, qua những tiếng chim gọi về một mùa xuân nơi quê xa mà nghe lòng mình chìm xuống mênh mang. Hỏi anh một vài câu chuyện của buổi xa bầy, những truân chuyên sau cuộc đổi đời vì chính anh là một trong số những người còn ở lại để làm chứng nhân cho biết bao hoang tàn, đổ nát của chiến tranh, của hận thù. Chúng tôi hỏi anh về nguyên nhân của sự cầm bút và trở thành nhà văn giữa khi "chợ" chiều đã vãn, văn chương chữ nghĩa ở hải ngoại gần như lão hóa, v.v…

Dù rằng góp mặt với sinh hoạt thơ, văn có chút muộn màng nhưng không vì thế mà ngòi bút của anh chậm lại vì chỉ trong một thời gian ngắn ngủi nhà văn Ngự Thuyết đã gửi đến những người yêu thích văn chương những: Sông Trôi, Đào Thoát, Lưu Đày và Quê Nhà, Dấu Chân, Dấu Chân II, Tuyển Tập Ngự Thuyết, Bắc Hành, Về Đâu, và Mẹ. Anh đã cộng tác với rất nhiều tạp chí văn chương hàng đầu ở hải ngoại như: Văn, Văn Học, v.v…

Hôm nay mượn chút thời gian còn sót lại của buổi chiều ngày xuân được trò chuyện cùng nhà văn Ngự Thuyết, ao ước sẽ có sự tham gia của quý độc giả cùng với chúng tôi trong buổi trò chuyện này.

Và giờ đây chúng ta hãy cùng nhau vào chuyện:

Triều Hoa Đại: *Chào nhà văn Ngự Thuyết.*

Ngự Thuyết: Chào anh Triều Hoa Đại.

Thđại: *Đọc anh từ lâu nên vẫn ước ao có dịp, dù là ngắn ngủi, xin trò chuyện. Hôm nay vui lắm, cơ may đã đến, vậy xin anh vui lòng trả lời một số câu hỏi mà bấy lâu vẫn hằng mong đợi.*

Ngự Thuyết: Được anh phỏng vấn là một vinh dự lớn cho tôi.

Thđại: *Vâng, nếu thế thì hay quá. Giờ thì chúng ta hãy bắt đầu vào chuyện?*

Ngự Thuyết: Vâng.

Thđại: *Thưa anh, cùng với những văn nghệ sĩ sống xa lìa tổ quốc chỉ trong một thời gian ngắn nhưng anh đã gửi đến độc giả chín (09) tác phẩm mà theo tôi đó là một sự "chạy đua" với thời gian hoàn hảo?*

Ngự Thuyết: Rời bỏ quê hương, qua tới Mỹ tôi mới bắt đầu viết. Những năm đầu hoang mang, bàng hoàng, và còn phải lo kiếm sống. Khi đã có việc làm, dù cuộc sống chưa ổn định, tôi cảm thấy một tiếng gọi, một thôi thúc gần như cấp bách rằng phải viết cái gì đây. Rồi loay hoay viết vào những ngày rảnh, giờ lẻ, nên không viết được bao nhiêu. Khi về hưu mới có nhiều thì giờ để viết hơn. Dù 4 cuốn cuối cùng khá dày, trên dưới 450 trang mỗi cuốn, nhưng số sách được in như thế, theo tôi nghĩ, vẫn còn ít ỏi lắm. Trong khi đó thời gian như "bóng câu qua cửa sổ". Mới đấy tóc xanh, nay đã bạc. Chẳng biết sẽ còn viết lách được bao lâu nữa. Cho nên "chạy đua" với thời gian? Tôi xin thua. Nếu quay ngược được thời gian, chắc chắn tôi sẽ cố gắng và quyết tâm viết nhiều hơn. Đúng là một mơ ước viển vông và tội nghiệp.

Thđại: *Hiện nay với tuổi trời cũng không còn "trẻ" và lại đang sinh sống ở một nơi xa lìa cố quốc, trong anh (tôi nghĩ chủ quan thôi) hẳn* *rằng cũng có nhiều ngôn ngữ lấp lánh ở cách nghĩ và viết. Vậy thì chọn lựa một cách viết để diễn giải những suy nghĩ, diễn đạt là điều quan trọng. Nếu thế thì chọn lựa của anh, ngôn ngữ nào anh mong muốn để chuyển đạt những suy tư, những trăn trở trong anh đến người đọc?*

Ngự Thuyết: Tiếng Việt, tiếng mẹ đẻ, dĩ nhiên là ngôn ngữ tôi yêu quý nhất. Được dùng, được nghe, được nói, từ thuở còn bập bẹ cho tới khi "không còn trẻ lắm", tiếng Việt đã ăn sâu vào tim, vào óc của tôi. Nay lại được viết, thì làm sao có ngôn ngữ nào thay thế nổi. Thỉnh thoảng tự nhiên trong đầu bị một "lỗ trống" khiến tôi quên lửng một từ tiếng Việt nào đó, phải nghĩ bằng tiếng Anh hay tiếng Pháp. Hai thứ ngôn ngữ đó có khi được việc, có khi chẳng giúp ích được gì. Rồi không sớm thì muộn, từ tiếng Việt mà tôi quên, hoặc quên tôi, lại trở về. Như một người yêu trung thành nhưng hay hờn mát đôi lúc làm bộ lạnh nhạt với anh chàng si tình là tôi. Đó là chưa kể những câu thơ, câu ca dao, câu hò, câu hát vẫn lui tới với tôi như những người bạn tâm giao không bao giờ phụ bạc nhau.

Thđại: *Với thời gian và sự tiến bộ của kỹ thuật, mọi điều hầu như thay đổi cho lớp người đi trước thời gian như anh, ví dụ như: Các cụ ta ngày trước chú trọng đến nét viết bằng tay vì thế người ta để cả cái "tâm" vào đó, để cả cái "hồn" vào nét chữ; nhưng bây giờ thì lại khác, nào là: Keyboard, Computer cho nên cái gì cũng mau, cũng gọn còn thì giờ đâu để tâm, để hồn vào nét chữ. Thế thì theo nhà văn Ngự Thuyết, chữ viết có còn cái tinh anh nằm trong cái "HỒN", cái "TÂM"?*

Ngự Thuyết: Trước hết, tôi không dám và không thể nhận là người đi trước thời gian. Vâng, dụng cụ dùng để viết chữ đã trải qua những giai đoạn từ bút lông, bút lông gà, đến bút sắt, bút bi, và bây giờ viết bằng *computer*. Đối với thế hệ của tôi, hồi còn bé tí có khi bị bắt buộc phải dùng bút lông trong lúc học lõm bõm chữ Hán. Lên trung học, mỗi tuần chỉ học một giờ chữ Hán, thì đã dùng ngòi bút sắt để viết rồi. Với chữ quốc ngữ, tất nhiên dùng ngòi bút sắt hay bút bi. Sau này mới chuyển qua viết bằng *computer*. Tóm lại chúng tôi đã sử dụng đủ các dụng cụ dùng để viết chữ, trừ bút lông gà người phương Tây dùng xưa kia. Nhớ chàng Kim Trọng tương tư: *Buồng văn hơi giá như đồng/Trúc se ngọn thỏ, tơ chùng phím loan.* Tất nhiên Kim Trọng vì nhớ Kiều xao nhãng việc đèn sách, lâu ngày không viết, ngọn bút se lại. Nhưng cũng có thể hiểu rằng ngọn bút đã se mình khi chứng kiến chủ nhân của mình thất tình. Giữa chữ viết và người viết, như anh nói, quả là có giao cảm, có "tâm" và "hồn". Khi chữ

Quốc Ngữ ra đời, bút lông mềm mại, uyển chuyển, bị thay thế bằng bút sắt cứng đơ. Tuy nhiên, ngòi bút sắt vẫn còn có thể có nét đậm, nét nhạt, nắn nót, uốn éo, du dương. Đến bút bi thì chỉ còn một nét mà thôi. Tuy vậy, chữ vẫn có thể đẹp như "rồng bay", hay xấu như "gà bới"; hoặc rõ ràng, chân chỉ, hay cẩu thả, xiên xẹo. Lại có nét chữ đa tình, mặn mà, hay khô khan, lạt lẽo; phóng khoáng, bay bướm, hay gò bó, tủn mủn. Từ đó thầy bói chữ có thể suy đoán tính cách của người viết. Nhưng chỉ đoán trúng phần nào thôi. Là vì, chẳng hạn như Nhất Linh chữ viết đều đều và nhỏ như kiến bò (xin xem vài trang bản thảo in trong tiểu thuyết *Xóm Cầu Mới*), nhưng với tâm hồn đầy ắp yêu thương, và rất mực tài hoa, vẫn mô tả được một cô Mùi tình tứ, duyên dáng, tha thiết, đảm đang, và đáng yêu biết chừng nào. Đến giai đoạn viết chữ bằng *computer*, với những mẫu chữ giống nhau, thầy bói chữ đành thất nghiệp. Riêng tôi, khi bắt đầu viết văn thì đã có *computer*, và tôi viết ngay bằng *computer*. Viết bằng *computer* nhanh hơn viết tay nhiều, lại tẩy xóa dễ dàng. Đó là cái hay, mà vẫn có chút bất tiện. Tôi nghĩ rằng khi viết tay, những gì gạch bỏ vẫn còn đó trên trang giấy, có khi được đem dùng lại một cách thích đáng. Trên *computer*, xóa đi là mất tiêu. Đôi khi vì dễ tẩy xóa quá, người viết lại vô tình, hay vội vàng, xóa đi mất cái hay, cái xuất thần, khó nhớ lại được. Tới đây tôi xin trả lời rõ hơn liên quan đến cái "tâm", cái "hồn" của *con chữ*. Khi tôi bắt đầu viết một truyện ngắn chẳng hạn, chữ như nước nhỏ giọt, chậm chạp, lạnh lùng, chưa có "hồn", chưa có "tâm". Dần dần chữ nọ đuổi chữ kia chen nhau chạy nhảy nhanh nhẹn, vui tươi, hay nối đuôi nhau kéo dài lê thê nhọc nhằn, buồn bã. Giữa người viết và con chữ, đến giai đoạn này, chắc chắn đã bắt đầu có mối giao cảm. Mối giao cảm ấy càng lúc càng khăng khít. Những con chữ, dù trên *computer*, bỗng nhiên mang một sức sống từ lúc nào người viết không hề hay biết. Nó chi phối người viết. Và ngược lại, tất nhiên, người viết cũng có quyền năng sai khiến những con chữ. Những dòng chữ vui vẻ đùa giỡn, thì người viết vui lây; hoặc cau có, bực bội thì người viết chột dạ; hoặc băn khoăn, lo âu, thì người viết thấy cần phải xét lại những gì hắn vừa viết. Tóm lại, dù dưới dạng thức nào, con chữ và người viết vẫn gắn bó với nhau chặt chẽ.

Thđại: *Đã từng có nhiều tác phẩm được gửi tới người đọc, vậy thì với anh là nhà văn, khi viết có cần nhiều đến kỹ thuật để tạo thành tác phẩm?*

Ngự Thuyết: Kỹ thuật rất quan trọng. Trước cảnh biệt ly chẳng hạn, hai người viết khác nhau có thể có những phản ứng, đáp ứng gần giống như nhau, và cũng gần như có chừng ấy vui, buồn, mừng, giận... Nhưng khi viết xuống, mỗi người viết vận dụng kỹ thuật riêng và sáng tạo ra tác phẩm riêng biệt. Hoặc hay, hoặc dở, và chắc chắn khác nhau. Kỹ thuật vững vàng, bài viết mới có giá trị.

Trong văn học Việt Nam, cảnh biệt ly được đề cập đến nhiều. Cùng đề tài ấy, Nguyễn Du đã viết nên những câu thơ lục bát tuyệt tác. Nguyễn Đình Thư, một thi sĩ được Hoài Thanh đưa vào cuốn *Thi Nhân Việt Nam* có một bài thơ nhan đề là *Tống Biệt* cũng làm theo thể lục bát. Các chi tiết như nơi chia tay, kẻ ở người đi, nỗi buồn ly biệt... đều được hai tác giả nói đến. Thế nhưng nhờ vào kỹ thuật, nghệ thuật, đoạn thơ của Nguyễn Du hay hơn nhiều. Mời anh đọc bài thơ *Tống Biệt* của Nguyễn Đình Thư, và đoạn thơ trích từ Truyện Kiều của Nguyễn Du để tiện so sánh:

Tống biệt:

Mênh mông muôn lớp sóng dồn/ Vẻ lau trăng gió bãi cồn khói sương/ Nước non đây chỗ chia đường/ Tương tư mở lối đoạn trường cũng đây/ Cách vời trước biết bèo mây/ Chung đôi xưa nỏ sum vầy làm chi/ Để giờ lủi thủi người đi/ Mai chiều quạnh quẽ tà huy tôi buồn/ Võ vàng đứng bến giang thôn/ Thuyền người nắng bể mây nguồn biết đâu/ Cầm tay chừ hẹn chi nhau/ Sầu chia nước chảy bên nào xa hơn.

Và dưới đây là biệt ly giữa nàng Kiều và Thúc Sinh:

Chén đưa nhớ bữa hôm nay/ Chén mừng xin đợi ngày này năm sau/ Người lên ngựa kẻ chia bào/ Rừng phong thu đã nhuốm màu quan san/ Dặm hồng bụi cuốn chinh an/ Trông người đã khuất mấy ngàn dâu xanh/ Người về chiếc bóng năm canh/ Kẻ đi muôn dặm một mình xa xôi/ Vầng trăng ai xẻ làm đôi/ Nửa in gối chiếc, nửa soi dặm trường.

Đến đây, tôi xin nêu thêm một nhận xét. Một tác phẩm văn chương thường được nhìn trên hai bình diện: nội dung và hình thức, và trong hình thức có kỹ thuật. Làm như thế là nhằm mục đích đơn giản hóa việc phân tích, giảng giải. Thật ra, nội dung và hình thức tương tác nhau, quấn quýt nhau thành một thể nhất quán khó tách rời.

Thđại: *Trong bốn thứ giải trí của người xưa là: Cầm, Kỳ, Thi, Họa thì THI được xếp vào loại thứ ba (03) trong bốn (04) loại kể trên. Là nhà văn, ông có thấy sự sắp xếp đó ổn thỏa không?*

Ngụ Thuyết: Theo tôi, cách nói Cầm, Kỳ, Thi, Họa của Tàu chẳng qua để cho thuận tai. Được đề cập trước không nhất thiết được xem là có giá trị hơn. Theo truyền thuyết Tàu, Đế Thích là tay cao cờ đệ nhất nhưng đâu được tôn kính và nhắc nhở đến nhiều như Lý Bạch, Đỗ Phủ, Vương Duy, v.v..., đâu có ảnh hưởng đến đời sống tình cảm, tinh thần của con người như những nhà thơ nói trên. Trong hai câu thơ trong *Truyện Kiều* của Nguyễn Du:

Đòi phen nét vẽ, câu thơ/ Cung cầm trong nguyệt, nước cờ dưới hoa
thì thứ tự là Họa, Thi, Cầm, Kỳ.

Trong cách nói Tuyết, Nguyệt, Phong, Hoa cũng thế, không nhất thiết Tuyết là đẹp nhất, Hoa là xấu nhất. Cũng trong thơ của Nguyễn Du:

Đòi phen gió tựa hoa kề/ Nửa rèm tuyết ngậm, bốn bề trăng thâu
Phong, Hoa đi trước Tuyết, Nguyệt.

Thđại: *Nếu cho là "Ổn", thế sao người ta lại bảo rằng: "Xướng ca vô loại". Vậy khi buồn, "Kiều lẩy" một đôi câu còn có ý nghĩa gì?*

Ngự Thuyết: Câu nói "xướng ca vô loại" không biết ra đời từ bao giờ và do ai nói. Cũng như những "danh ngôn" khác, những câu nói loại đó thường không có giá trị phổ quát, hoặc chỉ đúng trong trường hợp này, sai trong trường hợp khác, đúng vào thời gian này, sai vào thời gian khác. Tôi bỗng nhớ hai câu thơ trước kia thường được những người bài bác *Truyện Kiều* nêu lên như một khẩu hiệu: *Đàn ông chớ kể Phan Trần/ Đàn bà chớ kể Thúy Vân, Thúy Kiều.* Hai câu thơ ấy chỉ nói lên ý kiến của một nhóm người nào đó, và cũng đã lỗi thời.

Trong các triều đình vua chúa ngày xưa, hay trong các lễ hội đình đám của dân gian, để thêm phần trang nghiêm, sôi nổi, hào hứng, có phần đóng góp quan trọng của âm nhạc. Tất nhiên phải có những nhạc sĩ, nhạc công, và những nghệ nhân ca xướng. Và tất nhiên họ không phải là "vô loại". Ngay cả vào thời cổ đại của nước Tàu, Khổng Tử đã san định *Kinh Lễ* trong đó có phần *Lễ Ký* nói đến âm nhạc: *Nhạc là sự hài hòa của trời đất, Lễ là trật tự trong trời đất* (Nhạc giả thiên địa chi hòa dã, Lễ giả thiên địa chi tự dã). Âm nhạc, như vậy, đã được tôn quý từ ngàn xưa tại nước Tàu mà văn hóa của họ có ảnh hưởng lớn đối với nước ta. Về sau, âm nhạc ở phương Đông dường như không được quan tâm bằng những bộ môn khác, trong khi ở phương Tây nhạc cổ điển rất được quý trọng và đạt đến những đỉnh cao từ giữa thế kỷ 16 cho đến bây giờ. Nay cả thế giới đều biết giá trị lớn lao của âm nhạc. Câu nói "xướng ca vô loại" trở thành vô nghĩa.

Thơ có thể được dùng để thù tạc, xướng họa, ngâm hoa vịnh nguyệt, một thú tiêu khiển thanh cao trong lúc nhàn rỗi. Nhưng vẫn có loại thơ nói lên hồn tính của cả một dân tộc. Việt Nam ta là một nước nhỏ, tiếng Việt chưa được biết đến nhiều, cho nên kiệt tác *Truyện Kiều* của thiên tài Nguyễn Du cũng chưa được phổ biến trên thế giới cho dù nó đã được dịch ra khá nhiều ngoại ngữ. Riêng tiếng Pháp và tiếng Anh, mỗi thứ tiếng đã có hơn 10 bản dịch *Truyện Kiều* khác nhau. Tại sao có nhiều bản dịch như thế? Bởi vì những dịch giả không đồng ý nhau trước một tác phẩm quá tế nhị, quá phong phú, quá hàm súc, khó ai có thể nắm bắt được đầy đủ ý nghĩa và cái đẹp của nó. Đối với người Việt thì *Truyện Kiều* đã đi sâu vào lòng dân tộc từ người ít học đến những thành phần trí thức hay đỗ đạt cao. Cho nên "khi buồn 'Kiều lẩy' một đôi câu", như anh nói, là chuyện có thể thường xảy ra. Người đang buồn có thể tìm thấy sự an ủi, đồng cảm qua những vần thơ trác tuyệt ấy. Nhưng trong một phạm vi rộng lớn hơn, một áng thơ hay có thể tác động đến tình cảm, nhận thức, tư duy của con người nói chung.

Thđại: *"Làm văn nghệ không phải để giải trí, "làm văn nghệ rất khổ" nhà văn, họa sĩ Võ Đình có lần đã bảo thế; còn theo Nguyễn Đình Thi, quan niệm làm văn chương là một sự "nhọc nhằn". Ông có bao giờ thấy "khổ" và thấy "nhọc nhằn" khi viết?*

Ngự Thuyết: "Làm văn nghệ không phải để giải trí", tôi đồng ý. Nhưng để rước lấy cái "Khổ", cái "nhọc nhằn"? Đấy là cảm nghĩ riêng của cá nhân Võ Đình hay Nguyễn Đình Thi. Với tôi, lúc ban đầu, tôi viết là viết cho tôi, do một thúc bách nào đó, có khi mơ hồ, có khi rõ ràng. Khi có người tri kỷ, tri âm, tôi viết để san sẻ với những người ấy, và nếu có bạn đọc mới khác nữa, càng tốt. Viết xong một tác phẩm, cảm thấy nhẹ nhõm như vừa vượt qua một thử thách. Lâu ngày thành thói quen như đói thì ăn, bứt rứt thì viết. Ăn xong bớt đói, viết xong bớt băn khoăn. Tóm lại, không vì viết mà phải nhọc nhằn, khổ sở.

Thđại: *Đã từng có những tác phẩm ngắn, dài, anh có gì phản biện lại khi nhà văn, họa sĩ Võ Đình có lần đã nói: "Truyện ngắn là hình thức thực tại của sự đời, truyện dài là một chuỗi dài lóng lánh, nối kết do sự giả tạo của con người?*

Ngự Thuyết: Tôi không đồng ý với những nhận xét nói trên. Theo tôi, truyện ngắn là sự chụp bắt những mảng rời, nhỏ của cuộc sống, thường mang một chủ đề, và có thể được viết bằng lối văn cô đọng gần gũi với thơ. Trong khi đó truyện dài cố gắng phản ảnh thực tại của cuộc sống đa dạng, cố gắng "chạm" vào con người. Tôi thích viết loại truyện "vừa" (novella).

Thđại: *Tóc Trắng là một truyện ngắn mà nhiều độc giả ưa thích, không những thế khi còn sinh tiền cố nhà văn Võ Phiến cũng rất thích truyện này. Vậy thì nhân đây anh có thể nói thêm về TÓC TRẮNG,* *hoàn cảnh nào, động lực thúc đẩy anh viết lên truyện ngắn này? Anh xây dựng tác phẩm ấy như thế nào?*

Ngự Thuyết: Có truyện bắt tôi phải suy nghĩ nhiều về cốt truyện, bố cục, nhân vật, khung cảnh, v.v... trước khi viết. Nhưng thường thì không thế. Câu trước nẩy sinh ra câu sau, ý nghĩ này kéo theo ý nghĩ khác, dồn dập mỗi lúc một nhiều thêm, chẳng khác gì một sinh vật tự nó lớn dần khi có đầy đủ dưỡng chất quanh nó. Truyện *Tóc Trắng* cũng được thành hình một cách ngẫu nhiên như thế.

Tôi xin được nêu lên vài chi tiết có liên quan đến *Tóc Trắng*. Trong một chuyến đi Big Bear, một khu du lịch miền núi nổi tiếng ở Nam Cali, đứa cháu gái của tôi trong một lúc vui miệng "thành thật khai báo": "Chắc chú biết cháu đã tuyệt giao với cái anh chàng đáng ghét đó. Trước kia cháu có đi Big Bear với hắn. Nay trở lại đây, dù ghét hắn, cháu vẫn thấy lòng bồi hồi." Câu nói ngắn ngủi không đâu ấy luẩn quẩn mãi trong tôi. Rồi nó biến thành một đòn bẩy, một khai mào, một thúc giục, khiến tôi nghĩ lan man hết chuyện này đến chuyện khác. Cả một quá khứ ngổn ngang, hoang mang, đau đớn, rối rắm, vui quá ít, buồn quá nhiều, trong đó có bạn bè của tôi, người thân của tôi, và bản thân tôi, lũ lượt kéo về xôn xao, dồn dập cùng với những cảm nghĩ, xúc động, chen lẫn với tưởng tượng, hư cấu. Tôi ghi lại thật nhanh những gì nổi bật nhất lên *computer*. Xem lại, sửa chữa, thêm bớt, sắp xếp... *Tóc Trắng* thành hình.

Vâng, có một số bạn đọc thích truyện *Tóc Trắng*. Nhà văn Võ Phiến cũng thế, và có viết mấy dòng nhận xét. Khi truyện được in ra, nó trở thành một "sinh vật" hoặc có sức sống lâu dài, hoặc chết yểu mau chóng, tùy theo sự đón nhận, tiếp thu, và cả đóng góp về mặt "sáng tạo" của người đọc nữa. Nói cách khác, "đứa con tinh thần" đó, lúc ấy, hoàn toàn nằm ngoài tầm tay của tác giả. Nhưng, nếu tôi nhớ không lầm, nhà phê bình văn học Nguyễn Hưng Quốc, đại khái nói rằng tác giả cũng là người đọc trước tiên tác phẩm của hắn. Vậy tôi thử làm một độc giả đọc truyện *Tóc Trắng*, nêu lên vài nhận xét. Độc giả khác có thể đồng ý hoặc không, hoặc có nhận xét khác.

Người ta sống thường trực trong ám ảnh. Ám ảnh có khi nằm sâu trong tiềm thức, và cả trong vô thức. Ám ảnh càng dai dẳng khi chấn động càng to lớn. Trong truyện, đấy là hình ảnh mái tóc trắng lòa xòa của người vợ đau khổ trên làn nước xanh trước khi chìm sâu xuống đáy biển trên đường vượt biển. Hình ảnh đó không bao giờ phai mờ trong lòng người chồng.

Ngoài chủ đề vừa nói, có mấy mệnh đề phụ. Chẳng hạn sự khác biệt của những nếp sống trước và sau khi Miền Nam thất thủ, rồi tiếp theo là nếp sống lưu vong. Mệnh đề phụ thứ hai: Hai anh chàng có quan hệ đến một nhân vật nữ. Người thì mang nặng quá khứ, khốn đốn, khắc khổ; người thì đã nhập vào dòng chính của cuộc đời mới, tự tin, thực tế. Và mệnh đề phụ thứ ba: Con đường. Con đường êm đềm của quê hương cũ đầy thương yêu, không chém giết hận thù; con đường vong thân chứa chất những cạm bẫy, hầm hố, đau thương sau 1975; và con đường không thiếu những đe dọa của súng đạn, sắt thép, và của cả con người, trên đất lưu vong.

Thđại: *Chúng ta vẫn chưa có tác phẩm đủ "LỚN" cả ở bên trong lẫn bên ngoài tổ quốc. Có phải vì theo người đọc thì: "những nhà văn An Nam ta vẫn còn quanh quẩn ở cái ao làng, vẫn viết những đề tài: "xa quê hương nhớ mẹ hiền", nói gọn lại thì toàn là những thứ vớ vẩn. Là nhà văn, tôi chắc là anh hiểu rõ chuyện này. Thế thì ý kiến của anh ra sao?*

Ngự Thuyết: Mark Twain là nhà văn lớn của Mỹ dù ông chỉ viết về quê hương của ông. Đặc biệt là trong hai cuốn nổi tiếng, *The Adventures of Tom Sawyer* (1876) và *The Adventures of Huckleberry Finn* (1884), khung cảnh, bối cảnh của những vùng ông đã sống suốt thời thơ ấu và niên thiếu được ghi lại đầy đủ và cảm động. Nhà văn William Faulkner, giải Nobel văn học năm 1949 gọi Mark Twain là *"Người cha của văn học Mỹ"* (The Father of American Literature). Hầu hết tác phẩm của Faulkner đều lấy vùng hư cấu Yoknapatawpha dựa vào Lafayette County, Mississippi, làm bối cảnh (setting). Lafayette County là nơi Faulkner đã sống gần như suốt đời. Một nhà văn Mỹ khác, cũng đoạt giải Nobel văn học năm 1954 là Ernest Hemingway còn ca tụng rằng *"Tất cả văn học hiện đại của Mỹ đều bắt nguồn từ cuốn Huckleberry Finn của Mark Twain"* (All modern American literature comes from a book by Mark Twain called Huckleberry Finn). Gần đây, Alice Munro, nhà văn nữ Canada giải Nobel văn học năm 2013 cũng lấy quê hương của mình vùng Southern Ontario làm bối cảnh cho rất nhiều truyện ngắn nổi tiếng của bà.

Tóm lại, theo tôi, "xa quê hương nhớ mẹ hiền" không phải là chuyện "ao làng", "vớ vẩn". Vấn đề là tác phẩm viết ra có đạt được một giá trị đòi hỏi nào đó không. Ngoài ra, nước ta chưa phải là một nước lớn, tiếng Việt chưa được phổ biến rộng rãi trên thế giới, vì vậy những tác phẩm giá trị chưa được biết đến chăng? Lại nữa văn học trong nước bị gò bó dưới chế độ độc tài toàn trị nên không thể phát triển mạnh, trong khi đó văn học ngoài nước không có những thế hệ tiếp nối, tàn tạ dần. Những cây viết sung sức, phong phú nay hầu hết đều đã trọng tuổi, hoặc đã vĩnh viễn ra đi. Cho nên tác phẩm lớn vẫn chưa xuất hiện.

Thđại: *Ngôn ngữ của người Việt chúng ta ngày nay ở trong nước (theo tôi) những lúc sau này hình như mất đi ít nhiều (hương đồng cỏ nội) cái tinh túy của "chữ" và "nghĩa" đã hao hụt đi rất nhiều. Vậy thì là một nhà văn với tuổi đời đầy đủ truân chuyên, anh có nhận ra những mất mát ấy không. Và, nếu cần sửa đổi với cương vị một nhà văn, một nhà giáo như anh thì phải bắt đầu từ chỗ nào?*

Ngự Thuyết: Ngôn ngữ là một sinh vật – sinh ngữ. Trong ngôn ngữ, những gì thiếu sức sống, lố bịch, thô bỉ, vô nghĩa, xấu xa, sẽ bị thời gian đào thải; những gì tươi mát, đầy sinh khí, đầy ý nghĩa, tốt đẹp (nhưng thế nào là tốt đẹp, đấy là vấn đề), sẽ tiếp tục sống lâu dài. Chữ nghĩa trong những tác phẩm của những nhà văn trong nước như Phạm Thị Hoài (nay sống ở hải ngoại), Nguyễn Huy Thiệp (đã qua đời), Nguyễn Ngọc Tư (*Cánh Đồng Bất Tận*), Nguyễn Huệ Chi, Nguyên Ngọc, vân vân, vẫn phong phú, sắc bén, hàm súc, hoặc chan chứa tình ý. Người đọc trong nước hay ngoài nước đều không gặp trở ngại trong tiếp thu hay lãnh hội khi đọc những tác giả nói trên. Cho nên, theo tôi, chữ Việt ngày nay không bị "mất mát", hay "hao hụt". Cố nhiên những chữ như "xưởng đẻ", "nhà đái gái", "cự li", "máy bay lên thẳng", cà phê "cái nồi ngồi trên cái cốc", "múa đôi", đồng hồ "không người lái", vân vân... đã và sẽ bị thay thế.

Thđại: *Có bao giờ anh nhìn lại những gì mà mình đã viết và rồi sau đó đồng ý với một nhà văn khi cho rằng: "nhà văn là kẻ bất công với chính mình, bất công với những gì hắn đã viết ra" và: "hắn thường nhìn lại tác phẩm của hắn với con mắt nghi ngờ, không toại nguyện"*

Ngự Thuyết: Câu anh trích dẫn: "Nhà văn là kẻ bất công với chính mình, bất công với những gì hắn viết ra", theo tôi, đây cũng chỉ là một cách nói có phần bi kịch hóa. Là vì cũng có kẻ rất chủ quan, tự cao tự đại, hoặc quá tự tin, cho rằng văn của mình mới đáng kể, rằng người đồng thời chưa hiểu nổi mình, phải chờ vài ba trăm năm nữa mới có người khám phá ra giá trị của mình. Câu nói "Văn mình, vợ người" vẫn có người nhắc đến một cách sảng khoái. Quả là "bá nhân bá tính." Câu kế tiếp, "hắn thường nhìn lại tác phẩm của hắn với con mặt nghi ngờ, không toại nguyện" đáng được suy ngẫm hơn. Đọc lại những gì mình viết, tôi vẫn thường không hài lòng. Không khuyết điểm này thì nhược điểm khác. Cho nên khá nhiều tác phẩm của tôi trước khi gom lại in thành sách đều được sửa chữa, thêm bớt, không nhiều thì ít. Thế mà khi sách đã in, đọc lại, vẫn muốn sửa nữa. Tất nhiên cũng có ngoại lệ.

Thđại: *Thưa anh, mải vui câu chuyện quên chưa giới thiệu về anh, vậy thì xin mời anh giúp tôi làm cái công việc ấy nhé?*

Ngự Thuyết: Xin được vắn tắt. Tôi viết trễ. Có làm việc cho hãng dầu hỏa Esso, và dạy học. Tù cải tạo hơn 3 năm. Qua Mỹ theo diện HO, làm việc hơn 10 năm, bắt đầu viết sau một thời gian loay hoay. Về hưu, có thì giờ, viết đều đặn hơn. Đã xuất bản 9 tác phẩm.

Thđại: *Và, nếu phải nói về mình với độc giả thì điều đầu tiên mà nhà văn Ngự Thuyết muốn nói là gì?*

Ngự Thuyết: Thưa quý bạn đọc, thật là ngại ngùng khi phải tự nói về mình. Tự chê thì quả là giả dối, kém cỏi; mà tự khen thì lại tỏ ra kiêu ngạo, ngu xuẩn, cũng kém cỏi nốt. Tốt hơn hết là xin quý bạn, nếu rảnh rỗi, chịu khó đọc tác phẩm của tôi, và sẽ có nhận xét riêng.

Thđại: *Những người làm văn chương nghệ thuật với tôi là những người đã "hy sinh" rất nhiều để làm cho, làm nên cuộc đời này có ý nghĩa hơn, đáng sống hơn và làm cho hận thù vơi đi, làm đổ vỡ được hàn gắn và từ đó chân, thiện, mỹ được bắt đầu. Người Bungari có một câu ngạn ngữ rất hay: "Bàn tay tặng hoa hồng bao giờ cũng phảng phất hương thơm", đấy có lẽ là một sự đền bù cho những "rất Khổ" và "nhọc nhằn" văn chương cho những ai trong đó có anh đang ngày đêm: NHỌC NHẰN, và RẤT KHỔ?*

Ngự Thuyết: Văn chương có ảnh hưởng đến đời sống, nhất là đời sống tinh thần, tình cảm, của con người. Mặt khác, văn chương còn có tham vọng phản ảnh sinh hoạt xã hội loài người, và tìm kiếm câu trả lời, "Con người, anh là ai, chị là ai?". Nhưng tôi không nghĩ rằng văn chương được hân hạnh mang quá nhiều trọng trách như anh nêu trên. Và như tôi đã thú nhận, tôi không cảm thấy nhọc nhằn, khổ sở khi viết. Lâu ngày, viết trở thành một thói quen. Khi cảm thấy có sự thôi thúc, bứt rứt - viết. Trong khi viết, có thể có những khắc khoải, băn khoăn. Viết xong, cảm thấy nhẹ cả người. Thế thôi. Nhất là ở hải ngoại, người viết không bị những ràng buộc lôi thôi. Tôi xin kể lại cái giai thoại này. Trong một lần chuyện trò giữa André Gide và Paul Valéry, hai cây viết hàng đầu của Pháp trước Thế Chiến thứ nhất, Gide bảo nếu bị cấm viết, ông không sống nổi; thì Valéry lại nói nếu bị bắt buộc viết, ông cũng chết luôn. Tôi đồng ý. Ở hải ngoại không ai cấm ta viết, cũng không ai bắt ta viết. Thế là đủ và đáng quý rồi. Nếu cảm thấy nhọc nhằn, khổ sở, thì gác bút. Nếu gác bút, cảm thấy bị "lương tâm cắt rứt", thì lại mở *computer* ra, viết.

Thđại: *Thưa nhà văn Ngự Thuyết, độc giả và những ai đang theo dõi buổi trò chuyện này và ngay cả tôi cũng rất vui đã được cùng anh trò chuyện. Thời gian rất có hạn. Vậy trước khi chúng ta chia tay, anh có cần bổ sung thêm những gì mà trong lúc mải vui tôi đã quên không đề cập đến?*

Ngự Thuyết: Thế hệ người Việt Nam đầu tiên tỵ nạn ở hải ngoại - những người còn hiểu biết và quan tâm đến tiếng Việt - nay cũng đã trên dưới 80 tuổi. Và không phải ai ai cũng thích đọc sách, nhất là sách tiếng Việt. Người ta còn có nhiều mối bận tâm khác cấp bách hơn. Thế hệ thứ hai, thứ ba phải sử dụng ngôn ngữ của nước bản địa trong giao tiếp hàng ngày hay trong học đường, lại càng xao nhãng tiếng Việt. Do đó độc giả tiếng Việt ở hải ngoại ngày càng hiếm hoi. Cho nên, đối với tôi, cho đến bây giờ mà vẫn còn có người đọc tiếng Việt trong đó có tác phẩm của mình thì quả là một nguồn khích lệ lớn lao, quý giá.

Thđại: *Xin chân thành cám ơn nhà văn. Cầu chúc anh cùng gia quyến mọi điều tốt đẹp, thân tâm thường an lạc.*

Triều Hoa Đại
thực hiện

trồng cây vào mỗi mùa xuân
cây-có-phước ấy còn chung đất trời ?
biết đâu nhiều gốc đi đời
rễ chưa bén kịp chỗ ngồi phì da
cây không kịp có tuổi già
người thu sở hụi hẳn đà nặng tay !
luân hoán 3-23

VÕ PHÚ
CON CHÓ NHÀ HÀNG XÓM

Milo là tên của con chó nhà anh Bruno, hàng xóm của chúng tôi. Nó thuộc giống Maltipoo, một loài chó được lai tạo giữa chó kiểng Poodle và Maltese. Con Milo có bộ lông dài màu trắng ngà. Đôi mắt màu hạt dẻ tròn xoe trông rất dễ thương. Con chó được anh Bruno, gốc người Nam Mỹ, mua về nuôi khi nó chỉ được vài tháng. Con Milo về nhà được vài tuần, anh Bruno mới bồng con chó con qua khoe với chúng tôi:

- Chúng tôi mới mua một chú cún con. Hy vọng là nó không làm phiền nhà cậu.

Tôi cười vui vẻ trả lời với anh hàng xóm:

- Chúc mừng anh và gia đình có thêm một thành viên mới. Nó nhìn dễ thương quá. Con chó thuộc giống gì vậy?

- Cám ơn. Nó là Maltipoo. Tên của nó là Milo.

Ngừng một chặp, anh tiếp lời:

- Lần đầu chúng tôi nuôi chó, nên sợ nó làm phiền hàng xóm. Nhất là nhà anh có con nít, nên chúng tôi muốn báo trước với nhà anh một tiếng.

- Ồ, không sao đâu, Bruno ạ. Con gái của chúng tôi cũng rất thích chó, nhưng chúng tôi bận rộn nên không thể mua cho cô bé.

- Vậy thì tốt quá. Nếu cô bé thích có thể qua chơi với Milo. Như cậu biết đó, hai đứa con của chúng tôi đều lớn. Đứa con gái đã lấy chồng và ở riêng, cả năm nay chưa về lấy một lần. Còn thằng Alvin thì cũng đã vào trung học và đi làm part-time, chúng tôi cảm thấy nhà trống quá, nên mới mua con chó này về nuôi cho vui.

- Vâng, có con chó con cũng vui cửa vui nhà.

- Đúng rồi đó. Mỗi khi tôi đi làm về, nó quẩy đuôi mừng làm mình vui lây. Đỡ trống vắng.

Những ngày cuối tuần hay hôm nào nắng ấm, Bruno hay vợ thường dắt con Milo đi dạo hoặc cho nó chơi ở trước sân nhà. Cô con gái của chúng tôi cũng mến và hay vuốt ve con chó mỗi khi có dịp.

Mỗi lần tôi đi làm về, con Milo nhìn thấy xe của tôi, nó đều sủa vài tiếng rồi quẩy đuôi mừng. Con Milo hơi nhút nhát và sợ người lạ tới gần. Nó ít khi chạy ra khỏi sân. Nó hay đứng trước cửa nhà nhìn dòng xe qua lại. Khi người lạ tới gần là nó vội trốn vào nhà, núp sau ghế sofa, đưa mắt nhìn. Có một hôm, anh bạn thời đại học của tôi tới nhà chơi. Con Milo nhìn thấy người lạ, đứng sủa mãi. Anh bạn thấy vậy nói đùa:

- Á Đù! Con cún dễ thương quá. Mà sủa gì lắm thế. Ông bắt cho ngậm "giềng" và lá mơ tiêu đời nha con...

Nói xong anh bạn cười đi vào trong nhà với chúng tôi. Nghe anh bạn nói đùa, vợ tôi hỏi tỉnh queo:

- Anh ăn thịt chó hả?

Anh bạn cười giải thích:

- Hồi còn ở Việt Nam kìa. Nhà anh mê thịt chó lắm, nhưng từ khi qua đây rồi thì không ăn nữa. Nhất là sau khi nuôi Bella, mình coi nó như con vậy. Thương lắm, không nỡ ăn thịt.

Bẵng đi một thời gian, cô con gái chúng tôi không còn đòi qua nhà hàng xóm vuốt ve con Milo nữa nên chúng tôi cũng ít gặp nó. Cho đến mùa hè vừa rồi, chúng tôi mới thấy lại Milo đứng trước sân. Nó mập mạp và chậm chạp chứ không linh hoạt như trước.

Một hôm trong lúc tưới hoa trước sân, tôi thấy Bruno mở cửa định dắt Milo đi dạo. Tôi ngừng tay và bắt chuyện với Bruno:

- Lâu rồi chúng tôi không qua chơi với Milo. Giờ nhìn Milo to lớn quá.

- Vâng, nó mập ra đó. Vợ tôi cho nó ăn vặt nhiều quá nên giờ nó béo. Bác sĩ nói nó nên giảm cân và khuyên chúng tôi thường xuyên cho nó đi bộ.

- Ồ, vậy à. Nó bao nhiêu tuổi rồi nhỉ?

- Nó hơn năm tuổi rồi.

- Thời gian qua nhanh thiệt há. Mới ngày nào tôi nhớ anh mới bồng nó qua nhà chúng tôi giới thiệu mà giờ năm năm rồi.

- Vâng... Hồi đó thằng Alvin còn ở trung học. Giờ đã ra đại học và đi làm trên NOVA rồi còn gì.

Chúng tôi đang đứng nói chuyện với nhau thì con Milo chạy tới. Thấy tôi, con Milo quẩy đuôi mừng. Có lẽ chạy quá đà và sức nặng của nó đè lên hai chân trước nên nó lộn mấy vòng rồi nằm im. Bruno thấy vậy vội bế nó lên và vuốt ve nó. Bruno vỗ về:

- Con trai, chạy đi đâu mà dữ vậy? Có sao không?

Được chủ vuốt ve, con Milo nằm im trong vòng tay Bruno và rên nho nhỏ như kiểu bé con đang làm nũng với bố. Bruno cười, nhìn tôi và nói:

- Cậu thấy không, nó dễ thương vầy nên vợ tôi cho nó ăn miết. Riết hồi nó thành như thế này. Thôi chúng tôi không làm phiền cậu làm việc. Chúng tôi đi bộ đây.

Nói rồi Bruno lấy trong túi quần ra sợi dây nhỏ rồi móc vào cổ của Milo, dắt nó đi.

Bruno dắt con Milo đi độ chừng nửa tiếng đồng hồ thì trở lại. Tôi thấy Bruno bồng nó trên tay, nên hỏi:

- Ủa, sao anh không dắt nó đi mà bồng nó vậy?

- Ồ... Tôi không biết vì sao tự nhiên đang đi ngon lành, hai chân sau của nó bị bại. Thấy nó lết tội quá, tôi bồng nó về đi gọi bác sĩ thú y cho nó.

- Ồ, tội nghiệp Milo quá. Hy vọng nó không bị gì.

- Tôi cũng hy vọng vậy.

Bruno bồng con Milo trên tay và gõ cửa gọi vợ rồi cả nhà họ cùng đi bệnh viện thú y. Họ đi rồi, tôi cũng ngừng tay, trở vô nhà. Thấy tôi vô nhà, vợ tôi hỏi:

- Anh đói bụng chưa, em dọn cơm?

- Cám ơn em. Em ăn chưa?

- Trời! Người ta chờ vô ăn chung mà tự nhiên hỏi vậy á.

- À... Em biết gì không? Con Milo nhà hàng xóm tự nhiên không đi được.

- Con Milo nào?

- Thì con chó nhà anh Mễ hàng xóm mình nè. Anh nghĩ chắc tại khi nãy nó thấy anh mừng quá nên chạy lại lộn mấy vòng bị trẹo chân hay sao đó.

- Dạ.

- Hy vọng nó không sao.

- Trời! Chuyện con chó nhà hàng xóm vậy mà nhìn anh thẫn thờ như mất sổ gạo vậy.

- Tại thấy nó dễ thương mà.

Chúng tôi ngồi ăn cơm trưa trong nhà mà mắt tôi cứ nhìn ra bên ngoài. Vợ tôi thấy tôi thấp thỏm đứng ngồi không yên, nàng nói:

- Anh đúng là lo chuyện bao đồng. Con chó nhà người ta mà tưởng như của mình. Thôi nghỉ chút rồi chở em đi Costco mua thức ăn cho tuần tới nè.

- Okay, anh biết rồi.

Hôm sau, ngày Chủ Nhật, tôi ở nhà dọn dẹp vườn và chiết những bụi hoa loa kèn phía trước nhà và cũng trông người nhà của Bruno ra để hỏi tình hình của con chó. Đến trưa, tôi thấy Bruno ra ngoài, nên vội hỏi:

- Bruno, con Milo của anh sao rồi?

- À... Tình hình không được tốt cho lắm. Bác sĩ nói nó bị IVDD.

Bệnh IVDD là một chứng rối loạn cột sống xảy ra do thoát vị đĩa đệm bên trong một con chó bị bệnh. Một chất sền sệt được bao quanh bởi một lớp dày bên ngoài có thể được tìm thấy giữa xương và cột sống ở chó. Chất này cấu tạo nên đĩa đệm và nó đóng vai trò giảm xóc cho cột sống. Khi đĩa đệm thoát vị, nó có thể dẫn đến chấn động hoặc chèn ép tủy sống, gây tổn thương lâu dài và suy nhược. Con Milo bị chứng bệnh này chắc do lần trước nó chạy nhanh và bị lộn mấy vòng chăng?

Tôi nhìn Bruno, cảm thông sự lo lắng của anh ấy. Tôi an ủi anh:

- Ồ... Xin lỗi nhé. Tôi hy vọng rằng nó sẽ sớm bình phục và chạy nhảy như xưa.

- Bác sĩ nói phải chụp X-quang cho nó và có thể phải phẫu thuật.

- Trời! Vậy nữa à? Chắc là tốn kém lắm.

- Vâng. Bác sĩ nói tốn khoảng ba ngàn đến ba ngàn rưỡi đô lận.

- Mắc vậy à?

- Chứ sao. Chúng tôi đang phân vân chưa biết tính ra sao. Số tiền này không nhỏ đối với chúng tôi.

- Xin lỗi nhé, Bruno! Hy vọng là Milo sớm khỏe lại.

- Cám ơn cậu.

Vài tuần sau tôi thấy Rosa, vợ của Bruno, dắt Milo đi dạo. Tôi nghĩ thầm chắc nó đã được khỏi bệnh. Tôi gợi chuyện chỉ vào Milo, hỏi:

- Rosa, con Milo nay sao rồi?

- Nó không sao rồi.

Tôi định hỏi thêm vài điều về Milo, nhưng tôi biết tiếng Anh của Rosa không đủ hiểu và trả lời những câu hỏi của tôi, nên không hỏi nữa. Rosa dắt con Milo đi một hồi thì Bruno đi làm về tới. Thấy tôi, Bruno chào:

- Hello, Pete!

- Hola, Bruno... Anh khỏe không?

- Vâng, tôi khỏe.

- Hồi nãy tôi thấy vợ anh dắt Milo đi dạo. Nó okay rồi chứ?

- Vâng. Cám ơn anh. Nó khỏe rồi. Bác sĩ đã phẫu thuật cho nó và làm vật lý trị liệu cho nó nên giờ đi lại được rồi. Chúng tôi vui lắm.

- Chúc mừng anh.

- Vâng. Tốn tiền quá. Nhưng chúng tôi coi nó như con của mình vậy, tốn cũng ráng bấm bụng mà lo cho nó.

Sau cuộc phẫu thuật chữa bệnh cho Milo, nó vui vẻ và thỉnh thoảng vẫn đứng trước mái hiên nhà nhìn xe cộ qua lại. Mỗi lần tôi đi làm về, gặp nó ở trước sân, Milo đều quẫy đuôi và sủa những tiếng gâu gâu nhỏ rồi chạy vào trong nhà. Tôi biết, nó đang trốn phía sau cái ghế sofa và đưa mắt nhìn tôi.

Võ Phú

NGÀN THƯƠNG
Tự Tình Tháng Ba

Tháng ba hoa gạo nở hồng
Bên triền sông với gió ngàn lao xao
Có người khách lữ năm nào
Bâng khuâng đứng ngắm dạt dào lòng vui

Tiếng đàn ai vuốt chơi vơi
Nắng chiều lắng xuống hồn tôi phút này
Cánh diều phơ phất dưới mây
Rơi rơi từng cánh bông lay nhịp nhàng

Tháng ba giỗ tổ Vua Hùng
Có công dựng nước, cháu con giữ gìn
Nghe lòng chua xót mông mênh
Biết mai sau có đáp đền ân sâu

Tháng ba em chợt nhiệm mầu
Bài ca "Triệu đóa hoa hồng" yêu thương
Chuỗi ngày, ơi tháng ba vương
Trên quê em đó cội nguồn thiên thu... ∎

THỤC UYÊN

Mẹ

Ngày con rời nhánh sông quê
Có đôi cò trắng vẫy thê thiết buồn
Gió lay bất bạt qua truông
Điệu ru nước mắt cội nguồn đã xa...

Mẹ ơi con nhớ quê nhà
Nhớ hàng cau trắng thật thà đưa hương
Nhớ mẹ lủi thủi bên nương
Mót chùm củi ướt khói vương mắt chiều

Mái tranh ngày ấy đã xiêu
Vẹo trong ký ức đã phiêu bạt ngày
Phơi trong nỗi nhớ đọa đày
Có con chim nhỏ lướt bay về đàn

Mưa dầm trắng một mùa sang
Mẹ ngồi đan mũi cơ hàn áo con
Ngón tay mẹ thắt vuông tròn.
Về trong hơi mẹ ấm còn giấc say

Đong đưa vệt nắng qua ngày
Mẹ còng theo bóng đổ dày tháng năm
Nắng thiên thu đã yên hằn
Khẽ khàng bước mẹ vết lăn một đời..∎

XUYÊN TRÀ

LIÊU TRAI

Ngọn gió về - hỏi hoa xưa
Khứ lai dãi nắng dầm mưa tuổi đời
Hoa ẩn nguyệt - giọt lệ rơi
Thầm trong đá núi có lời thị phi

Trăng bật khóc - thời man di
Cõi hồng hoang – ngọn xuân thì khói sương
Gót ai qua - những con đường
Tóc ngào ngạt - đã trầm hương thu chiều

Mê thường trời đất cô liêu
Bóng xưa - thả một cánh diều trong mơ
Có khi lạc địa tình cờ
Đi trong mật sử bây giờ là đâu

Ngày xưa áo lụa qua cầu
Cũng nguyên sơ - mộng ban đầu liêu trai...■

VÕ MIÊN TRƯỜNG

TỪ EM

Từ em
vấp
vạt nắng chiều
Mênh mang
gió
cũng liêu xiêu theo mùa

Từ em
thương nhớ như vừa
Đa đoan, sấp ngửa
được thua cũng đành

Cũng đành
áo mỏng phong phanh
Giọt sương mắc cạn
trên nhành phù Vân

Từ
nguyên sơ ấy ngại ngần
Từ em
ngọng nghịu câu vần
đúng sai...∎

THY AN
CÓ LẼ...

có lẽ con đường này đã ươm những hạt Ngôn Ngữ
thánh thiện nhất
nở hoa cho em
và mang bao nhiêu giọt mưa thầm lặng
tưới mát bên thềm
cỏ cây yêu nhau tha thiết
mặn nồng mấy cõi nhân gian

có lẽ cánh đồng này đã đón những con người chân thật
khai hoang rừng núi
với thăng trầm dân tộc
giác quan em làm sao cảm nhận
mùi hương của thảo nguyên
thơm từng trang huyền sử
sống mãi với những mùa hoa bất tận

có lẽ núi rừng này đã im lìm nuôi dưỡng anh linh
tảng đá xanh thiên cổ
sống mãi với thời gian
máu, lệ, vinh quang, tủi nhục
lặng lẽ vùi thân tráng sĩ, kiếm hoen đất lạnh
cúi mặt ngậm ngùi
sang trang mấy cuộc bể dâu

có lẽ trái tim này vẫn nhịp nhàng tình yêu muôn thuở
đi, về, cho, nhận
thiên thu mỉm cười sợi tóc trắng
tà áo xanh vẫn phất phới đồi hoang
vần thơ trôi lạc miếu đền
như hơi thở ngắn dài
buổi chiều tà huy thơm ngát... ∎

NGUYỄN VĂN ĐIỀU
GẶP BẠN CUỐI TUẦN

Bạn hẹn ta cuối tuần ra quán
Ngồi với nhau thăm hỏi chuyện đời
Ngày tháng nơi đây vô cùng ngắn
Dễ gì có được những giờ vui

Nên hãy cùng nhau ta hội ngộ
Cạn vài ly ấm cuộc sum vầy
Mừng vui còn gặp ngày xa xứ
Hàn huyên cho thỏa buổi gặp đây

Chuyện sẽ nổ giòn như pháo tết
Ôn lại một thời khổ nạn xưa
Con cái bây giờ yên công việc
Có hề gì dù nắng hay mưa

Gặp lại bạn hiền ta rất vui
Kể nhau nghe đủ chuyện trên đời
Quê người mây trắng bay lồng lộng
Ta quàng vai cùng hát mà chơi

Nên cám ơn nhau một chữ đồng
Bởi đời là sắc sắc không không
Còn gặp bạn xưa trên xứ lạ
Ta cùng người bao nỗi cảm thông.

TRƯƠNG XUÂN MẪN

Làm Thơ

Em ạ, sáng nay, bỗng dưng thèm quá đỗi
Một bài thơ - anh thèm một bài thơ
Như thèm ăn, thèm buồn, thèm được nhớ
Một bài thơ giản dị như lời chim

Lâu nay bôn ba cơm, áo, gạo, tiền...
Cái thân chẳng nghĩ đến gì thơ ca
Lúc ấy anh thấy mình nghèo hơn cả
Nghèo chữ, nghĩa, tình, nghèo những suy tư

Lâu nay chạy theo lợi danh rỗng tuếch
Bỏ quên thơ trong ký ức rệu buồn
Nên có lúc thơ quặn mình than khóc
Máu tim anh ray rứt từng giòng

Một bài thơ - anh thèm một bài thơ
Dẫn dắt anh ra đoạn trường bi khổ
Tâm hồn lang bang đứng, ngồi không ổn
Tuổi chất đầy người, chưa đủ... lớn khôn

Anh vẫn biết làm thơ không dễ đâu
Tích lũy vốn đời chẳng có bao nhiêu
Có khi lời người vẫn còn chưa hiểu
Thì làm sao anh viết được cho đời

Anh vẫn biết làm thơ không dễ đâu
Năm tháng trôi qua, bao lần gắng gượng
Làm thơ cũng khó như là sống
Hụt hẫng ngôn từ, vấp ngã đau thương

Anh mơ thơ anh dễ thương ngộ nghĩnh
Nghĩa, ý, câu tinh nghịch như gió đùa
Những vần thơ dẫu cho người khó tính
Cũng sẽ mỉm cười khi đọc thơ anh

Thơ anh có chút mù sương
Có thơm của nắng, có buồn của trăng
Ngọt, bùi, cay, đắng, mơ xanh...
Thơ anh trải rộng cho anh tấm lòng
Bài thơ nồng nàn đôi cánh yêu thương
Về đậu trên cành gai thù hận,
Bài thơ mang tấm lòng cao thượng
Để mỗi người trở thành một ân nhân

Anh mơ thơ anh có ngọn gió trưa hè
Thổi mất âu lo thay màu tóc mẹ
Một gánh chồng con, một đời lấm bụi
Chở che con khi mang phận làm người

Khi ngôn ngữ trở thành bất lực
Anh vịn vào thơ để nói bao điều
Ý nghĩ cao siêu, những lời phàm tục
Kể cả lời mộc mạc của tình yêu

Em ạ, sáng nay, anh thèm quá đỗi
Một bài thơ anh làm một bài thơ
Thơ anh vắt ra từ tim óc
Từ tâm hồn lấm tấm hạt đau

Chỉ có thơ và chỉ có thơ thôi
Thức dậy cùng anh đón ánh mặt trời
Khi trái tim còn mang giòng nhựa sống
Anh còn làm thơ hát giữa cuộc đời

DUNG THỊ VÂN
Rồi Ta Sẽ Quên Nhau

Đến một ngày rồi ta sẽ quên nhau
Mà chẳng có lý do gì
Bởi vì ta không phải là tình nhân
Thì làm gì có đợi chờ mà trông ngóng

Đến một ngày ta chẳng phải luận bàn
Bên này hay bên kia
Bên nào rồi cũng nhòa dĩ vãng
Bên nào rồi cũng viễn ly nhau

Trời về đâu đất về đâu
Có ai biết mà trả lời cho ta nhỉ
Phía bên em là vạn cách ẩn thiên tình
Phía bên anh là ngùi trở những dòng sông

Chẳng có chia ly nên chẳng có nghẹn ngào
Chẳng có xa nhau nên chẳng có từ đây cách trở
Chỉ có con tim - Lặng lẽ hiểu về nhau
Chỉ có thiên tình - Mới hiểu - Vì đâu!!! ∎

NGUYÊN CẨN
NGẪU HỨNG NGHE MƯA

Người ngồi nghe mưa rơi
Không cần phiên dịch
Và lặng nghe tịch mịch
Trong ồn ã tiếng mưa rơi
Mưa có khi không rơi từ trời
Mà rớt vào hồn tự tại
Những giọt xoay tròn xoay mãi
Bao giờ ngừng lại giữa thinh không
Người ôm kín một mùa đông
Đi qua xuân xuân hạ hạ
Thấy cuộc đời nhiều khi rất lạ
Như bầu trời hửng nắng sau mưa
Kỷ niệm kéo về tự những ngày xưa
Chập chùng kết tủa
Hóa thân trầm tích không mùa
Buồn chẳng xoay tua
Mà giọt nước luân hồn khóc mãi
Khi về như lệ giữa không trung
Mai kia giữa vô cùng
Vẫn thấy muôn trùng nuối tiếc
Người đi theo làn mây biếc
Bỏ lại mênh mông trống rỗng trời
Ngồi nghe mưa rơi
Không cần phiên dịch...■

NP PHAN
ÁM THỊ XANH

1.
ngọn đèn đường thức thâu đêm
đang canh chừng
những giấc mơ đào thoát

2.
đàn chuột nhởn nhơ
vẫn đang mon men tiến về
chiếc nắp cống hào hoa

3.
đã tắt từ lâu rồi
tiếng vọng từ bên kia ngọn núi
sợi khói bay lên

4.
ý tưởng gầy guộc
từng bị bỏ quên trong xó nhà
một hôm rực sáng

5.
con tàu lao đi
xé đôi màn đêm u uất
tiếng còi tàu ở lại

6.

những mảnh kính vỡ
trong một dạ tiệc phù hoa
đã có thế giới riêng

7.

vết xe đổ phía trước
không phải là lời cảnh báo
cho sự liều lĩnh

8.

sự thức tỉnh muộn màng
đã bị bỏ lại phía sau
ám thị xanh

9.

đường dài hun hút
những cánh chim không ngoái lại
cơn dông

10.

mặt trời mùa đông
giấu nỗi buồn sau làn mây xám
chiếc bóng trầm tư ∎

TRUNG CHÍNH HỒ

Em & Xuân

Em thả vào ban mai chút nắng
Ấm lên từng mỗi góc đời tôi
Nghe trong cây lá mùa hương sắc
Cho mỗi lần xuân lại nhớ người

Gió hát trên cây bài mãn chạp
Em về đong lại gót son thơm
Lung linh sương sớm còn ướp mật
Thêm ngọt đường quen những bước chân

Em đi qua cả lòng tôi vậy
Rung động mùa xưa những dấu hằn
Gửi chữ tình lên vai thánh nữ
Để suốt đời tôi mộng ái khanh

Tôi rót vào đêm đầy chén nguyệt
Lạc cánh sao chìm đôi mắt em
Để mai trong cõi nào xa khuất
Còn thấu đời nhau một ánh nhìn. ∎

LÊ MINH HIỀN
Buồn Valentine

Tặng ng. tôi ngu ngơ thương

Một hôm tôi về
Nắng vàng tây hiên
Phương đông hừng sáng
Nỗi buồn nghìn trùng
Tan vào hư vô
Trên cồn hoa vàng
Một đóa vô ưu
Một lần rồi thôi
Nở trong ngậm ngùi
Như loài chim nhỏ
Một lần cuối cùng
Cất cao tiếng hót
Tan vào thiên thu
Trong bụi mận gai
Những cành sắc nhọn
Xuyên vào tim khờ ■

Trong mùa Valentine (3:27 khi trời chưa kịp sáng)

NGUYỄN HÀN CHUNG
NGHE TIN NGƯỜI CŨ YẾU TIM

Nghe tin người cũ yếu tim
cái tâm thất trái gây phiền não em
lòng nào còn thể lặng yên
dù tim hai đứa đập riêng lâu rồi

Ngày xưa nghe tiếng đập đôi
cùng nhanh cùng nhịp bồi hồi bên nhau
từ tim em đập vì ai
tiếng tim anh cũng rơi rài rạc rơi

Tim anh may phước, ơn trời
chỉ là đôi lúc nghẹn lời bể dâu
tim không còn khát đập mau
cái tâm thất phải cơ cầu đã khuôn

Nghe tim em yếu rất buồn
anh không cần biết mưa phùn, mưa dông
trái tim đã đập vì chồng
con là phước huệ trong lòng anh thôi!

Ngày xưa nghe tiếng đập đôi
bây chừ đập chiếc vẫn ngùi ngậm mong...■

THIẾU KHANH
KHÔNG CÓ TỜ BÁO "BƯU ĐIỆN" NÀO CẢ !

Các bản tin hàng ngày trên Youtube thỉnh thoảng có nhắc đến tên một tờ báo của Trung Quốc là "Bưu Điện Hoa Nam." Đây là một tờ nhật báo tiếng Anh thuộc sở hữu của tập đoàn Alibaba, xuất bản tại Hồng Kông. Tên tiếng Anh của tờ báo là *The South China Morning Post.* Tờ báo này còn có ấn bản ngày Chủ Nhật với tên *The Sunday Post.* Ngoài ra, Hồng Kông cũng có một tờ Nhật báo có tên *The Hongkong Post*, nhưng cả hai tờ, *The Sunday Post* và *The Hongkong Post* này ít khi được người làm tin ở Việt Nam nhắc tới. Trong khi đó, đặc biệt các báo của Đảng Cộng sản Việt Nam thường đề cập một tờ báo của Mỹ là "Nhật báo Bưu Điện Oa-sinh-tơn" mà tên của nó là *The Washington Post.*

Ví dụ:

"Mới đây, một bài bình luận trên tờ Bưu điện Oa-sinh-tơn, nói rằng: Hoa Kỳ có vẻ tỏ ra chưa thực sự cương quyết với các hành xử được cho là đàn áp nhân quyền và các nhà bất đồng chính kiến ôn hòa ở Việt Nam". (**Tuyên Giáo** – Tạp Chí của Ban Tuyên Giáo Trung Ương)

"Nhật báo 'Bưu điện Oa-sinh-tơn' (Mỹ) số ra ngày 25-3 đưa tin trong thời gian gần đây, tập hồ sơ "Dữ liệu thông tin nhân dạng khủng bố" (TIDE) của Trung tâm chống khủng bố quốc gia Mỹ (NCC), đã tăng đột biến, từ mức dưới 100.000 hồ sơ năm 2003 lên khoảng 435.000 hồ sơ hiện nay..." (**Quân Đội Nhân Dân**)

"Tin tặc tấn công báo Bưu điện Oasinhtơn
Sau hai nhật báo lớn là New York Times (Thời báo Niu Yoóc) và Wall Street Journal (Nhật báo Phố Uôn), ngày 2/2 tới phiên Washington

Post (Bưu điện Oasinhtơn) thông báo đã trở thành nạn nhân mới nhất của tin tặc." (**Tin Tức** – Thông Tấn Xã Việt Nam)

Báo chí Mỹ có lẽ còn có ít nhất một tờ báo "Bưu Điện" như vậy nữa nhưng cũng ít được báo chí Việt Nam nhắc tới là tờ *The New York Post*. Nếu Thái Lan có tờ *The Bangkok Post*, thì Sài Gòn từ năm 1963 đã có một tờ nhật báo tiếng Anh *The Saigon Post* (đình bản ngày 26/4/1985). Hiện nay Sài Gòn có một kênh tin tức trên Youtube cũng lấy tên *The Saigon Post*.

Trước giờ hầu như ai cũng "dịch" (hoặc hiểu) hai chữ tiếng Anh *Post Office* (tiếng Pháp là *Le Bureau de Poste*) với nghĩa là Bưu Điện. Có lẽ ít người thắc mắc tại sao trong dịch vụ thư tín (Post/poste - bưu chính) này lại có Điện gì trong đó?

Thực ra *Post Office*, tiếng Anh, hay *Bureau de Poste*, tiếng Pháp, chỉ có nghĩa là Bưu Cục thôi. Từ điển Pháp Việt của Đào Duy Anh cũng dịch *Bureau de Poste* là Bưu Cục. Theo cách giải thích vắn tắt của người Pháp, *Un bureau de poste est un établissement où s'exerce le service du courrier pour un territoire donné.* (Bưu cục là cơ sở thực hiện dịch vụ thư tín cho một lãnh thổ nhất định). Hoặc nói rõ hơn một chút, đó là nơi người ta đến gởi thư từ hoặc một số hàng hóa có trọng lượng nhỏ theo đường bưu chính. Sở dĩ mọi người quen gọi nó là Bưu Điện vì ngày xưa dịch vụ Bưu chính này có đảm nhiệm luôn cả phần thông tin liên lạc bằng điện tín và điện thoại. Người Pháp gọi chung ba dịch vụ là *Postes, Télégraphes et Téléphones* (Bưu chính, Điện tín và Điện thoại) và chúng thường được viết tắt là PTT. Vậy thì Bưu Điện là cách nói tắt gồm Bưu chính, Điện tín và Điện thoại.

Ngày trước, chung quanh phần trên cái "coat of arms" (huy hiệu?) của Bưu Điện Sài Gòn mà về sau được thay bằng một cái đồng hồ tròn lớn mặt nền trắng chữ số đen, tại mặt tiền của Bưu Điện Trung Tâm thành phố Sài Gòn có gắn ba chữ cái lớn PTT sơn màu đen. Trước năm 1975, do tình trạng chiến tranh, có lúc thư tín trong nước được chuyển đi rất chậm, trong giới báo chí Sài Gòn có người đã nói đùa ba chữ PTT này có nghĩa là Phải Từ Từ. (Về sau, không biết vào năm nào, nhưng trước năm 1975, khi thay cái huy hiệu bằng cái đồng hồ, người ta đã gỡ đi ba chữ này.)

(Ảnh trên Internet)

Ngày nay công nghệ điện tín đã hoàn toàn nhường chỗ cho công nghệ điện thư (email) và tin nhắn (message); dịch vụ điện thoại tách khỏi Bưu Điện, trở thành hoạt động kinh doanh của một số công ty nhất định, người ta vẫn theo thói quen dùng từ Bưu Điện để gọi các Bưu cục và dịch vụ Bưu chính viễn thông. Nhưng cho dù không có sự thay đổi này, từ *Post* trong tên các tờ báo nước ngoài từ trước đến nay cũng không bao giờ có nghĩa là Bưu điện.

Trong tiếng Anh (British English), từ *Post* có một nghĩa là thư tín được dùng trong một số *expressions* liên quan đến dịch vụ bưu chính, tức dịch vụ chuyển và phát thư. Ví dụ:

-**post**: thư tín.

Registered post. - Thư có ghi số (Trước 1975 người miền Nam gọi là thư bảo đảm)

*Was there any **post** for me today?* - Hôm nay tôi có cái thư nào không?

*She was opening her **post**.* - Chị mở thư ra.

-**the post**: chuyến thư.

-*to catch/miss **the post***: gởi kịp/không kịp chuyến thư.

*What time does **the post** go?* -Mấy giờ thì chuyến thư được gởi đi?

-**(the) first/second/last post of each day**. - chuyến thư đầu tiên/thứ hai/cuối cùng trong ngày.

*Applications must arrive **by first post** on September 23.* - Đơn xin phải (được gởi) đến theo chuyến thư đầu tiên vào ngày 23 tháng Chín.

-**by post**: bằng đường bưu chính.

*The winners will be notified **by post**.* - Những người thắng sẽ được thông báo bằng đường bưu chính.

-**in the post**: Theo đường bưu chính/Trên đường chuyển/phát thư.

*Your letter must have got lost **in the post**.* - Chắc là thư của chị đã bị thất lạc trong khi chuyển phát.

*I'll put a copy of the book **in the post**.* - Tôi sẽ gởi một bản cuốn sách theo đường bưu chính.

-**through the post**: qua/bằng đường bưu chính.

*A parcel arrived **through the post**.* - Một bưu kiện đã đến qua đường bưu chính.

Ngoài ra, *Post* có các nghĩa phổ biến như sau:

1. POST là một vị trí/chức vụ công việc (thường có tính quan trọng trong một công ty hay tổ chức lớn). Ví dụ:

-**to apply for a post**: nộp đơn xin việc. - *I applied for the **post** and was asked to attend an interview*: Tôi nộp đơn xin vào vị trí đó và được yêu cầu tham dự một cuộc phỏng vấn.

-**to offer somebody a post**: (giao) cho ai một công việc. - *She was offered the **post** of ambassador to India*: Bà được giao chức vụ đại sứ tại Ấn Độ

-**to appoint somebody to a post**: chỉ định/bổ nhiệm ai vào một chức vụ công việc. - *They said he had been appointed to the **post** by virtue of cronyism*: Họ nói rằng anh ấy đã được bổ nhiệm vào vị trí này nhờ có quan hệ thân hữu

-**to take up a post**: đảm nhận một công việc mới. - *He will take up his **post** as Head of Modern Languages in September*: Ông ấy sẽ đảm nhận vị trí Trưởng phòng Ngôn ngữ Hiện đại vào tháng 9.

2. POST là vị trí, đồn, bót của quân đội, trạm... Thời Pháp thuộc, đồn Cảnh sát cũng gọi là *bót*. "Bót Catinat" nổi tiếng một thời trên đường Catinat Sài Gòn (Thời VNCH là đường Tự Do, sau 1975 là đường Đồng Khởi). *Bót* là cách phát âm "Việt hóa" của từ POST.

- *By 5 am the soldiers were already at their **posts**.* - Đến 5 giờ sáng, những người lính đã có mặt tại vị trí của họ

- *No one was allowed to leave their **post***. -Không ai được phép rời khỏi vị trí của họ.
- *trading post*: Trạm giao dịch (*They realised the strategic importance of the site and used it as a naval base and trading **post***. - Họ nhận ra tầm quan trọng chiến lược của địa điểm này và sử dụng nó như một căn cứ hải quân và trạm giao dịch.)
- *He had found the observation **post** two miles beyond the outer rim of the Jabal Hamrin.* - Ông đã tìm thấy trạm quan sát cách mé ngoài của Jabal Hamrin hai dặm.

3. POST là cây cọc, cây cột, bằng gỗ hay kim loại chống hay chôn chặt xuống đất.
- *A fence post:* Một cây cọc rào.
bedpost: chân giường.
gatepost: cột cổng
lamp-post: cột đèn.
signpost: cột bảng hiệu.
- cột dọc khung thành trong bóng đá, khúc côn cầu cũng gọi là *post*.
- *The ball hit the **post** and bounced off*: Bóng trúng cột dọc khung thành và nảy bật ra.
- *post* cũng là cột mốc về đích trong cuộc đua, nhất là trong trường đua ngựa.
- *The Magic was first past the **post**.* - Con Magic đã về đích trước.

4. POST là bài viết, bản tin hay tờ nhật báo. Ở góc trái phía trên bài viết của bạn trên facebook có dấu ba chấm. Bấm chuột vào đó, nếu trong cài đặt bạn chọn ngôn ngữ là tiếng Anh, bạn sẽ thấy trong cửa sổ xổ xuống có mấy chữ theo thứ tự từ trên xuống: "*pin post*," "*edit post*," "*save post*." Còn nếu bạn chọn ngôn ngữ Facebook là tiếng Việt, các chữ đó tuần tự là "Ghim bài viết," "sửa chữa bài viết," và "Lưu bài viết."

Post là một bài viết, một bản tin. Bản tin in ra hàng ngày bán cho người ta mua về đọc, đó là một tờ báo. Thế nên từ *Post* trong những cái tên báo như *The Washington Post, The New York Post, The Saigon Post, The Bangkok Post, The South China Morning Post*, và *The Sunday Evening Post*, vân vân, chỉ có nghĩa là tờ nhật báo, tuần tự là Nhật báo Washington, Nhật báo New York. Nhật báo Sài Gòn, Nhật báo Băng Cốc, Nhật báo Buổi sáng Hoa Nam, Nhật báo Buổi chiều, vân vân, chớ không hề là báo Bưu Điện gì cả.

Ngoài ra, từ *Post* trong tên các tờ báo còn có thêm một nghĩa khác có tính lịch sử. Ngày xưa các triều đình vua chúa tổ chức ngựa trạm để đưa tin. Với những tin tức bình thường, người đưa tin (sách lịch sử gọi là người phu/chạy trạm) chạy ngựa trên một quãng đường nhất định từ trạm này đến trạm kia thì dừng nghỉ, ngủ lại qua đêm, ngày mai chạy tiếp. Nhưng với các tin hỏa tốc, người chạy trạm sẽ không dừng nghỉ. Khi đến một trạm kế tiếp, anh ta đổi ngựa và tiếp tục chạy để bảo đảm tin tức được đưa về triều đình sớm nhất. Vào thế kỷ 18, người Anh/ Mỹ gọi cách chạy ngựa suốt đường không nghỉ như thế là "*travelling post*" (chạy vượt trạm). Qua thời gian, từ *post* mang ý khẩn cấp; những thông tin khẩn cấp vì thế cũng có nghĩa là rất quan trọng, tin nóng, tin hay, tin mới nhất, tin hấp dẫn. Vì vậy, một tờ báo mà tên của nó có chữ *Post* là có ý tuyên bố nó có tin tức nóng nhất, mới nhất. Tờ *The Morning Post*, chẳng hạn, hàm ý thông báo những tin tức sáng nay của tờ báo còn nóng hổi vì mới nhận được qua người đưa tin "chạy xuyên trạm" trong đêm qua.

Chuyến thư gởi đi đầu tiên và cuối cùng trong ngày của một Bưu cục được gọi là *first post* và *last post*. Nhưng expression "*the first post*" có một nghĩa quân sự là cuộc kiểm tra đầu ngày của sĩ quan chỉ huy tới các điểm canh gác (sentry posts) của binh lính quanh doanh trại. Và expression "*the last post*" là tiếng kèn đồng (được thổi ở nốt La (A) , kéo dài 45 giây) báo hiệu chấm dứt cuộc kiểm tra đó. Trong thế kỷ 18, "*the last post*" trở thành tiếng kèn thu không.

Thời xưa quân lính (và dân cư) sống trong các thành quách, ban ngày dân cư ra sinh hoạt ngoài thành, chiều tối trở vào thành. Đến một giờ nhất định những người canh giữ cổng thành đánh ba hồi chiêng hoặc trống kéo dài chậm rãi báo hiệu giờ đóng cửa thành. Người ta gọi đó là tiếng chiêng/trống thu không.

Kiều từ trở gót trướng hoa,
Mặt trời gác núi chiêng đà thu không. (Kiều)

"Tiếng trống thu không báo hiệu trời sắp tối. Từng tiếng một vang ra để gọi buổi chiều, thưa thớt, chậm rãi, buồn bã." (Thạch Lam, Nắng Trong vườn)

The last post – tiếng kèn thu không trong lục quân Anh và Úc cũng vậy.

Trong thế kỷ 19, trong các quốc gia thuộc khối đế quốc Anh (The British Empire), *the last post* có một chức năng mới nữa là tiếng kèn tưởng niệm trong các tang lễ quân sự hoặc buổi lễ tưởng niệm các chiến sĩ đã hy sinh trong chiến tranh. Tiếng kèn đồng cất lên với nốt Si giáng (B ♭) buồn bã kéo dài 75 giây.

Vì từ Post được thảo luận ở đây là một danh từ, không thuộc trong ngữ cảnh mô tả hành động cho nên ta không bàn đến động từ Post. Và Post cũng không phải là một tính từ (dạng tính từ của Post là postal - thuộc về hoặc liên quan đến bưu chính). Khi được dùng như một tiếp đầu ngữ (*prefix*), Post có thể tác động đến từ sau nó giống như tính từ, nhưng cũng chỉ có nghĩa là hậu/sau, như:

Post-doctoral: hậu tiến sĩ

Posthumous: tử hậu (sau khi chết): (như trong câu: *But good conduct now can bring* **posthumous** *promotion or vice versa.* - Nhưng hành vi tốt bây giờ có thể mang lại sự tưởng thưởng sau khi chết hoặc ngược lại.)

Post-operative: hậu phẫu.

Postmodernist: thuộc chủ nghĩa hậu hiện đại

Postpartum: hậu sản. (Phụ nữ) sau khi sinh.

Post-war: hậu chiến.

Vân vân...

Tóm lại *Post* không phải là Bưu Điện. Và không có tờ báo Bưu Điện nào cả.

Thiếu Khanh

ví như còn ở quê nhà
chắc viết phải lách đến ba bốn chiều
bởi hoạt cảnh buộc đăm chiêu
ngứa mắt nhưng chẳng dám liều mạng chơi
ở đây rớt khỏi chuyện đời
tán tha hồ chuyện đất trời, tự do

luân hoán 3-23

TRẦN QUANG CHÂU
NGÀY ĐỊNH MỆNH

hồi ký ngày 21/3/1975

3 giờ chiều, nắng còn rất nóng, đường phố thưa bóng người đi lại. Thị xã Quảng Ngãi như cây khô thiếu nước, đang héo dần, cuốn mình theo những lo toan của thế cuộc... Mặt trời như nóng hơn, không gian cũng đồng lõa phủ lên hơi nóng đỏ bừng trên thịt da người...

Màu nắng nhàn nhạt, có chút bụi khói, có mùi thuốc súng. Thỉnh thoảng đâu đó vài tiếng nổ lớn của bom đạn vang lên... hối thúc lòng người. Một chiếc xe cứu thương của quân đội đang hú còi vội vàng chạy qua. Đường Quang Trung, con phố chính của trung tâm Thị xã vắng hoe. Hàng quán cửa đóng then cài, thỉnh thoảng vài bóng người tay xách hành trang, nách mang em bé hớt hải đi qua. Sau một hồi dạo quanh các ngả đường, tôi dừng lại ở góc một ngã tư có cây xăng, nơi đây người ta đang tập trung rất đông để mua xăng dự trữ, vì nghe đâu 6 giờ chiều nay mọi kho xăng sẽ bị phá hủy không còn một giọt.

Tình hình chiến sự đang cực kỳ bấp bênh, không khí chiến tranh như thổi vào lòng người những cơn gió lạnh nổi da gà. Họ rỉ tai cho nhau nghe những thông tin chiến sự nóng hổi:

"Trên quốc lộ 1 đường ra Đà Nẵng đã bị cô lập. Huế bắt đầu di tản, bộ chỉ huy tiền phương của vùng 1 chiến thuật đang mở đường máu ra cửa biển Thuận An để di chuyển bằng đường biển vào miền Nam, kết hợp với Vùng 3 trấn giữ khúc ruột của những vùng đất còn lại.

Núi Đình Cương, một vị trí chiến lược của tỉnh Quảng Ngãi, cũng đã thất thủ. Tiểu đoàn 4 Biệt động quân ở núi Vàng đang cố thủ tử chiến...

Tình hình chiến sự ở Quảng Ngãi cực kỳ bế tắc không có lối thoát, không có đường rút lui. Mọi người hối hả, hồi hộp chờ đợi, không biết điều gì sẽ xảy ra tiếp theo nữa đây. Hình như trong lòng ai cũng lo sợ, cũng khẩn trương, họ mang nặng một nỗi buồn không biết bám víu vào đâu...

Cuộc nội chiến kéo dài 20 năm, đang đến hồi khốc liệt, với cái kết cuộc rã rời đau thương trong âm thầm tủi nhục, của đời người đổi trắng thay đen...

Ùm! Một quả đạn pháo vừa rớt xuống bên kia đường nổ lớn, mọi người bỏ chạy tán loạn. Khói bụi mù mịt, mùi lưu huỳnh cay xé hai mắt. Không như những người khác. Tôi ngồi xuống phía sau chiếc xe honda dame của mình, căng đôi mắt thiếu ngủ nhìn kỹ về hướng khói bụi đang tan dần. Rất may, không có ai bị thương vì căn nhà kia bỏ trống - chắc gia đình họ đã di tản từ trước.

Qua cơn hoảng loạn, sợ hãi, mọi người lại tiếp tục hối hả, lo toan với công việc trước mắt của mình đang làm dang dở... Lòng tôi bỗng dâng lên nỗi niềm xa xót từ cội nguồn sinh ly tử biệt. Bởi người dân nơi đây, họ đã quá quen rồi với nỗi buồn chiến tranh, với hầm chông bom mìn, với sự mất còn kẻ đi người ở.

Bằng ánh mắt của những con cá chết đang cố vùng vẫy tìm chút nước của sự sống, họ chen lấn nhau, chìa ra từng chiếc can nhựa 2 lít, cố gắng được bơm đầy xăng vào, rồi chạy vội về nhà. Người bán, kẻ mua, ai cũng vội vội vàng vàng, với tâm trạng nôn nao, mơ hồ lo sợ.

Chờ đợi rất lâu vẫn không chen vào được, chán nản tôi bỏ đi, cùng với chiếc xe cà tàng của mình, lại đi lòng vòng như tìm kiếm một điều gì mà chính bản thân mình cũng không thể hình dung được. Đường phố càng về chiều hơi nhộn nhịp hơn, có lẽ mọi người đang ý thức một điều gì đang và sẽ xảy ra, sự căng thẳng ưu tư lộ rõ trên từng gương mặt người.

Nơi bến xe người già và trẻ em với mớ hành lý khiêm tốn, tụm lại thành từng nhóm. Họ vừa từ các quận xa xôi, miền biển, miền núi kéo về đây, rồi chưa biết có còn phải đi đâu nữa không? Họ mỏi mệt lắm rồi, mãi với điệp khúc "tản cư, hồi cư". Người ta vật vạ, chờ đợi, những ánh mắt cầu cứu lóe lên bất chợt, họ hy vọng một phép mầu sẽ đến...

Thỉnh thoảng vài chiếc xe khách chất đầy hành lý ra vào bến xe, những gương mặt bơ phờ vì thiếu ăn thiếu ngủ, trẻ em thì vật vạ la khóc, người lớn thì ngất ngư tìm kiếm một lối thoát mà không ai có thể biết... Không thấy bóng dáng người lính nào trên đường phố. Quân đội được lệnh cấm trại 100%. Những căn nhà còn người ở. Tôi thấy họ cũng đang vội vàng thu xếp hành trang. Tâm lý ai cũng muốn tìm đường chạy trốn, nhưng không biết phải đi theo phương hướng nào đây. Tự nhiên tôi liên tưởng tới nỗi lòng người thua cuộc, nó tả tơi tội nghiệp bi đát làm sao ấy. Trong đầu hỗn độn những hình ảnh đau thương mất còn và mơ hồ linh cảm, như đâu đó những trại tập trung của Adolf Hitler vội vàng được dựng lên để thu gom người Do Thái...

Tôi bỗng rùng mình lo sợ cho gia đình, cho những người thân, lòng hồi hộp phải làm sao nhanh chóng về nhà.
Dọc quốc lộ 1 theo hướng từ Thị xã Quảng Ngãi đi vào quận Tư Nghĩa, chừng 2 km là đến nhà tôi, đường sá cũng vắng teo, chỉ thỉnh thoảng vài chiếc xe hối hả chạy qua, bỏ lại một lớp bụi mù nhắn gởi... Mẹ và các em tôi cũng đang tất bật dọn dẹp nhà cửa và thu xếp hành trang, với tâm trạng rối bời trong yên lặng. Ba của tôi thì túc trực ở cơ quan đã 2 ngày rồi, với tiêu chuẩn khẩu phần có sẵn.

Nhìn nhà cửa bề bộn, biết làm sao mang nổi hết đây, mà bỏ lại thì tiếc. Nghĩ xa hơn chút nữa, tôi bỗng thấy hoang mang vô cùng. Đi đâu bây giờ? Đi bằng cách nào? Mọi ngả đường bộ vào Nam, để đến miền đất Hứa, đều bị chặn ở những vị trí cổ chai huyết mạch. Đi vô, thì đèo Bình Đê - vĩ tuyến 16 - coi như hoàn toàn bị phong tỏa, không thể nào vượt qua Bồng Sơn để vào Quy Nhơn.

Hướng ra thì chỉ còn đường biển, đợi tàu của Mỹ cứu hộ, hoặc vào Nam bằng đường thủy. Nhưng cũng phải vượt qua một lộ trình vất vả gian nan để đến được Chu Lai và ra bến cảng, nhưng chắc gì có tàu và nếu có thì chắc gì chen chân lên được?

Dù biết như vậy, và bây giờ chỉ còn một giải pháp đó để cầu may. Nên trong suy nghĩ của mọi người, đều nhen nhúm đôi chút hy vọng, để tìm con đường sống, nhưng rất đỗi khó khăn, nguy hiểm và đầy may rủi.

Suy nghĩ tới lui, được mất. Tôi thấy bình tĩnh hơn và quyết định:

"Má à, con nghĩ thế này. Chỉ nên gom những vật dụng cần thiết cho gọn lại thôi, chứ không phải mang đi đâu cả và cứ ở trong nhà đóng cửa lại, nếu có súng nổ đánh nhau thì tất cả xuống hầm. Tối đưa ba đứa em nhỏ và bà nội vào ngủ trong hầm cho an toàn. Phải ở nhà để bảo vệ tài sản. Còn phần con và ba thì chưa biết thế nào. Nếu cơ quan di tản thì có lực lượng yểm trợ, may rủi nữa. Trong trường hợp bị thất lạc, sẽ tìm mọi cách để liên lạc sau".

Trời tối dần, tiếng súng nổ từ xa dồn dập hơn, đạn pháo, hỏa châu thắp sáng cả vùng trời. Quận Tư Nghĩa, là tên gọi nơi làm việc và điều hành của các ban ngành dân sự và quân sự. Là trung tâm chỉ huy của hai bộ phận tác chiến chủ lực của quận. Đó là lực lượng Quân đội và Cảnh sát. Đang lúc dầu sôi lửa bỏng, mọi luật lệ kỷ cương đều bị thay đổi một cách cẩu thả cầu toàn... Mọi người nôn nao chờ đợi, nghe ngóng tin tức từ hầm truyền tin. Không ai biết trước điều gì sắp xảy ra.

Tiếng đạn pháo nổ, tiếng người vội vã xen lẫn tiếng loa phóng thanh từ bộ phận chỉ huy vang lên: "Tất cả không dao động, nằm yên ở vị trí chiến đấu - Đợi lệnh".

Đạn pháo kích rền trời, đèn hỏa châu treo sáng thấy rõ cả đường đạn bay. Một vài quả rơi trúng giao thông hào, hay bên hàng kẽm gai. Mọi người bắt đầu hoang mang lo sợ, tập trung ở hầm truyền tin chờ đợi lệnh từ Tỉnh (Tiểu khu). Tin tức các nơi dồn dập đưa về, đều là những bế tắc, thất bại đầy bi quan và bất lợi. Đường dây nối với Tiểu khu cũng rời rạc mất sóng.

"Ở Tỉnh người ta cũng bỏ của chạy lấy người rồi." Tiếng ai đó la lớn trong hầm truyền tin, làm tất cả nhốn nháo mất bình tĩnh, trật tự bị đảo lộn hoàn toàn. Nỗi sợ hãi hiện rõ trên từng gương mặt mọi người.

Bên quân đội náo loạn, âm thanh tiếng người, tiếng súng va chạm vào nhau nghe như tiếng gọi từ địa ngục vọng về... Những chiếc xe GMC bắt đầu nổ máy. Rồi có lệnh khẩn trương thiêu hủy tài liệu. - Những tủ hồ sơ được lôi ra vội vàng và châm lửa. - Mọi người tranh nhau tìm lấy quân trang quân dụng của mình, cố tình bỏ lại những gì hơi nặng có thể làm chậm bước chân người tháo chạy.

Hai chiếc "ríp lùn" của Cảnh sát cũng bắt đầu "đề ga". Đạn pháo bay sè sè trên đầu. Mọi người hoảng loạn, hối hả chen nhau tìm một chỗ để bám víu vào thân xe. Hai lớp cửa cổng chính của Quận vội vàng mở ra, nơi thường ngày rất đỗi quy củ và nghiêm trang, giờ đây sao dễ dãi, cẩu thả và nhếch nhác làm sao! Vài chiếc GMC quân đội vọt ra trước, kèm theo những tràng đại liên mở đường. Xe của

Thiếu tá Chi khu trưởng tiếp theo, rồi xe của Cảnh sát cũng nối đuôi, rất nhiều người chạy bộ theo từ phía sau... Tiếng đạn pháo nổ, tiếng người hối hả gọi nhau. Một không khí cực kỳ hỗn loạn, bát nháo, không còn chút gì gọi là quân kỷ nữa. Xe chạy rất chậm, ngồi nép bên phải của nắp capo phía trước, tôi nghe loáng thoáng tiếng người thúc giục nhau. "Phải nhanh chóng theo kịp tiểu đoàn Biệt động quân mở đường máu đang chiến đấu phía trước. Để tranh thủ ra đến Chu Lai cho kịp tàu của Hải quân."

Nhưng xe chỉ chạy được hơn cây số thì ngừng lại vì kẹt đường. Dòng người đang di tản chật kín trên quốc lộ, họ gồng gánh đủ thứ tài sản cuối cùng có thể mang được. Người lớn, trẻ em, xe gắn máy đan xen, kẻ đi bộ, người chạy xe. Họ tranh nhau giành từng bước chân để tìm đường tiến tới, theo hướng đến Chu Lai và ra biển, vì nghe đâu tàu Hải quân của Hạm đội 7 đang chờ cứu hộ. Tiếng súng cá nhân nổ như bắp rang đâu đó. Tiếng đạn pháo kích cầm chừng như cố dồn con người vào ngõ cụt. Vừa nghe tiếng đề-ba hình như cũng rất gần đâu đây, đạn bay hú trên đầu. Rồi một tiếng nổ lớn, mọi người tản ra và nằm xuống tại chỗ. Tôi nghe có tiếng la đau đớn, của người trúng mảnh đạn bị thương... Hành lý cả một gia tài vương vãi ngổn ngang. Có người nằm xuống và vĩnh viễn không ngồi dậy nữa.

Dòng người lại tất tả chen lấn nhau đi tìm sự sống bên cái chết và chưa biết chút xíu nữa đây, ai sẽ nằm lại trên đại lộ kinh hoàng này. Xác người nằm xuống, không một giọt nước mắt, không một cái vẫy tay từ biệt tiễn đưa... Thậm chí người ta đang bước đi trên xác người chết mà cũng không hay, vì bóng đêm đồng lõa và con người như bị trôi tuột theo dòng chảy của cơn lũ để tìm đường sống.

Trên trời mây âm u, bóng trăng hạ tuần màu huyết dụ, pha trộn với sương đêm gần sáng, giống như tấm thảm màu máu loang đều trong không gian phản trắc. Tiếng súng AK "cắc cù" nghe như tiếng chim Cú kêu gọi hồn, báo hiệu bao điều không may...

Trời gần sáng, tiếng đạn pháo nổ dồn dập hơn, như đuổi theo dòng người đang cố chạy thoát thân, phía trước đạn trung liên, tiểu liên nổ liên thanh, xé rách không gian bay vun vút trên đầu. Không còn đường tiến... Dòng người bắt đầu tản ra, tìm vị trí an toàn nằm xuống hai bên bờ ruộng lúa...

Chỉ một lộ trình 10 km mà người người chen lấn nhau để nhích dần từng bước suốt một đêm dài định mệnh. Càng về sáng, nỗi sợ hãi càng tăng lên theo cấp số nhân, chung quanh tôi vắng dần và xa lạ. Họ thi nhau vứt bỏ tất cả mọi thứ gọi là hành trang. Y phục cũng thay đổi, họ cố gắng hóa trang để trở thành những người nông dân chân lấm tay bùn, dù cách đây chỉ mấy phút họ là những người lính với đầy đủ quân trang quân dụng...

Trời càng sáng tỏ. Phía trước không còn lối đi, một bức tường thép vô hình - bước đến là ranh giới của địa ngục...

Mọi người dè dặt nhìn nhau như trao đổi những tín hiệu cầu an. Họ nói với nhau bằng thứ ngôn ngữ vô cùng xa lạ. Rồi như tất cả đều chấp nhận quay trở về con đường cũ mà suốt đêm rồi mình đã tranh nhau từng bước để đi qua.

Quần áo nhếch nhác, mặt người tím tái, nỗi sợ hãi làm cho lòng người tê cứng, những bước chân gượng gạo nặng nề kéo lê cái xác thân mệt mỏi quay về...

Trời sáng hẳn, mọi lối đi suốt một đêm qua lồ lộ phơi bày trước mắt. Xe quân đội bị cháy trơ khung nằm vương vãi dọc đường, xác người chết với quân phục rằn ri bê bết máu nằm rải rác đó đây, vô số những của cải gọi là hành lý bị vứt bừa bãi ngổn ngang khắp lối đi, bên cạnh súng đạn, nón sắt và quân phục đủ mọi loại binh chủng tả tơi nằm kín từng centimètre trên lối đi, như cố tình làm cho lòng người khủng hoảng ớn lạnh...

Những xác người không còn nguyên vẹn nhưng tay vẫn đang cầm súng... Không một ai dám cúi xuống nhặt nhạnh cái ví da hay một túi xách, dù biết chắc trong đó là cả một gia tài bằng tiền và vàng... Nỗi sợ hãi làm cho con người giống như những hình nộm biết đi. Người ta tự an ủi động viên mình bằng câu nói thầm trong dạ: Thôi thì, còn được sống đã là may phước rồi.

Dọc hai bên đường những lá cờ xa lạ hai màu xanh đỏ vội vàng trương lên, những loa phóng thanh phát ra những bài ca mừng chiến thắng. Đoàn quân dép râu mũ tai bèo với súng AK 47 lăm le chĩa vào dòng người đang thất thểu bước đi.

"Giơ hai tay lên - đầu hàng". Đó là âm thanh tôi nghe rõ nhất và mọi người răm rắp làm theo mệnh lệnh với hy vọng cuối cùng: Còn giữ được cái sinh mạng nhỏ nhoi và khốn nạn này...

Tôi cúi đầu, tay giơ lên trời và cố gắng bước cho thật nhanh, để qua mau đoạn đường mà tưởng chừng như thần chết có thể xuất hiện bất cứ lúc nào...

Trần Quang Châu

VŨ KHẮC TĨNH

SÀI GÒN MUÔN THUỞ

1.

Đang nắng nóng, đột nhiên trời dông gió, rồi một cơn mưa trái mùa ào ào trút xuống đường phố. Lúc đó khoảng năm giờ chiều đường vắng lại càng trở nên quạnh quẽ. Một vài người tất tả chạy xe nhanh để kịp về nhà trước sáu giờ tối, múi giờ nhà nước cấm tất cả nhân dân thành phố ra đường mùa dịch Covid-19.

Siêu thị đóng cửa, người phục vụ bắt đầu dọn dẹp, họ hối thúc tôi hãy về đi chứ sau sáu giờ ra đường là bị phạt tiền mấy triệu đồng đó. Tôi nói với họ không sao đâu, đường vắng vẻ chạy xe nhanh lắm, ngó tới ngó lui tôi vẫn thấy mình là vị khách sau cùng ra khỏi siêu thị. Tôi dẫn bộ chiếc xe Honda ra đường, đề công tắc cho xe nổ, rồ ga xe chạy. Trên đường lúc đó cũng có một vài người cắm đầu cắm cổ chạy thục mạng để kịp về nhà trước sáu giờ tối.

Trên đường giờ này mưa đã tạnh hẳn. Thời tiết mấy ngày gần đây hay mưa vào buổi chiều, có khi buổi tối không chừng, chỉ một hai tiếng đồng hồ rồi tạnh hẳn mới lạ lùng chứ. Nói cơn mưa trái mùa bất chợt cũng không đúng cho lắm, trái mùa chi chiều nào cũng mưa, mùa mưa dai dẳng thì chưa đến. Hình như chỉ còn một tháng nữa thôi mùa mưa mới bắt đầu.

Tôi đến Sài gòn hơn hai mươi mấy năm rồi để tìm kế sinh nhai. Tôi hòa mình vào cuộc sống chung với người dân Sài Gòn, dần dần tôi cũng quen với nếp sống ở đây và thích nghi với sự xô bồ, phức tạp, ồn ào trong nhịp chảy nhộn nhịp vốn có lâu nay, nên đi ra đường lúc nào cũng thấy tấp nập người đi và xe chạy loạn xạ trong cái nắng nóng chóng mặt.

Những năm tháng đầu tiên xa quê nhà, tôi gần như rơi vào trạng thái bất an vì cảm thấy không thể sớm hòa nhập với công việc làm ăn buôn bán, một cái nghề còn quá mới mẻ, bon chen cạnh tranh nhau với những con người từng trải đầy những kinh nghiệm, họ là những con người làm ăn sinh sống lâu năm ở đây, có rễ má dây mơ dắt díu nhau qua từng thế hệ buôn bán. Tôi thèm được nói tiếng Sài Gòn sao cho thanh thoát, vì tôi là dân xứ Quảng, nên thường hay bị những con người chính cống Sài Gòn nhại tiếng nói của tôi mỗi lần tiếp xúc với họ. Tôi thèm ra phố đi thong dong cùng với những người bạn chí cốt.

Cuộc đời lang bạt của tôi nơi đất khách quê người không nhiều niềm vui, nhưng rất lắm sự lo nghĩ phiền muộn. Trong khi những người bà con họ hàng hay bạn bè vào sinh sống ở Sài Gòn lâu năm, đã có một cuộc sống ổn định, họ làm ăn khấm khá, nhà cửa khang trang, con cái học hành đến nơi đến chốn, còn tôi dậm chân tại chỗ chưa đạt đến mục đích tốt nhất, có lẽ chưa có nguồn cảm hứng trong môi trường buôn bán, một cái nghề bất đắc dĩ, nhưng đó lại là cái nghề luôn đem lại cái ăn cái mặc bền bỉ lâu dài mới lạ chứ, thành ra tôi phải chấp nhận con đường dấn thân vào môi trường cố hữu đó. Ông cha ta thường nói "Phi thương bất phú" cứ theo đó mà đi vì trên đời này có gì hơn buôn bán đâu. Sự thế tất phải như vậy, nhưng lại có đôi lần ngẫm nghĩ ra tôi cũng không biết quyết định này của mình có đi đúng hướng không. Khi tôi còn sống ở quê nhà, sau khi đi làm rừng một thời gian dài, rồi về lại quê quán làm đủ ngành nghề để kiếm sống, dù sao cũng tìm được chút hứng thú với công việc. Tôi cảm thấy mình không khác gì một bộ phận nào đó của máy móc. Mỗi buổi sáng dậy sớm đi ra chợ chào hàng các sạp bán áo quần, họ có lấy hàng để bán không, một ngày đi hết các chợ Sài Gòn như thế, chạng vạng tối mới về đến nhà nghe mệt lử người. Tắm rửa ăn uống xong, ngồi nghỉ ngơi hay đi lòng vòng giúp cho việc tiêu hóa dễ dàng, tranh thủ đi ngủ sớm, thành ra cái thói quen không bỏ được.

2.

Vào một buổi chiều chủ nhật, Tư Yên đến nhà rủ tôi đi uống cà phê, tôi từ chối, nhưng nghĩ đi nghĩ lại bạn bè lâu ngày mới gặp lại nhau không lẽ không đi, vì bản thân tôi cũng muốn đi đây đi đó cho biết Sài Gòn, đã là con người Sài Gòn mà không nắm bắt được những lạc thú vui chơi thì không phải là con người Sài Gòn hào phóng.

Đến đó Tư Yên uống cà phê hút thuốc lá, không lẽ tôi không hút, từ ngày tôi vào lại Sài Gòn tôi đã bỏ hút thuốc lá, không còn mơ màng chi đến nó nữa dù là nửa điếu thuốc. Nhưng hôm nay thì lại khác, tôi thấy Tư Yên hút thuốc một cách thích thú, tự nhiên tôi cảm thấy thèm, châm lửa điếu thuốc phì phà, nhả khói bay vòng vo rồi tan biến vào hư không.

Lâu rồi tôi không có dịp nghe nhạc tiền chiến, có thì giờ rảnh rỗi đâu mà nghe, tối mặt tối mày với cơm ăn áo mặc. Hôm nay nghe lại bản nhạc Hoài Cảm của nhạc sĩ Cung Tiến, với tiếng hát của ca sĩ Lệ Thu nghe hay và xúc động quá. Tôi thả hồn vào mênh mông, nghe hồn bay bổng rất khó tả. Tôi không còn nghi ngờ gì nữa, bạn ta thằng Tư Yên sành điệu quá, tâm hồn còn lãng mạn quá.

Mấy mươi năm sống ở Sài Gòn, coi như dân Sài Gòn chính hiệu và hào phóng là ở chỗ đó, vì tôi biết họ có chí thú làm ăn tối mặt tối mày đến cỡ nào, tâm hồn họ lúc nào cũng rung động, đầy những cảm xúc hài hòa trong cuộc sống muôn màu muôn vẻ.

Tôi chơi thân với một vài người dân Sài Gòn chính cống là người hàng xóm láng giềng với nhau, mấy con người đó chỉ đi làm thuê bốc vác hàng hóa thôi nhưng mỗi buổi chiều đi làm về, làm gì thì làm cũng ghé lại quán rượu vỉa hè, uống một, hai ly rượu thuốc, khi nghe máu chạy rần rần trong người, hát vài câu vọng cổ rồi mới đi về nhà ăn cơm với vợ con, họ khẳng định không sa đà rượu chè be bét đâu, rất là khí khái. Tôi rất ngưỡng mộ.

Tư Yên nãy chừ ngồi ngả người trên chiếc ghế im lặng bỗng bất ngờ lên tiếng:

- Mày nghe bản nhạc vừa rồi có hay không? Quán này là quán cà phê hạng sang đó mày, giá cả có đắt đôi chút, nhưng lúc nào cũng có đông khách ra vào. Cô chủ quán là một người ở Đà Lạt xứ sương mù, trẻ đẹp, nắm bắt được sở thích của khách thích thưởng thức loại nhạc nào, cũng như khách thích chiêm ngưỡng những bức tranh thủy mặc hay tranh cổ điển Pháp cô đều treo trên tường. Quán cà phê cô chủ thoáng đãng chìm trong không gian hài hòa chân thực, vừa lòng khách đến cũng như vừa lòng khách đi. Đến uống cà phê, nghe nhạc êm dịu, giá cả có đắt hơn chỗ khác, nhưng cũng không sao, chấp nhận được.

- Nhạc hay lắm, ru hồn lắm...

Tư Yên nghe tôi nói vậy sướng quá, ngồi rung đùi có vẻ ưng cái bụng.

- Mày đồng cảm với sở thích của tau là vui rồi. Chìm đắm trong âm nhạc là tạo thêm rung động tâm hồn, tụi mình giờ đâu còn trẻ nữa... còn vui chơi được thì cứ việc vui chơi cho thỏa thích lòng đam mê.

Tôi thả long:

- Mi hay đến đây uống cà phê nghe nhạc hả?

- Tau rất ít đi đến đây, có mày tau mới đến chỗ này. Lâu nay tau thường lui tới quán cà phê mộc mạc gần nhà, cà phê không ngon nhưng rẻ tiền.

- Khi nãy mi đưa tau đến đó cho gần nhà, đi đến chỗ này quá xa, ở quận Nhứt phải không?

Tư Yên ngồi cười "hì... hì..." có vẻ rung cảm.

- Tau đưa mày đến đây cho biết cà phê Sài Gòn giá đắt nhưng ngon đến cỡ nào, không những cà phê ngon, mà còn được nghe nhạc nữa. Mày lo buôn bán không biết được chỗ này đâu!

Tư Yên - bạn thân của tôi - giờ là một con người khác. Hồi hắn còn học với tôi ở ngôi trường tỉnh lẻ, quê hắn ở biển, gia đình hắn làm nghề đánh bắt cá, tính cách hắn nửa quê mùa nửa thành phố, nhưng nói đến con đường học vấn, hắn học rất giỏi.

Đậu đại học Nông Lâm Súc Sài Gòn thời ấy là phải xuất sắc lắm. Sau biến cố lớn vào năm Bảy Lăm hắn không về lại quê biển, ở lại bám trụ và làm việc ở Sài Gòn. Nhờ vào cái lý lịch trong sáng, gia đình hắn không nợ nần ân oán giang hồ chi với ai, lại có trình độ Đại học nên tiến thân rất nhanh. Vợ con, nhà cửa khang trang. Hắn có đủ điều kiện tất yếu để đi thong dong đây đó, chơi kiểu nào cũng được tùy theo sở thích của mỗi người hợp gu với hắn trong môi trường làm ăn có qua có lại với nhau, có phúc cùng hưởng có lợi cùng chia. Biết đâu được trong tận cùng sâu thẳm thâm cung ấy, tôi không có cung cách ăn chơi của người lắm tiền nhiều bạc nhưng hiểu ra được mọi vấn đề nhân tình thế thái trong cõi nhân sinh này. Tư Yên bạn tôi cũng không nằm ngoài những cung bậc tiềm ẩn phù phiếm phù du, đầy những bất trắc và rủi ro. Nhưng tôi vẫn khẳng định Tư Yên vẫn là người bạn tốt sống rất mực chân tình.

3.

Tư Yên ngó chằm bằm tôi, không tỏ ra ngạc nhiên về thằng bạn thâm niên của mình.

- Mi thật thà, hiền lành như thuở nào. Chẳng có khác chi!

- Ừ, mấy mươi năm rồi tôi cũng chứng nào tật nấy, không cải thiện được một chút nào hết.

Tư Yên giờ mới lên giọng;

- Con người mi như vậy làm sao buôn bán cho lại những tay tầm cỡ có máu mặt ở đây! Máu mặt ở đây không có nghĩa là dân giang hồ cốt cán, mà họ buôn bán lâu năm có đường dây chung chi mới sống nổi, miệng lưỡi nhất thiết phải nhanh nhẩu, lẻo mép mới hòng tạo dựng một bước ngoặt, một ngã rẽ theo lộ trình của riêng mình thì mới điều phối một cách trơn tru.

Tư Yên dừng lại một chút, ngụm một ngụm cà phê, rít một hơi thuốc dài rồi nói tiếp:

- Con đường buôn bán hàng hóa ở đây phần nhiều lấy hàng của Trung Quốc qua các cửa khẩu phía Bắc. Muốn mau giàu có chỉ có buôn lậu, nếu xui xẻo bị bắt coi như trắng tay. Tau có thằng bạn buôn bán hàng Trung quốc có mấy năm mà giàu sụ, mi mà thấy cơ ngơi nhà cửa nó là mê liền. Buôn bán như mi may ra dư dả chút ít thôi, nhưng được có cái là lâu bền.

Tôi nhìn Tư Yên cười thôi chứ chẳng biết nói lời gì. Vì Tư Yên có cái nhìn thấu tình đạt lý theo lộ trình có sẵn trong ba-rem. Tôi biết cặn kẽ đường đi nước bước, nhưng không có gan lớn nên không làm giàu được.

Hôm ấy tôi ngồi co ro trong quán cà phê, ngoài trời vẫn còn mưa bay bay. Tư Yên ngồi đốt thuốc liên tục, tôi không biết bạn buồn vì chuyện gì, chuyện gia đình hay làm ăn thua lỗ, hắn có nói đâu mà biết. Tư Yên là thằng bạn rất kín miệng dễ gì thổ lộ tâm tình ra giữa ban ngày ban mặt. Mà tôi biết để làm gì? Chẳng giải quyết được gì.

Tôi say khói thuốc hay quay cuồng trong những ý nghĩ về những cơn lốc làm ăn buôn bán nơi đất khách quê người? Nếu không có bản lĩnh vững vàng dễ bỏ cuộc nửa chừng như chơi.

Tư Yên nhìn tôi như có hảo ý:

- Đi cùng tau đến chỗ này uống thêm một ly rượu thuốc cho tâm hồn bừng khí thế rồi về. Chứ đi về nhà sớm làm gì!

- Cảm ơn bạn! Đường về chung cư Thanh Đa quá xa, uống rượu ít thì chưa đã mà uống nhiều thì sợ say, vì lâu rồi tôi không uống một giọt rượu nào.

Thật ra tôi từ chối cho hung sùng vậy thôi, cuối cùng tôi cũng đi, đi cho hết ngày Chủ nhật. Đến đó Tư Yên uống hai ly rượu nhỏ, tôi cũng uống hai ly rượu nhỏ cho ấm cái bụng

Từ lần đó, tôi không còn gặp mặt Tư Yên một lần nào nữa, vì công chuyện làm ăn, nhà ở chung cư Thanh Đa quá xa, lại trái ngả đường qua lại.

4.

Tôi rời quán rượu, đi tha thẩn qua mấy ngả đường, cũng chẳng biết mình sẽ đi đâu. Sài Gòn đẹp và mênh mông quá.

Bỗng nghe rượu thấm chạy rần rần trong từng mạch máu. Tôi dừng xe lại một quán nước giải khát ở ven đường gần cầu Thị Nghè, uống ly nước chanh cho tỉnh táo mặt mày. Tôi cũng chưa muốn về nhà sớm làm gì. Hôm nay là ngày Chủ nhật mà. Ngồi nhìn đường phố Sài Gòn muôn màu muôn vẻ lung linh trong lớp hào nhoáng bề ngoài cho đã con mắt.

Quán nước giải khát thắp sáng nhẹ nhàng ánh đèn néon màu vàng nhạt, mùi hoa dã quỳ vàng lẫn với hương thơm thoáng nhẹ trên mái tóc của cô gái ngồi bên làm cho tôi cảm thấy dễ chịu. Tôi luôn thích những quán nước giải khát nhỏ nhắn tỏa chút hương thơm dịu dàng như thế này, đôi khi chỉ cần một chút thanh thản chúng ta có thể quên hết mọi chuyện đời vụn vặt và tẻ nhạt không cần thiết để vướng chân, đến vài ly rượu thuốc nhỏ âm ỉ trong đầu cũng không còn làm tình làm tội ta nữa. Tôi nhìn quanh quán một lượt, không thấy gì rườm rà cho lắm, tất cả mọi thứ được bày biện sắp xếp một cách gọn gàng ngăn nắp đâu ra đó hẳn hoi. Chỉ có lọ hoa hồng để trên một cái bàn nhỏ trong góc quán làm điểm sáng cho sự trưng bày.

Trong ánh sáng màu vàng nhạt, tôi có cảm giác như mình đang ngồi trong một thước phim nhiều tập vào thập niên 90 của thế kỷ về trước, nói về một gã si tình. Cô gái mặc một chiếc áo trắng hở ngực, quần jeans, mang đôi giày đen cao gót cũ. Phía mũi giày hơi sờn và nhiều vết trầy. Cô gái quay sang nhìn tôi và cúi đầu chào lịch thiệp. Tôi gật đầu chào lại. Cô chủ quán tất bật làm ly đá chanh và một ly yaourt đá cho tôi và cô gái.

Bằng một giọng nói nhẹ nhàng, cô nhìn tôi thân mật hỏi:

- Hình như chú là người ở đâu mới đến đây? Nghe giọng nói của chú khó nghe nhưng đoán không ra ở miền nào.

- Chú là người xứ Quảng, chọn Sài Gòn làm nơi buôn bán tìm kế sinh nhai. Cô là người thân quen của quán này hả?

- Dạ đúng rồi, sao chú có vẻ ngạc nhiên?

- Chú mới đến đây nên thấy cái gì cũng lạ, Sài Gòn hoa lệ quá cho chú hơi choáng ngợp.

Cô gái tay vân vê cái muỗng, như muốn hỏi câu gì đó, nhưng đôi môi vẫn còn ấp úng...

Tôi muốn khơi chuyện để lấp đi cái khoảng trống...

- Cô là dân Sài Gòn hả?

- Dạ... em là người Đà Lạt, sống và làm việc ở Sài Gòn, một công ty cổ phần nhà nước.

Cô gái quay sang nói chuyện thân mật với cô chủ quán nước rất tâm đầu ý hợp. Không biết hai cô gái đó nói chuyện gì với nhau, tôi chỉ nghe tiếng cười giòn tan.

- Cô bà con với cô gái đó hả?

- Ly con của cô chú bạn của ba em ở Đà Lạt, cô chú đó trước đây là giáo viên dạy cấp hai đã nghỉ dạy lâu rồi không biết lý do. Sau này được bạn bè mách nước làm ăn, cô chú vay tiền ngân hàng mua bán bất động sản, thời vận chưa tới, đất đóng băng không bán được, tiền lãi ngân hàng tháng nào cũng phải trả suốt bốn năm trời chịu không nổi, cô chú đành phải bán căn nhà ở Đà Lạt trả nợ ngân hàng, còn dư chút đỉnh, cô chú mua căn nhà này đây, nhỏ nhắn nhưng đẹp. Cô chú có con mắt thẩm mỹ nên trang trí trong nhà được hài hòa với nhau trông rất bắt mắt, ai vào đây uống nước cũng đều khen ngợi. Quán nước giải khát ngày thường rất đông khách ra vào, lấy làm mừng cho cô chú. Ly là bạn học ở Đà Lạt chơi rất thân với em..

- À ra là vậy, vì chú thấy quán nước này có cái gì đó hơi lạ rất giống một quán cà phê, hay một ngôi nhà cổ xưa mà không cổ xưa một chút nào hết, tạo ra cái tò mò cho chú đó thôi. Nên chú đoán anh chị nhà này là người đam mê nghệ thuật không phải là tay vừa đâu!

Cô gái ngồi chăm chú nghe tôi nói chuyện sa đà, khi ngó lại đồng hồ đúng sáu giờ chiều, trời chạng vạng tối. Tôi vội chào cô chủ quán, chào cô gái ra về. Lúc đó anh chị chủ nhà cũng vừa về tới.

5

Đó là những năm tháng ăn nên làm ra, cuộc sống tạm ổn định, không có dịch bệnh tác yêu tác quái như bây giờ và biết dựa vào tâm tư tình cảm bà con họ hàng, bạn bè, làm cầu nối trong môi trường sống để tồn tại.

Nhưng ở đời luôn luôn có những biến đổi lớn, khi thịnh khi suy, khi thành khi bại, không có được sự bình ổn yên vui. Thế sự thăng trầm là như vậy. Nhưng đó cũng là một quy luật tự nhiên ta còn chấp nhận được trong vòng luân hồi đến rồi đi. Có thăng thì phải có trầm.

Thế rồi, một cơn đại dịch Covid-19 toàn cầu xảy ra, tức là trên phạm vi toàn thế giới, xuyên qua đại dương, những con người bị lây nhiễm bệnh mang đến gieo rắc cho chúng ta, một hiểm họa nguy hại sâu sắc đến đời sống con người Việt Nam. Mọi ràng buộc ngành nghề làm ăn phải đối mặt với nguy cơ phá sản, không phá sản cũng lắm khó khăn. Một hiểm họa, nhưng vẫn còn có thuốc đặc trị đẩy lùi được dịch bệnh. Mong lắm thay!

Bây giờ ngồi lại tôi mới thấy thấm thía biết chừng nào. Hơn hai mươi mấy năm đi lang bạt kiếm sống nơi đất khách quê người, có những lúc kiếm không ra một đồng xu nào, nằm nhà chèo queo mà cũng không hề nao núng, đói không thể làm cho ta chết một cách tức tưởi, mà còn sống mạnh mẽ hơn lên để đối mặt với tử thần. Nhưng hôm nay nghe đến loại virus biến chủng mới Delta lo sốt vó. Nếu lây bệnh dịch vào người là toi mạng, một cái chết không đáng để cho ta chiêm nghiệm...

Những ngày giãn cách xã hội, tôi ăn no ngủ kỹ, chờ ngày xã hội đẩy lùi được dịch bệnh, sẽ vươn vai đứng dậy đi làm ăn lại, chạy đôn chạy đáo trong cơn lốc buôn bán phục hồi cuộc sống để có cái ăn cái mặc cũng chưa muộn.

Sài Gòn giãn cách cấm chúng ta ra đường sau sáu giờ tối, là một biện pháp hữu hiệu. Xin cảm ơn Sài Gòn đã cưu mang những người con tứ xứ trong đó có tôi đến đây trong những tháng năm làm ăn khốn khó. Dù dịch bệnh vẫn còn tiếp diễn chưa có cơ hội dừng, nhưng tôi vẫn tin dịch Covid-19 sẽ được đẩy lùi. Sài Gòn vẫn là Sài Gòn muôn thuở tươi đẹp.

Vũ Khắc Tĩnh

quê hương - (định nghĩa tùm lum)
mỗi người một kiểu, vạn đùm khác nhau
người cạn cạn, kẻ sâu sâu
chả sao - miễn giữ cái đầu trung dung
mấy câu này viết, khùng khùng
nhưng để trám chỗ, bao dung, mỉm cười ?
luân hoán 3-23

NGUYỄN CHÂU
Hai Gà Chọi

Chị Gái chạy ù ra khệ nệ đưa cây phơi áo quần vào nhà, trời sầm sập sắp mưa. Thằng Hai trong nhà quát to:

- Bà làm hư áo quần tôi hết trơn!

Chị khựng lại rồi tháo rời từng chiếc móc, se sẽ đưa tay trái đỡ từng cái một, hết quần đến áo. Mưa xối xả vào mặt chị, thằng Hai không ra phụ mẹ nó, lại cong cớn:

- Tay bà dơ òm, để đó cho tui, mắc công giặt lại.

Nhà chỉ hai mẹ con, cha thằng Hai bỏ lơ từ ngày mẹ hắn chớm thai. Chị Gái bị bệnh, một chân teo từ nhỏ. Khi đi phải vẹo mình, một tay chống vào hông, tay kia phất lên trời như chào mừng ai. Chị chỉ học hết lớp năm, cấp hai trường xa đành chịu. Một hôm ông Tánh lò rèn cỡi xe đạp ngang nhà chị. Cô gái mồ côi, tật nguyền lại có khuôn mặt dễ ưa, bộ ngực nở nang xốn mắt lão. Rà tới rà lui, lúc lão cho chục ký gạo, chai nước mắm. Lúc tra cán cuốc, mài dao giúp chị. Chị có thai lúc nào không hay, ông Tánh dông tuốt. Chị đi biển một mình, thằng Hai ra đời.

Con hoang lại dễ nuôi. Bà con chòm xóm thương hại, chia sẻ kẻ ít người nhiều, nhưng thầm mừng cho chị. Thằng bé bụ bẫm, bò lê bò càng dưới đất suốt ngày, nhưng không bệnh tật gì, ăn no chóng lớn. Chị tấp tểnh đi làm thuê, nhờ tánh siêng năng nên cũng lắm việc. Lúc rảnh rỗi, chị nhận hàng về gia công, đan lát. Ngành mây tre lá lúc thịnh hành xuất khẩu, chị làm suốt ngày đêm. Thằng Hai nằm trong lòng chị bú no nê, hai tay chị vẫn thoăn thoắt như múa.

Chị không cho thằng Hai biết cha nó là ai. Từ nhỏ đến lớn, nó học hành chẳng ra gì, lêu lổng suốt ngày, đi chơi với đám chọi gà. Nó xin tiền chị mua gà nòi Cao Lãnh gầy giống. Gà nòi Cao Lãnh là một giống gà chọi nổi tiếng ở vùng Cao Lãnh, Đồng Tháp đã đi vào truyền thuyết được nhiều người truyền tụng qua câu ca dao:

"Gà nào hay bằng gà Cao Lãnh
Gái nào bảnh bằng gái Nha Mân"

Không biết ai dạy, mà thằng Hai rành về gà, hắn biết con gà nào có nét hay, đòn đá độc. Hắn có thể bỏ cả ngày trời để xem chân gà, màu lông, tướng đi... Gà có màu lông chuối bị phá tướng. Người chơi gà cũng không chuộng gà sinh đôi, nếu đưa một con ra trường đá, con còn lại gáy vang lừng là điềm tốt. Bởi vậy đưa ra trường cáp độ, ít ai mang cặp gà sinh đôi đi chung, vì không ai dám cáp độ đá.

Hắn chú ý xem thế đá, phân tích từng cú nạp, móc giò, né đòn, mổ, đâm để đánh giá năng lực, thế mạnh, thế yếu của gà. Gà cũng tương sinh tương khắc nên lộ bài. Như gà nhựt nguyệt với cựa đen trắng sẽ bị bắt bài. Vì thế các thần kê ẩn tướng được chủ gà giấu kỹ đề phòng bị phá. Chẳng hạn như gà tử mỵ, gà áng thiên rất sợ gà sinh đôi, gà có vảy thổ địa nên đá là thua. Ở Cao Lãnh có con gà ô dị kỳ gọi là gà ma. Gà này đưa vô trường cáp độ, gặp gà dữ nhắm bề đá không lại, nó kêu rót rót, co đầu rút cổ, nhảy dựng muốn bay khỏi trường gà. Còn gặp gà yếu nó đứng yên, chủ biết ý liền cáp độ. Lúc lâm chiến, đối thủ như bị gà ma thôi miên nên dù giỏi vẫn không tung đòn được.

Có khi thằng Hai bán được cặp gà bằng tiền công mẹ nó làm mấy tháng trời. Hắn chăm sóc mấy con gà hơn chăm sóc cho mẹ và bản thân hắn.

Lông cánh, đuôi, chân, cổ... được hắn cắt tỉa cẩn thận cho thân gà gọn nhẹ, không vướng víu khi lâm trận, sau khi ăn đem gà ra tắm sương, dùng khăn sạch lau gà cho đều rồi phun ít rượu. Hàng ngày hắn phải tắm nghệ, phun rượu toàn thân gà. Tắm gà thì có bài thuốc riêng thuộc loại bí truyền, đủ sức tắm gà tới mức da nó dày như da voi, cựa gà khác thường đâm không thủng, dù cựa sắt nhọn bén như mũi chông. Hắn nhốt gà chọi cách ly, không bao giờ để cho gà tự do bén mảng đến đám gà mái, khiến chúng động dục và dễ mất sức.

Từ khi nó có tiền, chị Gái đâm ra sợ ngược thằng con. Hắn tiêu pha bạt mạng, áo quần đủ kiểu. Nhưng hắn không hề sắm sửa trong nhà hay mua gì cho mẹ. Thỉnh thoảng hắn cũng có nhét túi chị đôi ba trăm ngàn nhưng chị chẳng hãnh diện gì về nó, chị âm thầm khổ tâm vì không dạy được con. Công việc dù thất thường, chị cũng tích cóp mua được chiếc xe máy. Từ khi có xe, thằng Hai càng vi vút, có khi hai ba ngày không về nhà, chị càng thêm lo âu. Chị ước mơ như ngày nó còn bé năm ba tuổi bi bô bên chị, nó là của chị. Bây giờ thằng Hai là của bầy gà chọi. Hắn đó, nhưng không có chị trong nó. Người ta gọi hắn là "Hai gà chọi", hắn vênh vênh tự đắc với cái tên thiên hạ gọi hắn hơn là tên NGUYỄN VĂN HAI mẹ đặt từ xưa.

Nguyễn Châu

LÊ HỨA HUYỀN TRÂN

GIA ĐÌNH

Gã rước chị về khi chị bị đồn cả cái làng này là bị chồng bỏ. Thuở xuân thì chị cũng là người con gái đẹp nhất nhì trong làng nhiều người dạm hỏi, thậm chí trai trên tỉnh về cũng bởi cái nhan sắc mặn mà của người con gái miền quê này. Thế rồi, sự phù hoa đô thị đã thay thế tình yêu trong chị, cái nghĩa tình chân chất sống đến trọn đời cùng nhau như ở quê bao đời nay bị một chàng trai thị thành cám dỗ, rời quê đến vùng đất mới để theo chồng. Để rồi, ngày ấy chị về, quần áo xúng xính lúc đi, nụ cười có phần khinh bạc khi nhìn những cô gái nông thôn nhìn ngày chị leo lên chiếc xe con đã bị thay thế bởi sự lấm lét có phần xấu hổ khi tay dắt theo đứa con vừa tròn năm tuổi, đứa bé khác còn đỏ hỏn bế trên tay.

Không ai hỏi gì chị nhưng cũng chính bởi thế bao lời đồn và bao điều tiếng dèm pha bắt đầu khiến cuộc sống trở nên khó khăn hơn với người mẹ có hai con nhỏ. Ba mẹ từ mặt chị vì cái tiếng bị chồng bỏ, họ hàng cũng không ai nhận, rồi thậm chí chính những người đàn ông năm xưa cũng bắt đầu quay lưng với chị. Người đàn bà chỉ một lần lỡ dở đột nhiên trở thành sự ruồng bỏ của một ngôi làng. Chị dựng một cái chòi nhỏ ở cuối làng để tránh xa ánh mắt của những người trong làng rồi lấy ít tiền dành dụm được mua ít gà về thả vườn rồi cố vun một khu đất trồng rau nhỏ. Nhưng tất cả dường như quá khó khăn với người phụ nữ trẻ ấy nên chị cố vào trong làng rồi trong trấn xin việc nhưng tất cả đều chỉ là những cái lắc đầu. Thậm chí, từ chối chị rồi còn nói sau lưng chị, nói để chị nghe.

- Không có chỗ đi thì về ở với tôi.

Gã không nói gì nhiều nhưng gã nói trước mọi người. Gã là trẻ mồ côi trong làng, rồi một mình tự bươn chải sống đủ nghề ở cái làng này. Gã đi bốc vác, đi chạy cộ bò, đi làm nhà, cả đi bán bông, ai kêu gã thì gã làm. Tính gã cục mịch, ít nói nhưng lại thảo việc nên hầu như việc gì cũng đến tay gã nên gã cũng được xóm làng coi trọng. Gã tuy có dáng vẻ cộc cần nhưng thực ra cũng còn trẻ nên nhiều người đi cửa sau khuyên gã nên nghĩ lại, đừng vì một người phụ nữ đã có hai đứa con làm lỡ dở mất một cuộc đời nhưng gã gạt phắt đi không nói gì. Thế rồi, chị về ở với gã, căn nhà nhỏ bỗng trở nên có tiếng nói hơn bởi hình ảnh một gia đình.

Rin là con trai lớn của chị, có lẽ khi ba nó bỏ nó đi, nó ít nhiều đã ghi nhận hình ảnh ba trong nó nên việc phải gọi một người đàn ông khác là ba nó không làm được. Nó có sự chối bỏ của một đứa con thèm khát người ba "thật" của mình, ngày mới dọn về chị phải dỗ nó mãi, nhưng nó không khóc thì cũng tỏ ra giận dỗi không nói chuyện với chị.

- Con gọi dượng cũng được, ta không phải ba con nên không thể ép con gọi ta là ba, nhưng ta sẽ cố gắng trở thành người ba tốt của con.

Ngược lại đứa con gái nhỏ tên Ky của chị lại rất thân thiện với người cha mới này, vì từ khi nó còn được bế trên tay có lẽ nó đã cảm nhận được hơi ấm tình thương của người đàn ông cao kều, to lớn với đôi bàn tay thô to ram ráp đang cưu mang ba mẹ con mình. Năm tháng cứ thế trôi qua, trong hơn mười năm "sống chung" ấy, gã chưa một lần hỏi chị về người chồng trước, gã cũng chưa bao giờ tự nhận mình là chồng chị với bất cứ ai, kể cả với chị. Thậm chí, thời gian đầu khi về ở chung, gã còn cẩn thận sửa sang căn phòng cuối nhà để ba mẹ con của chị ở, còn gã ngủ trên phòng khách. Gã sửa sang lại khu vườn sau nhà, cuốc đất, gieo giống trồng rau để chị có việc làm ở nhà cho đỡ chán rồi sẵn tiện chăm sóc hai đứa con. Chị cũng đáp lại tấm lòng của gã bằng việc vun vén cho ngôi nhà tươm tất, nấu cho gã những bữa cơm ngon khi gã trở về.

Có điều gã khá ít nói, nhưng thực ra chị cũng hiểu qua sự ân cần và những sự quan tâm gã dành cho chị và cả hai đứa con. Đến tuổi Rin đi học, cũng một tay gã dẫn lên trường, đăng ký cho học, lại còn cẩn thận tranh thủ mỗi sáng trước khi đi làm chở nó tới trường, đến khi tiếng trống báo hiệu giờ học vang lên gã mới về. Khi đứa nhỏ được ít tuổi, cũng gã dẫn nó vào đăng ký trường mầm non, lại còn trăn trở thức cả đêm lựa trường tốt khi đọc được trên báo những bài không hay về các trường bạo hành đưa tin mỗi ngày. Khi chị bắt đầu rỗi rãi với những đứa con và vườn rau sau nhà bắt đầu tươi tốt, bắt đầu có của dư thì gã đưa chị ra chợ, xin một chân bán rau ở chợ, và thế là chị cũng bắt đầu có thu nhập qua ngày.

Ky khá bám gã, khác với anh mình, Rin càng lớn càng im lặng ít nói, nhìn thì giống gã nhưng tận sâu trong tâm nó đang đấu tranh khi nó nhận ra nó đã bắt đầu chấp nhận người ba này. Trong ký ức mơ hồ của nó, hình ảnh người đàn ông cao to kềnh càng có khi còn hơn cái cửa nhà ngày đầu đưa ba mẹ con nó về đã vô cùng ý tứ giữ khoảng cách. Cho tới khi ở một thời gian, cảm nhận được sự chân thành của gã, chị đã muốn gã bế em gái nó, và cái bộ dạng chối từ nhưng rồi luống cuống bế hình hài nhỏ bé ấy gọn trong đôi bàn tay, ánh mắt như người bố bế đứa con và cả nụ cười của đứa bé đã là cả một sự chấp nhận.

- Sao ngày đó dượng lại cưu mang ba mẹ con con?

Khi hai người đàn ông trong ngôi nhà nhỏ đang ngồi vót tre thì Rin hỏi gã. Rin có thể thấy rõ sự lúng túng của gã, vì sống ngót nghét hơn mười năm trời Rin biết gã vốn là người cục mịch chỉ có hành động là ấm áp. Còn gã dường như cảm thấy chỉ cần một câu trả lời sai cũng có thể mất điểm với cậu bé đương tuổi dậy thì vẫn chưa bao giờ chấp nhận gã.

- Mẹ con là tình đầu và tới giờ vẫn là tình yêu của ta.

Không gian im bặt sau đó, hai người không nói gì nữa, chỉ lại tiếp tục im lặng cần mẫn làm, nhưng dường như cả gã và Rin đều đã có gì nảy nở trong lòng. Không có gì để giải thích cho tình cảm và cũng không cần quá nhiều câu hỏi tại sao, dường như tất cả đều là dư thừa lúc này.

Rin đậu đại học ở trên phố, từ khi chọn trường để thi cho đến khi nhận được giấy báo trúng tuyển, gã luôn là người sát cánh bên nó, còn lo hơn cả mẹ nó. Nó không thể quên được hình ảnh gã sau khi quần quật một ngày làm việc lại cần mẫn cùng nó coi từng tờ báo để nghiên cứu trường nào là tốt để nó thi vào. Kể cả khi nó buồn ngủ thì trong cơn mơ nó vẫn thấy hình ảnh gã đang cặm cụi. Ngày nó lên phố trọ học, gã còn dường như sắp khóc, nó phải ngăn nước mắt của mình, trước khi lên xe còn cẩn thận dặn dò:

- Vậy căn phòng nhỏ để cho con bé Ky, còn ba mẹ thì qua phòng lớn đi nhé, con đi rồi không ai dành đâu. Dù gì cũng là vợ chồng, cứ ngủ hai phòng sao đặng.

Gã chợt nhận ra dường như lần đầu tiên gã được nó gọi là "ba", gã quay qua nhìn chị, đôi má chị đỏ hây hây, còn nhỏ Ky thì cười vui cả một góc đường...

Lê Hứa Huyền Trân

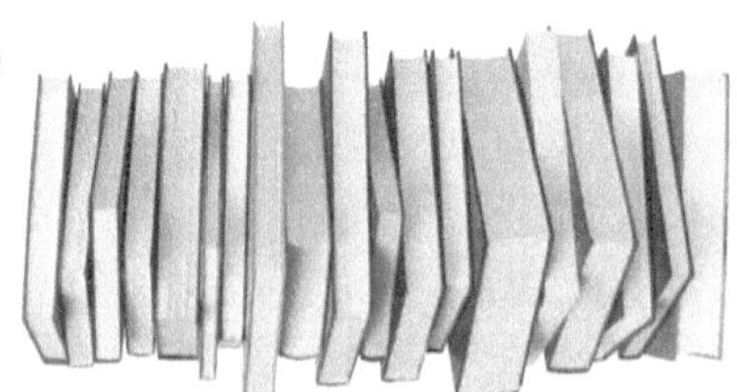

ĐẶNG PHÚ PHONG
MỘT VÀI KỸ THUẬT TRONG THƠ DU TỬ LÊ

Theo dõi thơ Du Tử Lê từ những năm năm mươi của thế kỷ trước đến tập thơ "em cho tôi mãi nhé: ấu thơ mình" mới nhất của ông, về vần, âm, điệu ta thấy có một đặc trưng là cách sử dụng vần trong thơ đều là vần lơi hay hơn thế là chẳng có vần, trong những đoạn tứ tuyệt 7 chữ hay 8 chữ và 5 chữ, cả ở thể thơ lục bát. Du Tử Lê đã tự đặt nguyên tắc cho mình như thế đó. Đây không phải là một sự bứt phá mà là làm mới cho những khổ thơ 3 vần hay cách vần theo chiều hướng để câu thơ rộng ra theo âm điệu, mênh mang hơn, giàu nhạc điệu hơn.

Tôi thấy ra rằng ông nhốt ba kỹ thuật làm thơ là vần, âm, điệu chung thành một kỹ thuật là "vần-âm-điệu". Như vậy là sao? Có nghĩa là Du Tử Lê chăm chút cho thơ mình không những từng câu mà từng chữ. Ông cứ để từng chữ thơ rơi tự nhiên, sự tự nhiên dựa theo cơ bản từ tâm thức gieo xuống, trong những con chữ đâu đó trong đoạn thơ mang vần, mang âm của chữ được mặc định là âm chủ, bất kỳ âm bằng hay âm trắc. Đó là vần ẩn. Hoặc là những chữ có liên quan với vần chủ, trong bất kỳ (những) chữ nào của khổ thơ. Hoặc là dùng những hình ảnh có liên quan với nhau. Những kỹ thuật ấy đan xen với nhau rồi quyện, tỏa thành một nhạc tính riêng trong thơ của Du Tử Lê. Tôi xin đưa một vài đoạn thơ trong bài Khúc Thụy Du, ông viết năm 1968:

"như con chim bói cá

trên cọc nhọn trăm năm
tôi tìm đời đánh mất
trong vụng nước cuộc đời"

Đoạn này ông áp dụng vần cách, nhưng thực ra chữ "năm" không vần được với "đời" thì ở đây ta thấy ông dùng hai hình ảnh rất liên quan một cách thắm thiết, đó là chim bói cá và chiếc cọc nhọn. Và:

"mịn màng như nỗi chết
hoang đường như tuổi thơ
chưa một lần hé nở
trên ngọn cờ không bay
đôi mắt nàng không khép
bàn tay nàng không thưa
lọn tóc nàng đêm tối
khư khư ôm tình dài"

Ta chú ý đến những chữ như: " mịn màng như" "hoang đường như" – "thơ" "nở" và "không bay" "không khép" "không thưa" tất cả những cụm từ này đan quyện lại với nhau làm cho đoạn thơ này có âm hưởng quấn quýt với nhau. Ông đã dùng kỹ thuật vừa âm (mịn màng, hoang đường), vừa vần chỏi (thơ, nở), vừa điệp âm, láy điệu (ba chữ nàng, ba chữ không) tự chúng tạo nên một nhạc tính riêng. Người nhạc sĩ nào bắt được cái nhạc tính riêng từ những bài thơ của ông sẽ tạo nên giai điệu phù hợp, dễ đi vào lòng thính giả. Cứ thế, thơ quyện vô nhạc, nhạc hòa với thơ biến thành những bài hát phù trầm, miên man như suối chảy. Điều này có thể giải thích tại sao đa phần những bài nhạc phổ thơ Du Tử Lê trở nên nổi tiếng, được nhiều người yêu thích.

Tim Lomas là một giảng viên về tâm lý học từ đại học East London có đề ra một dự án tên là Positive Lexicography Project (tạm dịch dự án thuật ngữ tích cực) nhằm tìm kiếm những từ ngữ từ nhiều nước khác mà tiếng Anh không có để diễn tả những cảm xúc của con người. Ký giả David Robson của BBC đã viết về Tim Lomas như sau: Lomas cho rằng việc làm quen với những từ này có thể thay đổi cách chúng ta suy nghĩ về bản thân, bằng cách chú ý đến những cảm xúc mà từ lâu chúng ta đã không để ý đến. Ông dẫn lời của Tim Lomas:

"Trong ý thức của mỗi người, có rất nhiều cảm xúc diễn ra cùng một lúc, đến nỗi có thể chúng ta không thể xử lý kịp và để chúng vụt đi mất.

Những cảm xúc mà chúng ta có thể nhận biết và phân loại là những cảm xúc mà chúng ta để ý đến; thế nhưng có rất nhiều cảm xúc khác mà có thể chúng ta không hiểu. Vì vậy tôi cho rằng những từ mới này sẽ mở ra những xúc cảm khác mà lâu nay ta chỉ biết thoáng qua."

Tiếng Việt ta cũng vậy nên rất nhiều những văn thi sĩ đã tự mình tìm những từ khác để diễn tả cảm xúc của mình nhưng nó không trở thành phổ thông hay lâu dài được. Thi sĩ Du Tử Lê cũng vận dụng hết sức mình để tìm những từ mới, thay đổi vị trí tính từ, động từ, trạng từ trong câu thơ. Ông cũng dùng dấu chấm, dấu slash để cách tân. Như vậy Du Tử Lê đã vận dụng cả về mặt hình thức và cả âm-vần-điệu để diễn tả những cảm giác mà ngôn ngữ chưa diễn tả được, còn diễn tả được bao nhiêu, như thế nào thì xin chờ những nhà ngôn ngữ học đánh giá. Tôi nghĩ nếu Tiến sĩ Tim Lomas đọc được tiếng Việt, cũng rất có thể ông sẽ mượn ở Du Tử Lê một số từ ngữ để bổ sung thêm cho tiếng Anh đấy.

Trong bài nói chuyện tại Hoa-Thịnh-Đốn giáo sư Toàn Phong Nguyễn Xuân Vinh đã nói về dấu slash của thơ Du Tử Lê như sau:

"Như một tráng sĩ đi tiên phong, Du Tử Lê đề nghị dùng gạch chéo/Slash/như một đao pháp để hoán chuyển chữ trong một câu thơ. Chẳng hạn trong hai câu:

"còn/rừng/gương/ soi cho tôi
bao dung/núi/đợi. nghiêng vai/sông/ ngờ"

Có đến 7 gạch chéo để người đọc có thể hiểu và hoán vị thành 'tôi soi gương" hay "rừng soi gương" hay "rừng còn soi gương" hay "gương soi rừng". Lối hoán vị này đã cởi những trói buộc cho thơ. Sau này... tôi tin chắc có nhiều bạn trẻ khi làm thơ lục bát đổi mới, sẽ thầm cảm ơn Lê đã chỉ đường vạch lối cho họ..."

Giáo sư đã chơi chữ trong khi ông dùng từ "đao pháp" từ những dấu slash chéo ngang như nhát chém của một đường đao, thật mạnh bạo, để chúng ta thấy rằng Du Tử Lê đã mạnh dạn chặt câu thơ của mình mở đường cho người đọc tương tác cùng ông những câu thơ khác tùy theo cảm nhận của mỗi người. Riêng cá nhân tôi, hai câu thơ này tôi cảm như sau:

"soi cho tôi còn gương rừng
nghiêng vai núi đợi bao dung sông ngờ"

Lối tương tác để thành một câu thơ khác, giúp chúng ta hiểu nhiều hơn, sâu hơn thơ của tác giả là một phương pháp rất khả thi nhưng độc đáo vậy.

Cũng theo lối tương tác này, chúng ta thấy những chữ mang âm hưởng hài hòa với nhau trong một đoạn hay bài thơ xuất hiện cùng khắp, không theo một sắp xếp như Tứ Tuyệt, Lục Bát, v.v... mà nó ở bất kỳ và tạo thành một nhạc điệu cũng bất kỳ nhưng dễ cuốn hút người đọc.

Cũng trong kỹ thuật "vần, âm, điệu" của Thi sĩ Du Tử Lê, không những ông dùng điệp tự trong một đoạn mà cả trong một câu ông cũng dùng một chữ để lặp đi lặp lại nhiều lần. Đặc biệt hơn nữa là ông lặp lại nguyên cả một số câu thơ trong mỗi đoạn thơ như trong tập thơ mới nhất mang tên: "em cho tôi mãi nhé: ấu thơ mình" Trong bài thơ "thơ ở mai thảo" ông đã dùng 5 lần 3 câu:

"đã lâu. không còn ai hăm hở hay vội vã,
bước lên căn phòng lầu hai
(sau này là căn phòng dưới chân cầu thang"

Có phải chăng ông muốn nhấn mạnh cái tang thương trong cuộc đời hữu hạn?

 hay trong bài thơ "thơ ở nguyễn trọng tạo" ông dùng 3 lần mấy câu sau đây:

"không thể biết bao giờ chúng ta được gặp lại nhau?
trên quê hương đất nước của mình?
nhưng tôi biết:"

Đó là những điều tác giả muốn lặp đi lặp lại để nhắc nhở những điều đã mất, để nhân rộng tiền đề của từng phân đoạn thơ, gây ấn tượng mạnh cho người đọc.

Không thể không nói đến phép ẩn dụ và liên tưởng trong thơ của Du Tử Lê. Ẩn dụ là phép dùng từ ngữ dựa trên sự liên tưởng và so sánh ngầm. Liên tưởng là nhân sự việc, hiện tượng nào đó mà nghĩ tới hiện tượng liên quan khác. (theo Từ điển tiếng Việt của Viện Ngôn Ngữ Học). Chúng ta có thể hiểu ẩn dụ thiên về sự việc có tính nhân sinh, triết lý còn liên tưởng thiên về hình ảnh hay sự việc hơn. Trong thơ của Du Tử Lê rất nhiều ẩn dụ và liên tưởng. Lấy một thí dụ trong tập "em cho tôi mãi nhé: ấu thơ mình" (trong hàng ngàn thí dụ): Bài thơ "đêm, vẩy thìa cháo trắng trên hè phố" đây là một tựa đề và cũng là một câu thơ vậy. Câu thơ có cả ẩn dụ và liên tưởng. Ẩn dụ là tác giả muốn nói đến cúng cô hồn; còn liên tưởng là giúp ta tưởng tượng đến sự việc, hình ảnh những cái chết oan uổng, tức tưởi thành những cô hồn lang thang vất vưởng.

Riêng về cách điệp từ nhiều lần chỉ trong một câu như trong bài "Tôi nào?" viết từ năm 1990: "tôi Lê. Lê. Lê. Lê nào?" câu thơ như một tiếng kêu trầm thống.

Ai cũng hiểu trong mỗi chúng ta đều có nhiều "con người", "con người" cô đơn, "con người" hạnh phúc, "con người" tham lam, "con người" vị tha, vân vân và vân vân. Để diễn tả ý tưởng này (đây cũng là phép ẩn dụ) ông chỉ dùng 2 chữ "tôi... nào" kèm giữa 4 chữ

Lê gây ra hệ quả một tràng âm thanh vang xa, gặp trùng điệp núi rừng dội lại những vọng âm và tìm trong vọng âm ấy "con người" nào là của chính mình trong khoảng thời gian và không gian ấy.

Ẩn dụ và liên tưởng của câu thơ này chưa đủ diễn tả hết ý tưởng của ông nên ông lại đưa nó lên giá vẽ. Câu thơ đã biến thành bức chân dung của tác giả đang đội chiếc nón lưỡi trai, cặp mắt kính bị bẻ làm đôi, một con mắt nằm ở vị trí bình thường, một con mắt nằm tuột xuống dưới hàm và đặc biệt có một chấm tròn màu đỏ nằm trên cái lưỡi trai, ngay tầm của con mắt đã bị dịch chuyển. Phải chăng và rất có thể, tác giả muốn cho chúng ta biết rằng, ông, trong một phút giây nào đó chợt nhận ra một "con người" khác của ông đã vì phải sống trong cõi đời ô trọc này nên đành phải nhìn đời chỉ bằng một con mắt. Còn con mắt kia chảy đỏ máu, cho cảnh đời đau khổ này được giấu kín trong sâu thẳm tâm hồn. Câu thơ đã nằm trong những màu sắc nhạt nhòa, vàng thổ của đất, những vòng tròn, những tam giác có lúc khép kín có lúc đứt quãng tạo cho người xem cái cảm giác buồn bã, dở dang của mọi việc trong đời. Nhưng, như vậy vẫn chưa đủ, chưa hết những ý tưởng từ câu hỏi: "tôi Lê. Lê. Lê. Lê nào?" nên ông đã vẽ nó ít nhất là 3 bức.

Nhiều nhà văn, nhà thơ đã bước sang lãnh vực hội họa đều có chung mục đích là dùng màu sắc, đường nét để diễn tả những gì thơ văn không nói được, Du Tử Lê cũng thế. Nhưng ông có khác một chút là ông vẽ câu thơ của mình, thường là đã có. Những dấu hỏi mặt người, những cây cột có đầu người trong tranh đã trở thành những câu thơ có màu, có sắc, vang vọng trong lòng người xem. Ta có thể nói tranh và thơ của Du Tử Lê đã hòa quyện thành một.

Đặng Phú Phong

NGUYỄN KIẾN THIẾT
Xin Lời Giải Thích Về Một Câu Đồng Dao

Trước Tết ta vừa qua, BS Trần Mộng Lâm - Chủ bút báo *Quốc Gia* có gởi cho tôi một điện thư (ngày 18/12/2022) nguyên văn như sau: *"Câu đồng dao là: Con mèo mà trèo cây cau, hỏi thăm chú chuột đi đâu vắng nhà, chú chuột đi chợ đường xa, mua mắm mua muối giỗ cha chú mèo. Mấy câu này có ý nghĩa gì và đã xuất hiện trong trường hợp nào, vào thời điểm nào??. Xin anh Thiết và các anh trong hội Việt Học cho lời giải thích để chúng tôi hiểu. Cám ơn anh".*

Tôi đã hồi đáp như sau:

Thưa BS Trần Mộng Lâm,

Đáng lý ra tôi đã trả lời ngay câu hỏi của anh qua điện thoại vì đây là đề tài tôi đã từng nghiên cứu. Nhưng bởi cái tánh "cầu toàn" nên tôi phải hồi đáp bằng văn bản. Xin mời anh đọc nguyên văn bài Trả lời trong khả năng hạn chế của tôi. Hy vọng sẽ làm vui lòng anh phần nào.

Theo nghĩa thông thường *Ca dao* là những bài hát lưu hành trong dân gian. Theo Từ nguyên, *ca* là bài hát có chương khúc, giai điệu; *dao* là bài hát ngắn không có giai điệu, chương khúc. Còn *đồng dao* là câu hát của trẻ con, lời ca dân gian của trẻ con (đồng: con trẻ - *Tự Vị*, tr. 323).

***Nguồn gốc**

Ai là tác giả của ca dao? Phần đông các nhà nghiên cứu đã đưa ra hai cách giải thích:

1.- *Ca dao do giới bình dân lao động - cụ thể là* **nông dân** *sáng tác.* Trương Tửu viết: *"Nông dân Việt Nam đã làm ra nước Việt Nam, làm ra văn hóa Việt Nam, làm ra lịch sử Việt Nam. Cái đẹp đẽ, cái nên thơ, cái tôn quý của sức mạnh nông dân đã đổ vào câu ca, tiếng hát"* (*Kinh Thi Việt Nam*, Sài Gòn. Liên Hiệp xb. 1950, tr. 105). Nhận định của Trương Tửu có phần phiếm diện, cực đoan. Chính ông đã vô tình phủ nhận sự đóng góp vào gia tài văn hóa bình dân của giới trí thức. 2.- *Ca dao do các bậc* **văn nho trí thức** *sáng tác.* Ưng Bình viết:

"Những câu hát hay hò mà thường dân năng hát, đó có phải là thường dân đặt ra đâu, chính là các bậc văn sĩ đời xưa đặt ra mà thường dân ta nhớ lại" (*Bán Buồn Mua Vui*. Huế, Khánh Quỳnh xb. 1954). Nhận định của Ưng Bình cũng phiến diện, chủ quan. *"Ông chỉ nhìn thấy cái lý thú, cái tao nhã trong tiếng hát, câu hò mà quên mất đi cái phần mộc mạc, bình dị, cái quê kệch trong tiếng nói chất phác hồn hậu, đậm đà màu sắc quê hương của người bình dân"* (Nguyễn Kiến Thiết: *Tánh Cách Đặc Thù Của Ca Dao Miền Nam*. Đại học Văn Khoa Sài Gòn 1972, tr. 13).

Như vậy theo thiển ý, ca dao (có đồng dao) - một bộ phận của văn chương bình dân truyền khẩu do những bậc văn nho trí thức và giới bình dân lao động sáng tác.

Các bậc văn nho trí thức có thể là những hưu quan hoặc các môn đồ Khổng Mạnh đỗ đạt nhưng không muốn bị ràng buộc bởi giàm danh khóa lợi, lui về tiêu dao nơi điền lý; cũng có thể là các nho sinh "lảo đảo trường ốc" nên mở trường dạy học và sáng tác thơ văn để chuyên chở đạo lý thánh hiền (Văn dĩ tải đạo). Ngoài ra, một số thức giả lưu tâm đến tiền đồ văn hóa dân tộc đã sáng tác, sưu tầm văn hóa dân gian, trong đó có ca dao, hò vè nhằm bảo tồn cái di sản lý thú của ông cha. Những sáng tác thơ văn này lưu hành trong dân gian, truyền tụng từ đời này sang đời khác, được đông đảo quần chúng đón nhận, chọn lọc, "nhuận sắc"; và cứ thế mà phổ biến rộng rãi qua hình thức *truyền miệng* để rồi trở thành văn hóa dân gian - gia tài chung của dân tộc. Do vậy mà dấu ấn của tác giả đã bị mờ nhạt, thời điểm xuất hiện cũng khó xác định - ngoại trừ những câu ca bài hát có *tác giả cụ thể* hoặc liên quan tới *lịch sử, địa danh, nhân danh*.

Chẳng hạn như câu ca dao: *"Hỡi cô tát nước bên đàng / Sao cô múc ánh trăng vàng đổ đi?"* do thi sĩ Bàng Bá Lân sáng tác đã trở thành ca dao.

Còn câu ca dao miền Nam: *"Chim quyên hút mật bông quỳ / Nam kỳ Lục tỉnh thiếu gì gái khôn"* xuất hiện ở Lục tỉnh sau khi vua Minh Mạng phân chia Nam kỳ làm sáu tỉnh (Biên Hòa, Gia Định, Định Tường, Vĩnh Long, An Giang, Hà Tiên) từ năm 1832, vân vân... Tình trạng "tam sao thất bổn" và "dị bản" cũng không thể tránh khỏi. Điều đáng nói là làm sao biết văn chương bình dân vay mượn văn chương bác học hay văn chương bác học chịu ảnh hưởng văn chương bình dân.

Như vậy một bài ca dao, dân ca trước khi được truyền tụng thường phải trải qua ba giai đoạn: Sáng tác; Lưu hành; Nhuận sắc. Trở lại bài đồng dao:

Con mèo mà trèo cây cau
Hỏi thăm chú chuột đi đâu vắng nhà
Chú chuột đi chợ đàng xa
*Mua mắm mua muối giỗ cha **chú** mèo.*
*(Dị bản: Mua mắm mua muối giỗ cha **con** mèo!)*

Mèo là động vật nhỏ có vú nhỏ, chuyên ăn thịt và sống chung với loài người (mèo nhà). Nhà nông nuôi mèo để bắt chuột *(Chó giữ nhà, mèo bắt chuột)* và đôi khi làm thú cưng như ở các đô thị nên chúng rất thân thuộc và gần gũi với con người.

Chuột là động vật ăn tạp và gặm nhấm. Chúng hay cắn xé đồ đạc, phá hại mùa màng và có khả năng gây ra nhiều dịch bịnh nguy hiểm. Vì vậy mèo được nuôi để diệt chuột.

Đây là **bài đồng dao có nguồn gốc từ bài ca dao cổ xuất hiện vào thời phong kiến ở nước ta, khi xã hội còn phân chia thành hai giai cấp đối kháng: thống trị và bị trị.** Vì chưa thấy sách vở nào đề cập đến "trường hợp" và "thời điểm" xuất hiện nên chúng tôi nêu lên nghi vấn này ngõ hầu các bậc cao minh vui lòng giải đáp. Chúng tôi chỉ có thể giải thích bài ca dao/đồng dao như dưới đây.
***Giải thích**: có hai cách giải thích.

1.- **Cách 1**: Bài *ca dao* trên nhằm nói lên sự mâu thuẫn, sự tương phản trong xã hội có giai cấp. Đó là sự mâu thuẫn/tương phản giữa cái xấu xa và cái đẹp đẽ (Aristote); giữa cái tầm thường và cái cao quý (Kant); giữa cái có lý và cái phi lý (Richter). Từ cái tương phản, mâu thuẫn dẫn đến sự đối kháng. Bài ca dao mô tả mối quan hệ ở nông thôn xưa, giữa kẻ mạnh cai trị (Mèo) và kẻ yếu bị trị (Chuột). Đó là quan hệ đối kháng, nước - lửa, mất - còn, trong đó chuột luôn ở thế yếu. Có người cho rằng: Bài ca dao phản ảnh sự giả nhân giả nghĩa của con mèo và sự khôn ngoan láu lỉnh của chú chuột. Mèo chắc không rảnh để đi "thăm" chuột, nếu không có ác ý. Phải chăng đợi lúc chuột sơ hở là vồ, đớp ngay? Song, chú chuột lém lỉnh đâu dễ bị mắc lừa. Chuột đã cao chạy xa bay. Để làm vừa lòng mèo, chuột nhắn lại rằng bận đi chợ xa, mua đủ thứ vật dụng như mắm, muối về để lo giỗ cha kẻ không mời mà đến! Bài ca dao trên còn hàm chứa một nghịch lý: kẻ bị trị lại lo giỗ quải cho ông cha kẻ thống trị nhằm thể hiện mong muốn hòa bình, an phận, yên thân. Nghịch lý đó còn được thể hiện ở bức tranh *Đám cưới chuột* - tức *Trạng chuột vinh quy* của làng tranh Đông Hồ. Cũng có người giải thích: xã hội phong kiến ngày xưa chưa có dân chủ, pháp luật, khi mà kẻ thống trị (vua quan) nắm toàn quyền sanh sát thì người dân ngu khu đen phải hối lộ, đút lót để lấy lòng vua quan là việc không thể tránh khỏi. Bởi lẽ, họ không hoặc chưa đủ mạnh để "dấy can qua" ngõ hầu "sát nhứt miêu cứu vạn thử". Bài ca dao còn toát lên một tiếng chửi "cha chú mèo", một tiếng kêu công lý nhằm đập tan thành trì bất công áp bức!

2.- **Cách 2**: Bài *đồng dao* "Con mèo *mà* trèo cây cau" được sáng tác nhằm mục đích giáo dục tuổi thơ bằng những hình ảnh đẹp, sống động, ngộ nghĩnh qua màn kịch ngắn mà hai nhân vật chánh thủ diễn hết sức tự nhiên. Quan hệ đối kháng giữa mèo và chuột được thay thế bằng sự thân thiết, gần gũi và biết quan tâm tới nhau. Quan hệ hỗ tương giữa mèo và chuột còn được thể hiện qua bài ca dao về tục *Làm rể* ở Nam kỳ: "*Chuột kêu chút chít trong rương / Anh đi cho khéo đụng giường má hay...*" (chúng tôi đã giới thiệu trên *Ngôn Ngữ* số 23 vừa qua). Đầu óc non nớt của trẻ thơ được nuôi dưỡng rất sớm bằng tình cảm nhân hậu, yêu thương, thấm đậm nghĩa tình. Ở đây chưa thấy bóng dáng của hận thù giữa muôn loài. Bài đồng dao này nằm trong hệ thống các bài ca dân gian có cùng một mô-típ, cấu trúc quen thuộc như: Con kiến *mà* leo cành đa / Con cò *mà* đi ăn đêm... Lời lẽ ngắn gọn, dễ nhớ, dễ thuộc nhưng gói ghém tình ý rất sâu sắc có ý nghĩa giáo huấn rất cao.

Một ngày sau khi nhận được thư trả lời của tôi, BS Trần Mộng Lâm đã phản hồi với lời lẽ hết sức lịch sự, khiêm tốn. Xin phép được chép nguyên văn như sau để rộng đường dư luận: "*Tôi ruột để ngoài da nên nghĩ sao nói vậy, xin anh bỏ qua cho nếu có gì làm anh phật lòng, nhưng tôi nghĩ không phải đây là một câu hát nghêu ngao mà phải có một lý do mà mình chưa biết nên hỏi mọi người nhưng nếu chỉ là kẻ bị đàn áp và kẻ đàn áp thì câu hát đó không thể truyền tụng trong dân gian từ mấy trăm năm (cần gì phải nói con mèo và con chuột, cây cau, mắm và muối). Ông thầy tôi, GS Trần Ngọc Ninh có lẽ biết vì ông đã giảng cho tôi là câu nói đó liên quan đến lịch sử Việt Nam, hình như là từ khi Quang Trung Nguyễn Huệ đánh trận Đống Đa với Tôn Sỹ Nghị, nhưng rất tiếc là GS Ninh hiện đang nằm khu Emergency bên Mỹ, ...*

nên tôi không dám làm phiền thầy, nhưng không thể đơn sơ như mình nghĩ, vì giảng như vậy quá dễ. Vậy xin anh bỏ qua cho." (Điện thư ngày 8/01/2023).

Như vậy theo cách giải thích của BS Trần Ngọc Ninh (do BS Trần Mộng Lâm dẫn) thì bài ca dao/đồng dao trên có nguồn gốc lịch sử *"Từ khi Quang Trung Nguyễn Huệ đánh trận Đống Đa với Tôn Sỹ Nghị"*. Chúng tôi **chưa thấy có sách vở nào giải thích như BS Ninh** và nêu sự tồn nghi này với ước mong các bậc thức giả vui lòng lên tiếng để có dịp học hỏi. Xin thành thật cám ơn quý vị - đặc biệt BS Trần Mộng Lâm - đã tin tưởng nơi tôi và đặt câu hỏi rất thú vị nhân Tết con Mèo.

Nguyễn Kiến Thiết
Montréal, sau Tết Quý Mão 2023

quê nhà còn quí chuộng thơ
những thơ thứ thiệt, không hoan hô gì
phảng phất đôi chút sầu bi
suy tư dễ hiểu - phương phi ngôn từ
thư sinh cùng với tiểu thư
sáng danh dễ ợt miễn dư thân tình
                    luânhoán 3-23

LÊ HỮU MINH TOÁN
Vạt Sầu Do Thái

Mặt trời chiều trăn trở
Đứng chênh vênh lưng đồi
Ta chơi trò ném đá
Đo khoảng không hư vô

Ôi! Nghìn trùng cách biệt
Nơi này ta với ta
Ngậm buồn xưa nuối tiếc
Ngồi đơn độc chiều tà

Ta như vừa lầm lỗi
Bỏ quê hương lưu đày
Ôm vạt sầu Do Thái
Lang thang khắp đó đây

Trăm năm hoài cổ sử
Dòng Lạc Long chia hai
Nghìn năm hoài cố xứ
Không nhạt nhòa tàn phai

Nửa tinh cầu rạn vỡ
Trên quê ta điêu tàn
Một lần đi nặng nợ
Làm gì cho non sông

Lời kinh chiều tha thiết
Ngân vang trong giáo đường
Bóng tà huy đã khuất
Ta nghe hồn bâng khuâng

Xin thắp lên ngọn lửa
Sáng trong tim người người
Ngày trở về đất hứa
Nụ cười thắm trên môi... ∎

HOÀNG XUÂN SƠN
Dạ Huyền

Lúc trời vừa chạng vạng
Tôi nghe em thở dài
Làm sao em biết được
Đời có lúc khoan thai

Tình có lúc mềm mại
Như bàn tay em cầm
Sao hồn tôi nhớ quá
Một tuổi nào xa xăm

Một đường đi không đến
Vực thẳm truông mây chiều
Khu rừng đầy xác lá
Nỗi buồn vàng liêu xiêu

Tôi như là cọng gió
Thổi tóc em huyền hồ
Ngọn sóng còn hoang giạt
Mãi bến bờ vi lô

Rồi sẽ về đâu nhỉ
Những bước chân cơ cầu
Chúng ta còn vụng dại
Lấm lem cả sắc màu

Nơi bức tranh huyền thoại
Có mẹ cha bên đời
Thương nếp nhà lưu xứ
Một lần một cơ ngơi

Thôi hãy gần như vai
Cho sương mềm buổi mai
Hãy nồng nàn phiến thở
Xanh một đóa trăng cài* ∎

thanh tâm tuyền: một đóa trăng tàn lẩn lút bay

THANH TRẮC NGUYỄN VĂN
MẸ THÀNH CỔ TÍCH

Con về Mẹ đã xa rồi
Nắng vàng vọt tắt đỉnh đồi hoàng hôn
Lá chiều rười rượi cô thôn
Mưa thu rưng rức khóc hồn ca dao.

Con về cầu ván bờ ao
Bắt con đom đóm thả vào tuổi thơ
Tuổi thơ có tiếng ầu ơ
Có vòng tay Mẹ bồng chờ trăng lên.

Con về hỏi nhớ tìm quên
Đồng sâu, ruộng cạn đâu tên của mình?
Nổi trôi cũng kiếp lục bình
Câu thơ giờ lạnh sân đình heo may.

Con về thấy Mẹ trên mây
Một đời gồng gánh vai gầy cỏ lau
Bướm bay tang trắng vườn cau
Mẹ thành cổ tích
Miếng trầu ai têm? ∎

HUỲNH LIỄU NGẠN
Tăm Cá Bóng Chim

chờ chi
cho mỏi dòng sông
đã thương
thì gọi
đã trông thì về

còn quê
còn ánh trăng thề
thì treo lên ngọn
sao khuê
mà tìm

đợi khi
tăm cá bóng chim
thì trăng đã lạc
đường tim mất rồi. ∎

CHU NGUYÊN THẢO
Tiếng Chim Cu

Buổi sáng thức dậy, còn nằm trùm chăn
Bỗng nghe tiếng cu gù
Cúc... cu cu cù
Đúng y tiếng gáy của chim cu ở quê nhà
Tiếng gáy cứ đều đều
Ấm áp

Thời bảy tám tuổi còn ở Bình Huề Hiệp Đức tiếng chim cu tình cờ
chạm vào tâm hồn trẻ thơ tôi rồi ở luôn
Mỗi lần được nghe lại, với tôi là trân trọng được nghe, sung sướng
và xao xuyến
Tiếng gáy gợi lại một làng quê êm ả
Một vùng ký ức mơ hồ yêu thương u uẩn Những vườn chuối xanh
um, điểm mấy cây cau cây mít..., bãi nà, khe truông, sông suối
Xóm ngoài xóm trong xóm trên xóm dưới
Đường quê quanh co khúc khuỷu
Hồn quê

Theo thời gian tôi lớn lên
Tiếng chim cu luôn vang vọng gù gáy trong tâm hồn tôi
Nhưng có điều tôi không nghĩ được lúc ở quê nhà rằng, lại vẫn có
bầy chim cu dập dìu trong vườn xóm và tiếng gù gáy thiêng liêng
hiện diện nơi xứ sở xa xôi này
Huyền thoại !
Tiếng gáy cứ đều
Gáy đều ấm áp
Cúc... cu cu cù

Còn một điều nữa, con chim cu mãi nằm trong đầu óc thơ ngây của tôi là câu hát ru của cha khi đưa nôi hết đứa em này đến đứa em khác suốt bao nhiêu năm
"Con cu ăn đậu ăn mè ăn chi của chị mà chị đè con cu tôi"
Đến sau này tôi mới hiểu đó là câu hát ru đùa nghịch, con cu này cũng theo cha tôi và anh em tôi đi mọi nơi, khắp chốn, khi ngồi bên tô nôi hát ru con cháu, bài ru dân gian trào phúng làm ai cũng tủm tỉm cười, ký ức ấu thơ quê nhà sống lại.
Nhưng bây giờ thì tôi biết chắc chắn là nó không biết ăn đậu ăn mè. Hihihi

Con cu ăn đậu ăn mè là giống cu này đây
Tôi đã có được hạnh phúc mỗi sáng sớm thức giấc nằm chờ tiếng chim cu gáy
Tiếng gáy cứ đều
Gáy đều ấm áp
Cúc... cu cu cù. ∎

San Diego, California

KIM HUỆ
MÙA XUÂN VIỄN XỨ

Mùa trăng tháng chạp nơi xa
Chạnh lòng nhớ đến quê nhà sắp xuân
Tình hoài hương nỗi bâng khuâng
Đếm từng xuân đã bao lần đi qua
Khi đàn én lượn la đà
Ước mong sum họp quê nhà Tết vui
Phận người viễn xứ xa xôi
Mỗi lần hoa nở bồi hồi nhớ quê
Xuân nay con sẽ chưa về
Còn nhiều cách trở bộn bề ngổn ngang
Ngậm ngùi thổn thức mùa sang
Tóc sương pha khói thời gian bạc màu
Trăng khuya lơ lửng tinh cầu
Quê hương mờ mịt nỗi sầu bao la
Bỗng dưng khóe mắt lệ nhòa
Vầng trăng lồng bóng quê nhà yêu thương
Con còn lạc bước tha hương
Bài thơ tạ lỗi vấn vương tim mình... ■

LƯU LÃNG KHÁCH
Hãy Uống Cùng Anh

(thương tặng NHƯ NGUYỆN)

Xuân gì chẳng có ai bên cạnh
Hãy uống cùng anh! Hãy rót nhanh
Mắt môi vợ đẹp long lanh lạ
Đưa nhau về dưới mái nhà tranh

Thuở chợ quán lo ngày ba bữa
Vẫn vui chồng bầu rượu túi thơ
Ngôi nhà nhỏ ngày đêm chan chứa
Hát ngâm còn vọng đến bây giờ

Nghiêng bình rượu rót vào quá khứ
Thấy bờ ký ức dậy xôn xao
Viên Chính - Lâm Anh - Hoàng Dương - Lưu Lãng
Lớn nhỏ lâng lâng động máu anh hào

Nhà rượu tân niên vui náo nhiệt
Quán thơ xuân mới đẹp lung linh
Về đâu Tết của ngày xưa đó!
Để mỗi hồn xuân cụng bóng mình

Này em! Sao chẳng uống cùng anh
Thiếu rượu không em? Chớ để dành
Mang ra mời cả trần gian uống
Chén rượu đầu xuân vị ấm lành

Thôi đã lắm rồi thêm nữa say
Sẽ buồn lắm đó bởi xuân nay
Xa gần chẳng mấy người thăm hỏi
Hãy thức cùng anh trọn Tết này. ∎

NGUYỄN THÁI DƯƠNG
THƠ BA DÒNG TỪNG KHÚC MỘT

1
Tiếng khóc ấy soi đường anh tìm phía
Nước mắt kia
Rạng cả trời khuya

2
Không con đường nào dẫn về ai oán
Tại chân mình nằm choán
Vạch hân hoan

3
Chân mấy bận muốn lê
Lòng dấn lên không thể
Lá vội vàng hiến ngọn gió rủ rê

4
Khi ánh mắt treo bên trời mộng mị
Ngày thành đêm nối dài bao hệ lụy
Âm dương thêm đố ky từ khi

5
Từ nóc cao nhà thờ phút tinh sương
Có con gà gáy theo những giọt chuông
Lá trinh nữ dưới chân đồi thức muộn ∎

NGUYÊN THU
BÀN TAY NHỎ

Ai đã từng ngủ trên bàn học khi thức giấc lại ngủ trên giường
Ai đã từng ngủ ở sofa khi thức lại có thêm chăn ấm
Dù có khóc ngàn lần cũng chưa lần nào từ chối lau khô nước mắt
dù tốt hay xấu, thành công hay thất bại cũng chẳng bao giờ quay lưng
Người đàn ông tuyệt vời dìu con qua bão giông
Khi tóc con xanh cha bạc trắng mây trời
Con bình yên trong nụ cười khôn lớn
Bàn tay nhỏ nắm tay ba
Qua bao mùa mưa nắng
Lúc mẹ đi, con mới thấm sự đời
Rất lâu rồi! con không viết về ba
Bởi trong lòng ba vô cùng mạnh mẽ
Vững vàng nên chẳng cần chia sẻ
Con vô tình... Con! Đã thờ ơ...
Tuổi thơ qua như mơ...
Tay ba run rẩy, trở trời lại đau
... "Mầm non ngày nào"... giờ nở hoa tỏa hương thơm ngan ngát
Hững hờ! Lãng quên công tưới nước bón vun từng ngày
Bởi dòng đời cuốn theo chiều gió thổi nhanh
Hôm nay! ngơ ngẩn nhìn trên con phố nhỏ
Bóng ai nắm tay con trẻ, bước dìu, chợt lắng lòng cay cay khóe mắt.
Trong cơn mưa mỏng chợt ướt nhem vạt áo dài
Bỗng thèm! Bàn tay nhỏ xíu mềm mại như xưa
Cha nắm lại cho vừa, dắt con qua những lọc lừa nhân thế
Mắt ướt...
Ước!
Bàn tay nhỏ, nắm tay ba,"bình yên cả đời" ■

NGUYỄN TRỌNG LĨNH
EM VỀ THẮM LẠI MÙA THƯƠNG

Hoa cải vàng lên từ độ
em liền áo cưới sang sông
hoa cà tím lên từ thuở
yêu người về giữa mênh mông

Mùa thương trổ ngồng vườn nhớ
bóng nhoài suốt những mùa đông
tim tôi vẫn màu đỏ ối
cất nguyên một khoảng trời hồng

Mùa thương còn xanh vời vợi
sai mùa hương trĩu ngần trong
đêm trăng sông Hương hờn dỗi
"Nam ai" loang tím một dòng

Cánh chim đêm về núi Ngự
bùi ngùi áo trắng rêu phong
thót lên tự tình tiếng gọi
em về thắm lại mùa thương ∎

TÔN NỮ MỸ HẠNH
NHỮNG MÙA HOA THƯƠNG NHỚ

Bỏ lại gió giữa lưng đèo
Tôi giấu mình trong làn áo mỏng
Chiếc phu-la hình như không đủ ấm
Đưa tôi về tìm lại những mùa hoa
Chất đầy kỷ niệm.

Ngồi yên trong quán nhỏ
Nhớ mùa dã quỳ vàng rực một ngày đông
Nhớ chùm phượng tím sót lại đâu đây ở một góc phố quen
chiều nọ
Nhớ cánh hoa anh đào hồng rơi trên mái tóc ngày đi
Nhớ mimosa chúm chím lá bạc lòng
Trôi theo thời gian tự thuở nào
Không còn dấu vết.

Đà Lạt mưa thật nồng nàn
Từng giọt mưa thơm mùi nhựa thông, mùi quả non, mùi su
hào, mùi thạch thảo, mùi dâu tây...
Đánh thức tôi bằng một giấc mơ chín đỏ
nhịp đập con tim quay quắt nỗi nhớ không thành lời.

Phố núi ơi giữ giùm tôi lời hẹn ước
Ngày đi xa tôi không kịp khắc lên đồi đầy gai nhọn
Lạc mất mùa đông dấu rêu bên kia con dốc giã từ
Lạc mất những mùa hoa tràn đầy sắc màu thương nhớ
Những cánh bồ công anh bay đi vô định
Tôi chợt hiểu
Thế nào là một cuộc chia ly. ∎

TRÚC LAN
Trà Ôn Quê Tôi

Quê hương tôi Trà Ôn tên gọi
Dòng sông hiền chở nặng phù sa
Xuồng ghe tấp nập vào phiên chợ
Bến nước tình quê mãi đậm đà

Cá cháy* Trà Ôn ngon ngọt lịm
Kho rim, nấu mẳn ăn quên thôi
Tới mùa đẻ trứng, xanh dòng nước
Không biết vì sao tuyệt chủng rồi!

Vùng đất thiêng sản sanh nhân kiệt
Út Trà Ôn đệ nhứt danh ca
Bậc tu hành đạo cao đức trọng
Hòa thượng Viện chủ Thích Thiện Hoa

Lăng Ông thờ Thống chế Điều Bát
Từng giúp vua gây dựng sơn hà
Cây bút đàn anh trong văn giới
Lê Xuyên** nổi tiếng tiểu thuyết gia. ∎

Cá cháy: một loài cá có nhiều xương.
*** nhà văn Lê Xuyên (1927-2004) tên thật là Trần Bình Tăng.*

ĐIỆP NGUYỄN

Cho ngày tàn phai

Chiều vắng
Tiếng chuông xa xôi buồn
Có dòng sông như dừng lại
Đợi thời gian
Nhớ mơ hồ lời viễn xứ

Người còn đó hay ra đi
Không nhìn lại như tàn phai lời cố quận
Những kinh cầu đổ xiêu lời số phận
Buông xuôi những chân trời
Ngày tháng trôi mau

Phù sa đó trăm năm bờ xanh cỏ dại
Gót hồng nhan còn buốt mấy ngày vui
Rồi mai kia biển muôn trùng rượu đắng
Sóng nghẹn ngào không nói hết lời say ∎

TRẦN VẤN LỆ
NGÓ SÔNG SÔNG RỘNG NGÓ RỪNG RỪNG SÂU

Tôi vừa nhận được một hộp rất đẹp từ công ty chuyển phát USPS. Nó không phải món quà ai gửi cho tôi nhân ngày Lễ Valentine. Nó là cuốn sách tôi đặt mua nơi nhà xuất bản Nhân Ảnh ở California, Mỹ, hai tháng qua, nay nó mới tới nơi tôi ở, cũng ở trong Tiểu Bang này.

Đó là cuốn Tình Thơ Quê Hương do Nhà Xuất Bản Nhân Ảnh thực hiện đầu năm 2023. Tôi coi như một món quà Tết rất có ý nghĩa vì mới vừa hết tháng Giêng năm Quý Mão. Tôi cảm ơn anh Luân Hoán, người chủ trương biên soạn và anh Lê Hân, người chủ nhân nhà xuất bản Nhân Ảnh!

Ôi! Một cuốn sách Đẹp! Rất đẹp. Và dày lắm, trên 600 trang, đúng là 634 trang kể cả bìa. Nó đẹp và trang trọng nhờ sách đóng bìa cứng, cách trình bày cũng rất trang nhã. Nó là một cuốn Tình Thơ, bài thơ nào trong cuốn sách này, của bất cứ tác giả nào cũng là Thơ Tình trang trải tấm lòng mình dành cho Quê Hương Tổ Quốc. Thấp thoáng bóng hồng, môi hồng, bờ tre xanh biếc, ruộng lúa chín vàng, đại dương bát ngát, núi non trùng điệp. Thương quá đi nha! Yêu quá đi nha!

Tôi ôm cuốn sách trong lòng, tôi hôn nó nhiều lắm. Nó xứng đáng để tôi trân trọng. Nó xứng đáng để tôi để nó trên bàn thờ Tổ Tiên! Nó sẽ làm cho chuối chín mau, nó sẽ làm cho nhang tàn chậm. Nhưng tôi biết nó sẽ làm cho tôi khô mắt vì tôi thật mất hết rồi, Ông, Bà, Cha, Mẹ tôi... Còn ai nữa đâu? Những người già nua cõi còm mưa nắng! Còn chỉ là tấm bản đồ, không phải dư đồ vì có ghi rõ ràng địa danh mới bên cạnh vô cùng nhiều địa danh cũ có từ bao đời... xưa! Một cái hôn chưa đủ. Ngàn ngàn lần hôn nó chưa bao giờ đủ! Tổ Quốc ơi mờ trong sương mờ... May mà trước mặt tôi đây: cuốn Tình Thơ Quê Hương!

Anh Luân Hoán với tôi cùng một khóa đào tạo Sĩ Quan Trừ Bị cho Quân Đội Việt Nam, chính danh là Quân Lực Việt Nam Cộng Hòa. Khóa học quân sự của tôi là Khóa 24 Sĩ Quan Trừ Bị, khai giảng năm 1966 và kết thúc gần cuối năm 1967 tại quận Thủ Đức, tỉnh Gia Định. Sau ngày ra trường, không lâu, Luân Hoán để lại một chân trên chiến trường Quảng Ngãi. Tôi nguyên vẹn đến cả năm tôi ra khỏi trại Tù Binh. Trước đây chúng tôi chỉ thấy nhau trên mặt vài tờ báo, vài cuốn sách... và bây giờ chúng tôi nằm chung nhau trong cuốn Tình Thơ Quê Hương, gồm những bài viết, vài ba bài, của 123 tác giả, có tên anh Luân Hoán và tên tôi! Thật là hãnh diện! Thật là Tự Hào!... Cũng thật là tự trào tình cảm anh em. Binh Chi Huynh Đệ mà nhỉ...

oOo

Những bài thơ có mặt trong cuốn Tình Thơ Quê Hương, đối với riêng từng tác giả, đều là Thơ Hay. Luân

Hoán chủ trương gom góp bài, tìm kiếm anh em, tình nghĩa của Luân Hoán là Hay Nhất! Không ai tự khiêm tốn nói mình làm thơ Dở. Ai... đó, kỳ lắm, mới nói "người ta" làm thơ non, yếu, kém... tệ! Dù khen, phải khen hay chê, hay không hề quan tâm... cũng là cái tình người. Chúng ta đều quá bận rộn! Nhà nào mà tôi có dịp ghé thăm (rất ít ỏi) tôi đều thấy có tủ sách hay kệ sách. Người mình yêu sách, quý sách, sách của người mình, sách của người dưng, mình mua về đọc xong thì để lên kệ sách ngắm nghía... Tôi tin cuốn Tình Thơ Quê Hương của nhà xuất bản Nhân Ảnh là một cuốn sách sẽ làm ấm nồng hơn nữa Tình Tự Quê Hương của người mình, ngoài nước cũng như trong nước!

Anh Luân Hoán năm nay đã già. Anh sinh trước tôi hai năm, anh lại là Thương Binh, anh chắc đã thấy "yếu" hơn tôi phần nào rồi. Anh và người em ruột, anh Lê Hân, cũng là một thi sĩ, nghĩ ra việc dựng nhà xuất bản Nhân Ảnh chắc có "ý đồ" lưu thủ đan tâm chiếu cái gì gan ruột của mình và của "anh em" mình... Anh em đây là bè bạn bốn phương, kẻ còn người mất... Anh Luân Hoán và Lê Hân không giấu được cái vội vàng khi "phải" hoàn thành một cuốn sách nào, của mình hay của ai. Nhìn chung những "sản phẩm" của nhà Nhân Ảnh là vội vàng! Mau với chứ! Vội vàng lên với chứ! Em em ơi tình non sắp già rồi... Hai câu này là thơ tình đấy! Của ai, không cần biết, chỉ thấy nó trăn trở trong lòng mình từng ngày... trên đường ra huyệt mộ! Anh Luân Hoán làm được cái việc nhiều người tha thiết... Tôi khen anh! Anh là Tấm Gương cho tôi soi rọi cõi người, yêu người và yêu đời thêm từng hơi thở một! Tôi nói thế để xin ai là độc giả của nhà xuất bản Nhân Ảnh, của tạp chí Ngôn Ngữ... thấy nơi Luân Hoán còn gì chưa hoàn hảo, tha hết đi, nhủ lòng mình "sẽ" làm được, làm Tốt hơn, làm Hay hơn trong bất cứ hoàn cảnh nào, tình huống nào!

Trong cuốn Tình Thơ Quê Hương, bài của Dương Kiền là "ấn tượng" sâu sắc nhất đối với tôi, trở thành cái "dấu ấn" trong tôi để tôi luôn luôn nhớ một bậc đàn anh về thi ngữ, về luật pháp giáo khoa thư, về một người tù binh trong thời quê hương mình liền lặn một mối. Chúng tôi từng loáng thoáng gặp nhau trong xứ sở Thơ huyền mơ, trong hun hút của hành lang trường đại học... Anh cũng ở xứ người và anh đã mất trên xứ người!

Con số 123 tác giả "tập trung" trong cuốn Tình Thơ Quê Hương là con số nhỏ. Vì anh Luân Hoán làm vội vàng, anh không bỏ sót anh chị em nào cả với chồng thư hồi âm anh nhận được sau nhiều tháng kêu mời. Dĩ nhiên nó là con số nhỏ mà cũng đã nên cuốn sách dày! Nếu không có tên tôi trong công trình của anh Luân Hoán tôi vẫn có cái niềm vui là nhìn thấy ngôi nhà Thơ của Quê Hương Ta là... có phần hoành tráng; còn cái bề thế, cái uy nghi hơn thì chờ vậy! Khi nào rau muống lên bờ trổ bông nhỉ? Anh Luân Hoán ơi, khỏe nhé, anh giữ lời hứa nhé, năm anh chín mươi anh về thăm Đất Nước đó!

oOo

Tôi muốn viết thêm cho nhiều, nhiều...
Tôi muốn những lời tôi viết thêm về cuốn Tình Thơ Quê Hương đều là những lời khen ngợi...
Biết đâu trong cái-viết-thêm ấy tôi sẽ đưa ra ít nhiều những câu thơ tuyệt vời của một số tác giả bậc Thầy?
Nhưng... ngưng nhen anh Luân Hoán.

Trời tự dưng như muốn mưa... Tôi ngừng ở đây để đi ra ngó trời... ngó sông sông rộng, ngó rừng rừng sâu! Thơ văn tự ngàn xưa ông bà mình đã nói "hàn lâm", rồi ai đó nói "thốn tâm thiên cổ"... Tôi sẽ vào lại bàn giấy của tôi và đọc tiếp cho hết cuốn Tình Thơ Quê Hương!

Trần Vấn Lệ

ĐẶT MUA DÀI HẠN
Tạp chí **NGÔN NGỮ**
Phát hành 2 tháng 1 kỳ

Ở Hoa Kỳ:
$120 US/1 năm
$20 một số
Liên lạc: Lê Hân, han.le3359@gmail.com - tel: (408) 722-5626

Ở Cannada:
$138 CAD/1 năm
$25 một số
Liên lạc: Lê Hân, han.le3359@gmail.com - tel: (408) 722-5626

Ở Pháp:
Mua qua www.amazon.fr
Liên lạc: Lê Hân, han.le3359@gmail.com - tel: (408) 722-5626

Ở Đức:
Mua qua www.amazon.fr
Liên lạc: Lê Hân, han.le3359@gmail.com - tel: (408) 722-5626

Ở Việt Nam:
180.000 vnđ một số
Liên lạc: Công Nguyễn, congnguyen.zc@gmail.com
tel: (84) 0908 451 154